NGUYỄN THỊ KHÁNH MINH

BÓNG BAY GIÓ ƠI

tản văn

Chương Chương & NXB Sống 2015

Bóng Bay Gió Ơi
Tản văn Nguyễn Thị Khánh Minh
Chương Chương và NXB Sống 2015

Tranh bìa: Andrew Gillette
Thiết kế bìa: Lê Giang Trần
Dàn trang: Lê Giang Trần

Phụ bản:
Họa sĩ Đinh Cường
Nhà văn Đỗ Hồng Ngọc
Hình tác giả bìa 4: Lê Quí Sơn, 2013

Ấn hành lần thứ nhất 2015 tại Hoa Kỳ
ISBN: 978-1-941848-12-8
Copyright©2014 Nguyễn Thị Khánh Minh

18.00 USD

... Ngày xưa, có lần "tập đoàn" yêu tinh họp nhau lại tìm cách làm hại con người. Một yêu tinh nói:
- Nên giấu một thứ gì đó quý giá của con người đi, nhưng giấu cái gì bây giờ?
Một yêu tinh đáp:
- Hãy lấy đi hạnh phúc của họ, họ sẽ ngày đêm phải khổ sở u uất. Nhưng, giấu nó ở đâu?
Sau một hồi bàn bạc, cuối cùng một yêu tinh già lụ khụ đưa ra ý kiến:
- Tôi biết ta nên giấu hạnh phúc ở đâu rồi, Hãy giấu nó ở chính bên trong con người. Họ luôn cố gắng lùng sục hạnh phúc ở khắp nơi khắp chốn và bao giờ cũng thấy người khác hạnh phúc hơn mình.
Kể từ đó, người mải mê đi kiếm hạnh phúc mà không biết nó đã được giấu ngay trong tâm hồn mình…
(cob.cdcs.selu.edu)

THEO CẢM XÚC MÀ ĐI...

Có phải khởi đi từ hương thơm hương ấm hương no nơi bầu vú mẹ quấn vào tiếng khóc ban sơ, rồi vấn vít theo từng hơi thở, từng cái nhìn, từng nước mắt, từng tiếng cười, từng con chữ?

Bùa hương? Thứ hương gì một lần cảm nhận, đến ngỡ ngàng để rồi mỗi lần cảm xúc dấy lên là Nó lại ùa về sống động, rủ rê mình tan theo? Nó đến, Nó ở, Nó theo, như một thứ bùa ấm áp, như có bầu có bạn, làm mình thật hạnh phúc lẫn bâng khuâng. Làm mình bay bổng. Lơ lửng. Hay quay chong chóng. Nghĩa là một kẻ bị bỏ bùa.

Nhắm mắt lại. Phút này đây.

... nghe được hương trâm trâm bên vệ đường rầy xe lửa về quê nội, ai biết được mầu lấm tấm ngũ sắc kia đã cấy trong tôi mùi quyến luyến quê nhà đến vậy. Hễ chìm vào là nghe tiếng xe lửa xập xình, ánh nhìn cô gái nhỏ chạy lùi theo những hình ảnh vụt qua, bụi cây, ngọn núi, chiếc cầu nhỏ, những ô lúa xanh và con mương ốm chạy ngoèo ngoèo theo bờ ruộng. Lại nghe được cả mùi thơm của đất bùn, đất ải quyện lẫn mùi phân trâu bò, mùi rơm rạ trong nắng trưa. Nếu không có một tuổi thơ gắn bó với mùi hương ấy thì chắc tôi không thể nào cảm được trọn vẹn cái êm ả, bình yên, mộc mạc của một làng quê, không chia được với ai nỗi nhớ nhà, không xẻ được với ai niềm hạnh phúc có một "nhà quê" để gậm nhấm lúc chia xa.

... *hương nồng của sân gạch đỏ sau cơn mưa bất chợt mùa Hạ, không biết nắng thơm hay mưa thơm hay mùi gạch đỏ mà đẩy đưa mình ngào ngạt thế, bỗng đâu gió thổi về lay trong nhớ mùi hương quen là vang tí tách tiếng chân nhảy cò cò thời bé, là thấy ánh mắt lấp lánh nắng sau mưa.*

... *và mênh mang hồ sen của một ngôi chùa sư nữ ở cạnh nhà thời thơ ấu, chắp cho tâm linh ta đôi cánh... có phải không, trong tiếng tập vần hai chữ nhân ái thấm đẫm hương tinh khiết của cánh sen hồng, và tiếng chuông chùa đi chậm?*

... *có ai đã để mình tan trong mùi hương rằm? một đêm, cảm xúc được hòa âm theo ánh sáng của con trăng tròn đầy thì mỗi ý nghĩ mình như được thanh lọc... biết nói sao, cái mùi hương vô nhiễm ấy...*

... *biển nữa. Chẳng phải da mình đã ngào với muối mặn đó sao. Và không đúng ư, âm của giọng nói này đã là một gửi gắm mặn nồng của biển? Khắc ghi vào đó lời nhắn nhe chung thủy. "Gừng cay muối mặn xin đừng quên nhau..." Có phải vị mặn có pha sự chia sẻ, hòa tan? Nỗi bao la của biển đong cũng vừa đầy hạt nước mắt nhỏ xuống vì thương yêu, hương biển mặn mòi hương nước mắt.*

... nắng xôn xao hay mình xôn xao khi đem chiếc áo thời con gái ra phơi (sao giữ hoài chiếc áo dài hoàng hoa ấy?) Hương nắng lẫn hương xuân thì nhẹ lòng những phôi phai, cánh thư ngày tháng cũ ngân lên tiếng đàn trong trẻo lay động cả một chuỗi thời gian. Ngày xưa...

... và. Lạ lắm. Mùi sum vầy của ánh đèn hắt ra từ những ô cửa sổ quyến rũ ánh nhìn lữ hành trong đêm tối, giục giã những bước chân, nao lòng một mái ấm.

... đeo đẳng một lời hẹn mấy mươi năm để như mơ một lần chạm mặt, ánh mắt thăm thẳm của con ngõ nhỏ cổ xưa ở quê ngoại, những viên gạch cũ kỹ, mảng tường lở lói tỏa mùi hương già nua năm tháng, như một lời nhắc nhở của quá khứ, phải gìn giữ, phải ấp ủ, đúng thế. Nó đúng là một thứ bùa hương, bắt ta phải quay đầu lại trên những bước ngược đường xa...

... trên con đường ấy, có ai nghe ca dao lồng lộng "yêu nhau cởi áo cho nhau, về nhà mẹ hỏi qua cầu gió bay..." trời, gió ở đâu mà vỗ về đa tình vậy, cho chiếc áo kia đọng mãi mùi hương ngày hội, hương ca dao, chẳng phải là một thứ hương bay ngàn năm nuôi tình tự những lời thơ? Thơ, thứ hương say đắm tơi bời hân hoan...

... và, phổ độ hơn hết trên đời, "ba ơi mẹ ơi!" tiếng gọi đánh thức từng tế bào nhỏ trong thân thể ta, xao xuyến những dòng sông li ti màu đỏ đang chở nhịp sống. Mỗi bước ta đi là say mê theo mùi hương núm ruột đã một lần cắt lìa khỏi ta trong giây phút nhiệm mầu của khai sinh, "con ơi!" tiếng oa oa cột ta một kiếp người, lặn lội trôi theo...

... có phải hương một lời gọi ủ từ đóa hoa tiền kiếp, tới giờ long lanh nở đá vàng, cùng nhau nắng sớm mưa khuya, "mình ơi"?

... tiếng hòa âm trong phút giây gọi "bạn ơi!" này bàn tay nắm lại cùng nhau. Ngọn lửa nhóm sáng một vòng quây quần, mỗi lúc chúng ta lại chụm thêm mỗi nụ cười, hương bầu bạn cho ngắn lại đêm thâu đường dài, bạn hỡi.

... những hạt lệ, xin cảm ơn còn biết khóc, nhịp đập con tim còn biết xúc cảm thì nước mắt sẽ tỏa hương, nuôi dưỡng vòng tay ấm nỗi nhân gian.

... có ai đã cảm thấy đi bên cạnh những phút giây thường ngày là nhịp đập vời vợi của giấc mơ? giấc mơ ủ mùi hương của quá khứ lẫn ngày mai, giúp ta đi những bước nhẹ nhàng. Giấc mơ thời gian, bạn ơi...

Vâng, những hương ấy đã bỏ bùa tâm hồn tôi. Là mấu chốt cho cảm xúc thăng hoa, là sợi dây cho tôi lần về kỷ niệm, là đôi cánh giúp tôi còn có thể bay lên, là cái kén cho tôi náu mình, là liều thuốc mê cho tôi đôi lúc cần, để quên đi những nỗi sợ, những nỗi đau cùng những bất an trong cuộc sống.

Sài Gòn, 2009

BỒNG BÊNH QUÊ NHÀ

Con đường dẫn về quê hương,
là con đường hẹn hò mà bạn ít bị lỗi hẹn nhất...
(Khuyết danh)

Tôi sinh ra ở Hà Nội. Nhưng ký ức về Hà Nội chỉ là một căn phòng kín bưng trong trí nhớ, tôi như luôn đứng trước cửa phòng ấy với một cảm giác nôn nao, thôi thúc, và cũng buồn bã tự hỏi, bao giờ thì tôi sẽ mở căn phòng ấy và xếp đặt bày biện mọi thứ tôi đem về từ thực tại?

Ngày rời xa Hà Nội, mẹ kể, tôi ngủ say trong vòng tay mẹ trên chuyến bay Hà Nội-Nha Trang vào một ngày cuối đông. Hà Nội... Như một tờ giấy trắng bong. Không một cảm nhận rõ rệt từ tâm thức lẫn giác quan. Không đất, không nắng, không gió, không mưa, không mùi trời khí đất, không cả hương vị món ăn nơi ấy, thì làm sao có thể có được một giọng nói Hà Nội? Hà Nội thơ trẻ như Thanh Lan, Hà Nội nhẹ trong như gió của cô Mai Hương, Hà Nội trầm hoàng hôn của Khánh Ly, Hà Nội ấm nồng của Thu Phương, và Hà Nội sang cả của bác Thảo (người mà theo mẹ tôi kể là nhân vật trong Tóc Chị Hoài của Nguyễn Tuân), bởi vậy mẹ tôi vẫn thường nói, *chẳng một chút gì là Bắc cho giống mẹ!* Chịu vậy thôi. Cái khắc khoải Hà Nội cho tôi hoài đeo đuổi những bước chân nôn nả của giấc mơ. Có thi vị không nỗi chờ đợi ấy? Có buồn lãng mạn không khi nghĩ mình hoài là kẻ *tương tư cố lý?*

Vâng, Hà Nội là giấc mơ của tôi. Sẽ phải có một ngày đem giấc mơ ấy về đứng ở nơi, gió thở tiếng khóc chào đời. Sẽ để mình rét cho thấm thía hết cái lạnh mùa đông Hà Nội. Sẽ đi trong đêm và nhất định là trong hương thơm hoa hoàng lan của Thạch Lam, lúc ấy tôi sẽ đủ *tư cách* để thưa với Vũ Bằng rằng tôi đã cảm nhận được một cách rất thơ cái *"trăng non tháng giêng rét ngọt"* của ông rồi. Có thể tôi sẽ là người nghệ sĩ đi lang thang trên phố trong bàng bạc nhạc Phú Quang, để đồng cảm với nhà thơ Phan Vũ cái nỗi niềm *chẳng nhớ nổi một tên đường,* làm sao mà nhớ được khi ở trong cái quá chừng lãng đãng khói sương ấy, ôi, đi và tan vào những con đường từ lâu đã chìm trong huyết mạch mình, phải không thưa người?

Tôi sẽ làm một chuyến, như hành hương của riêng tâm linh mình, về quê ngoại. Bước trên ngõ làng, nơi từng in dấu chân bà ngoại tôi, mẹ tôi thời ấu thơ, từng viên gạch xưa ấy đã trăn trở bao buồn vui cùng họ thời thiếu nữ…

Và biết đâu, trời, nghĩ đến đây thì tim tôi run lên, tôi sẽ in được bước mình lên dấu chân của một nhà thơ tôi hằng yêu thích, dẫn tôi đến được một căn nhà, cái phòng, cái bàn, và khung cửa sổ, nơi thao thức cùng người thơ tài hoa yểu mệnh *"hoa cỏ mờ hơi sương"*? Tôi tự hỏi, nơi ấy bây giờ có không, căn nhà kỷ niệm của nhà thơ Đi Chùa Hương? Nếu có, thì tôi đem tất cả tấm lòng ngưỡng mộ nhà thơ ấy để biết ơn ai đã có một quyết định đầy thi tính như thế. Còn nếu không, thì sẽ là nỗi phiền muộn của nghìn nghìn tấm lòng cô gái nhỏ đã đi chùa Hương mang theo thơ Nguyễn Nhược Pháp trong lòng.

Tôi biết, nếu bây giờ có đi chùa Hương, dù với mái tóc đã lưỡng lự trắng, tôi cũng sẽ vẫn đi với trái tim của cô gái nhỏ *cùng thầy me em dậy, em vấn đầu soi gương,* tôi cũng sẽ *em không dám đi mau…* tôi sẽ…, nghĩa là tôi sẽ y chang như cô gái trong thơ Người, ôi Nguyễn Nhược Pháp. Anh bạn tôi nói, người ta bảo đi Chùa Hương đủ ba lần thì sẽ được hạnh phúc. Đúng chăng? Tôi sẽ về, lời hẹn Chùa Hương ơi. Ngàn điều có nói cũng chỉ để chở một vẫy gọi của giấc mơ chưa thành, có duyên nào trong cõi đất trời đẩy đưa cho không, cõi hẹn của tôi?

Bỗng một ngày, trong khoảng thời gian đang phải tập làm quen mọi thứ ở Mỹ này, tôi bỗng lọt thỏm vào hai tiếng Ninh Hòa, trong một bữa tiệc nhà anh Uyển. Ninh Hòa ư? - *Tôi cũng quê ở Ninh Hòa* - Tôi nghe câu nói của mình vang lên và trong phút giây tôi bỗng lặng người, sao tôi lại nhắc đến Ninh Hòa, trong khi xưa giờ khi nói đến quê nội, tôi thường dùng địa danh Nha Trang hơn. Có lẽ âm của giọng nói hai tiếng Ninh Hòa quá giống giọng ba tôi và làm tôi nhớ đến ông đang bịnh nặng ở Sài Gòn, ông vừa mới kể cho tôi nghe lễ thượng thọ được làm ở *nhà quê, nhà bà nội*, Đó là làng Thuận Mỹ, Ninh Hòa.

- *Tôi cũng quê ở Ninh Hòa*- khi thốt lên tôi muốn khóc. Nó như thể một câu đi tìm người thân vậy. Và người có giọng Ninh Hòa kia đã tặng tôi một cuốn sách, rồi nói, *vào đây cho đỡ nhớ nhà*, tôi rất thích chữ "Trang Nhà" trong những web hay dùng. Nhà, nơi mình ở, mình quen, nơi che cho mình mưa gió nắng nỏ cuộc đời.

Và tôi đã đi về nhà, như thế. Tôi biết ra rằng bên cạnh giấc mơ Hà Nội kia tôi còn được bồng bềnh một bình yên khác nữa là quê nội, cõi, vừa lãng đãng vừa hiện thực, một giấc mơ bất cứ khi nào muốn là sống-với được. Là thấy mình đang ngồi trong toa xe lửa từ Nha Trang về Thuận Mỹ, nơi có một cái hộp ga nhỏ xíu, không gọi là nhà ga được vì nó bé dễ sợ. Chúng tôi xuống ở đó rồi men theo con đường rầy đi xuống một cái dốc, đi, đến khi thấy một cây gạo rất cao ở đỉnh làng là tôi biết sắp đến nhà bà nội, cha tôi kể, có một con ma lớn, cao bằng cái cây đó đổ bóng xuống con đường đất rồi nó ngáp một hơi thiệt dài trong đêm, làm hồi đó mỗi lần đi qua anh em tôi hay nắm chặt tay nhau chạy, giờ nghĩ lại thấy đúng là cha dọa con nít, ma có bóng ư? Chẳng biết.

Hồi đó anh em chúng tôi hay được về quê, bằng xe lửa, *(xin nhắn với Lương Lệ Bích San, nhân đọc một bài văn, tôi được biết chị cũng quê ở Thuận Mỹ, có thể ông bà chúng ta có quen nhau, và nếu chị đồng tuổi tôi, biết đâu ngày ấy đã chẳng có lần chúng ta ngồi chung một chuyến xe lửa, một toa tầu?)* cứ vào đêm trước cuối tuần, các anh thì xếp giấy thành hình máy bay, tôi thì xếp thuyền. Để chi? Để ngày mai khi con tầu đi qua một cái cầu nhỏ, chúng tôi sẽ thả chúng ra ngoài cửa sổ tầu, chỉ vậy thôi mà lấy về không biết bao nhiêu là tiếng cười. Nhưng chả bao giờ tôi nhìn thấy được con thuyền giấy đáp xuống dòng sông nhỏ dưới chân cầu. Nó bay đi đâu những chiếc thuyền giấy mỏng mảnh của tôi? Phải chi ngày ấy tôi xếp cánh diều thì tôi sẽ nhìn được nó bay lên, cho giấc mơ của tôi lộng gió. Trò chơi ấy lập lại suốt thời thơ ấu mỗi khi sau bữa cơm tối thứ sáu, cha tôi bảo, *mai cả nhà về quê.*

Về quê. Ngày ấy chỉ đơn giản là nỗi mừng vui được đi xe lửa, được chơi dông dài hai ngày không bị học bài, được ăn đủ thứ trái cây, nhất là vú sữa, ở vườn nhà nội.

Bà nội tôi ngày ấy cũng đã già, theo ký ức 9, 10 tuổi của tôi, lưng bà còng nên trông bà bé tí, chỉ nhỉnh hơn tôi chút xíu thôi, bà sống một mình ở căn phòng thờ rộng, bà đi ra đi vào và thường lẩm nhẩm cái gì đó một mình, thỉnh thoảng bà gọi tôi, *cá cum, con ăn cum chưa* (tôi choắt lắm nên bà đã gọi tôi là cá cơm, còn anh Khải thì bà kêu, *cá ồ*, không biết là con cá gì, anh Khoa, *cá thu*, chắc tại anh trắng và mạnh khỏe, *mà sao toàn là cá vậy hả bà?*)

Rồi bà chỉ tôi nghiền trầu trong cái cối gì mà cũng bé xíu như bà, tôi không làm được, thế là bỏ chạy đi chơi. Ngày đó tôi nghĩ bà buồn tẻ quá chắc, bây giờ thì tôi nghĩ bà quả là một phụ nữ can đảm, chịu đựng u buồn từ thời trẻ đến cuối đời kể từ khi ông nội tôi mất, kể từ khi bác Tám tôi bị chết thiêu trong một nhà tù, kể từ khi cha tôi, đứa con út, đi học xa. May là bên cạnh bà còn có gia đình bác Mười lớn, các chị họ của tôi đẹp lắm, nức tiếng từ Thuận Mỹ đến các trường trung học ở Nha Thành. Bà như một cái bóng nhỏ loanh quanh căn phòng rộng, thấp thoáng nâu giữa những hàng cây vú sữa, xoài, xanh um trong vườn, trên tay cầm một con dao, hay cái rựa tôi chẳng biết. Và bà hay nói chuyện một mình. Đó là hình ảnh tôi nhớ về bà nội.

Khi gõ tới đây, tôi nghe tiếng mưa rơi ở ngoài thềm, gió thốc vào lạnh buốt, con trai lại quên khép cửa sổ, tôi nói thành tiếng (hơi giống bà nội rồi) và đi ra ngoài thềm, cụm hoa trâm trâm tím trong mưa, trời ơi, hay là hư bóng trâm ổi bên vệ đường xe lửa từ ga Thuận Mỹ về tới nhà bà? Anh cả tôi cũng thầm thì Trâm Trâm trong thơ của anh, *xe lửa xa rồi những bụi trâm trâm...*, ngày đó, tôi hay buông tay mẹ để cúi xuống hít cái mùi hăng hắc thơm, để mút từng cánh nhỏ đủ mầu ấy. Tôi nghĩ hoa trái nào mà chim bướm ăn được thì tức mình cũng ăn được, và hay thử...

Mùa xuân ở miền nam California bắt đầu bằng những ngày xám lạnh như hôm nay, mưa dai dẳng buồn. Những tin tức chiến tranh nơi đây nơi kia và động đất ở Nhật làm đông giá cảm xúc. *Phải làm ngay những điều có thể*, câu nói ấy bây giờ thấy thấm thía nhiều lắm trước những chia lìa mấp mé bên ngưỡng cửa cuộc sống. Phải nói ngay lời thương yêu với người thân, bạn thiết, nhất là, ôm hôn cậu con đã lớn kia mỗi sáng. Tôi sẽ. Nhất là, tôi sẽ mở được giấc mơ lung linh của tôi nữa, phải chạm mặt nó, dù một lần trong đời…

Gần nhà tôi ở bây giờ, trời thương sao có một nhà trồng một hàng tre, tre Calif. lào xào nắng. Tôi đang mong nắng cho bớt sợ hãi về cơn bão dự đoán, anh bạn tôi bảo, *phải có nắng thì đời mới vui và người ta mới có tinh thần được*, anh nói hoài khiến tôi cũng tin thế, để hàng tre kia có cái rì rào mùa hè, và mở ra mơ màng cho tôi con đường đất Chợ Bến, nơi đẫm một mùi, gọi là hương được không, một mùi mà muốn trọn vẹn với nó phải nhắm mắt lại...

... mùi đất bùn khô dưới nắng, phải là nắng trưa oi nồng, cộng mùi đống rơm trong sân gạch nhà, mùi cỏ, mùi phân trâu bò trên đường đất, quyện vào trong gió tre, bạn ơi tôi mong là bạn cũng đã từng ngửi thấy để có thể chia sẻ cùng, tôi gọi là mùi nhà quê, với tất cả thương yêu gắn bó, cũng giống như mùi đất xông lên ngào ngạt sau mưa, cũng giống như mùi dưới cầu Trương Minh Giảng ở Sài Gòn tôi bắt gặp một lần vào lúc 11, 12 tuổi khi ngồi trên một chiếc xích lô máy cùng với bà ngoại. Biết nói sao, cũng như đâu thể cắt nghĩa rốt ráo được duyên và nợ? Tôi cho những mùi ấy là "duyên nợ" của tôi, vì hợp với nhịp đập tim tôi, rung động với tôi ở một tần số cao nhất của tâm linh, cho nên, nói như ai kia, là chẳng lẽ mình mong quê nhà cứ lạc hậu mãi sao, thì thật là một kết luận hơi oan ức, đối với tôi.

Lý tưởng là, có đủ khôn ngoan, tinh tế để vừa phát triển vừa giữ được tiết tấu riêng của *Nhà Quê*. Nhưng nếu, để đổi lấy văn minh mà mất hết trơn cái nhịp, cái mùi gần gũi ruột thịt như thế, tôi chọn, thà đi về trên con đê bên đường rầy xe lửa ngắt nụ trâm trâm mà hút mật ngọt, thà trở lại quê nhà, tắm trong đêm dưới ánh trăng bên cái giếng gạch đóng đầy rêu, cười khúc khích với người chị đang tuổi dậy thì, *chị Bích ơi, em biết sẽ có ngày chị em mình lại về nhà nội và tắm khuya bên bờ giếng ấy, phải là đêm có trăng để em thấy được những mảnh sáng bắn tung tóe từ người chị, hẹn thế nhé, nhưng đừng dọa em, dưới giếng có con rắn thật to nghe, mà cho dù thế cũng không cưỡng được em cái thích tắm dưới trăng khuya bên giếng gạch cũ của bà nội đâu, chị Bích à.*

Chỉ đơn giản âm giọng Ninh Hòa, nghe được đêm ấy mà tôi được miên man Nha Trang… Bây giờ nói về quê, không chỉ là một nơi chốn nữa, mà là về một cõi tĩnh lặng với tha thiết rất riêng. Cũng với tâm trạng ấy tôi gõ vào trang nhà quê hương, với nôn nao của một kẻ xa nhà lâu ngày đi về trước cổng nhà cha mẹ, hồi hộp gõ. Và cửa đã mở.

Trâm trâm tím vàng và tiếng xe lửa kéo con tầu cũ kỹ phía chân trời bên kia những cánh đồng lúa. Đó là hình ảnh biểu tượng cho nỗi hoài hương của tôi.

Cũng vào đêm tôi nghe nhắc đến Ninh Hòa, tôi nhớ đến cha tôi đang bịnh ở Sài Gòn, hôm nay khi tôi viết những dòng này thì ông đã đi xa, xa hẳn rồi, mãi mãi. Không bao giờ còn nghe nữa như hồi bé *"ba sớm về thôi mà"* khi cha bước lên bực toa tầu…

Giờ chắc ba đang thảnh thơi miền gió tre rì rào thơm, trong ánh trăng êm ả ngôi đình làng Chợ Bến. Ba ơi, nơi giấc mơ xanh non đồng lúa quê nhà, trong bay bổng trời chiều bình yên Thuận Mỹ, con biết ba sẽ đọc những điều con viết hôm nay…

Santa Ana, tháng 3.2011

Về quê nội, Thuận Mỹ, Nha Trang
Và quê ngoại, Phượng Dực, Hà Nội

MÁI ẤM

Đá vàng một nương tựa.
Cho tôi một bếp lửa. Tôi về...

Ngôi nhà, nơi không chỉ là những người trong một gia đình sống với nhau, mà còn là chia sẻ một cách rất *người* với không gian đó nữa, làm cho ngôi nhà ngoài hình thức cụ thể, còn có một nội dung "phi vật thể" rất đỗi sống động. Nó có chung với mình những trôi chảy thời gian, hòa cùng nhịp đập mỗi ngày sống, nên nói thật đúng, nó là một người thân, hơn nữa, một người anh cả chở che, và chiếm một chỗ rất đường bệ trong kho ký ức của mỗi người trong gia đình, tôi tin thế.

Có một tác dụng qua lại giữa ngôi nhà và bầu khí sống gia đình. Không khí hạnh phúc sẽ biến nơi ở thành một tổ ấm cúng, nơi mà mỗi ngày con ong bay đi lại mang về một giọt mật đong đầy thêm hạnh phúc no đủ ấy. Không gian ở, nếu chăm chút, quí mến nó thì sẽ làm tăng lên bầu ấm áp gia đình, đi đâu cũng nóng lòng quay về. Ngược lại, thì người ta cũng có thể đoán ra được nỗi ảm đạm của trú xứ đó rồi...

Theo tôi, một ngôi nhà đẹp là ngôi nhà mà khi bước vào, người ta cảm được ngay cái đang là của nó, là khí ấm...

Nhìn vào những chiếc ghế nơi bàn ăn, cảm được một vòng đầy đặn của gia đình quây quần bữa tối. Bức tranh trên tường kia toát niềm hứng khởi của người khi treo nó lên, hơi nóng của ánh nhìn đang từng lúc đặt trên nó. Mỗi cành hoa trong bình như mỗi dịu dàng của bàn tay người phụ nữ trong nhà.

Rồi như nghe được từ những món đồ chơi đây đó trên sàn ròn rã nụ cười con trẻ. Đứng ở bếp lại không thấy bồi hồi sao, ngọn lửa nấu ăn? Nhìn ra đầu hè, cõi ấm áp ngồi bên nhau trong những ngày mưa, hay trong hơi cà phê những buổi sáng nắng đầy. Đó là một ngôi nhà ấm. Cho nên đó là ngôi nhà đẹp.

Tôi đã đặt tên ngôi nhà của mình là Mái Ấm, nó thực sự là một thành viên của gia đình tôi, bảo bọc bốn người ăn, ngủ, làm việc, học hành, vui đùa yêu thương, và ước mơ.

Ngược thời gian khi chúng tôi dọn đến căn nhà mới toanh vừa xây xong này, Mái Ấm của chúng tôi là một anh chàng nhỏ một lầu, có vách chung với hàng xóm hai bên, bếp và phòng khách chiếm hết diện tích tầng trệt, kiểu nhà phố. Chuyện đầu tiên là chuyện chia phòng, dĩ nhiên chẳng ai giành ở bếp cũng như phòng khách. Vấn đề còn lại là hai căn phòng trên lầu. Phòng phía trước, ngó ra con ngõ nhỏ bằng một mắt vuông cửa sổ, từ trưa trở đi luôn nóng vì nắng hướng Tây. Phòng phía sau, nhỏ lắm, ngó ra sân sau nhà bởi miệng cửa sổ rộng phơi phới nắng đông từ bình minh đến đứng bóng.

Phòng nào của ai trong hai phe, mỗi phe đều có hai người. Vì, *mẹ hay ốm nên dành cho mẹ căn phòng có nắng buổi sáng và có buồng tắm,* bố bảo thế. Của đáng tội, căn phòng ấy rất nhỏ nên hai con trai không thể vừa làm chỗ ngủ vừa kê bàn học được, nên nếu mẹ không hay ốm thì hai con cũng phải vào căn phòng lớn phía tây ở trước thôi. Thế là tương đối ổn về *thiên thời, địa lợi* rồi, được cái cả hai cậu đều còn nhỏ nên chuyện đông tây nam bắc gì đó chẳng mảy may sợi lông nào, thế là được thêm *nhân hòa.* Ổn cả.

Nhưng, vấn đề không phải ở vỏ mà ở cái ruột, là hai con trai luôn kiện cáo cái bàn thờ Phật ở sát bàn học của chúng, thằng bé, gần hai tuổi luôn nói *mẹ ơi con ghét cái đèn màu đỏ trên bàn "khờ" lắm... cái mùi nhang nghẹt mũi lắm...,* chuyện lửng lơ không kết luận gì, có điều tôi bớt thắp nhang, thật ra phải ngưng chứ không bớt, nghĩ lại thấy thương Bin quá, đáng lý phải lo ngay vì con bị nghẹt mũi, xin lỗi con trai nhe. Đến khi bàn thờ thêm hình bà nội, thì, con trai lớn nhất định: *bố phải để cái hình bà nội còn trẻ và cười...* Khó hiểu cho ý nghĩ của con. Lúc này, quyết định không để đèn màu đỏ, không dùng nhang nữa.

Tạm yên một thời gian, tới lúc thời khóa biểu của hai đứa con trai quá khác biệt, một đứa vào tuổi thiếu niên, một đứa 4, 5 tuổi, để phân chia "biên giới" theo ý trẻ, phải chọn cách đưa bàn thờ xuống phòng khách ở tầng trệt, và thế là, tới phiên bà ngoại lũ trẻ đến chơi, bèn phán, *ai lại để bàn thờ dưới phòng ngủ của hai đứa bé thế, bàn thờ là phải trên lầu.* Câu trả lời của tôi thiệt là huề như sau, *dạ, khi nào có tiền tụi con sẽ xây thêm lầu…*

Mái Ấm thì rất dễ chịu, chúng tôi thế nào thì nó cũng thuận lòng với cái không khí mà chúng tôi vẽ ra thế nấy, mỗi ngày lại thêm chấm phá, khi thì vì con lớn lên, khi thì vì mẹ ốm, phải thay đổi chút ít bàn ghế tủ giường, khi thì Tết đến nơi rồi phải thế này thế kia… Đó là nhịp sống mỗi ngày, với đổi thay, để có được hứng khởi đón chờ từng ngày mới, và Mái Ấm cũng cúc cung theo mỗi bước vào ra của chúng tôi.

Đường vào nhà là một ngõ nhỏ, lỗ chỗ những mảng xi măng tráng vụng, vừa đủ để xe hơi nhỏ đi vào và lúc ra thì phải thụt lùi đến ngã ba mới quay đầu được, yên tỏa bóng mát hàng cây bàng, mà cứ vào những tháng cuối năm lại nghe gió xao xác lá khô giòn khắp ngõ, màu đỏ của lá bàng thổi cái nên thơ mùa đông vào không khí lối xóm, làm bà con thăm hỏi nhau cũng ấm áp hơn, thường là đôi câu về chuyện sắm sửa, cách làm một món ăn nào đó cho ngày tết sắp đến. Một không khí vừa ấm vừa rộn ràng.

Vào Mái Ấm, phải đi qua cổng sắt nhỏ, từ đó chúng tôi chừa ra một khoảng lùi ba mét để làm sân trước, một không gian đệm điểm xuyết bởi những chùm hoa giấy đỏ, trắng, rơi xuống từ lầu một, tiếp đến là bức vách gỗ, có cửa ra vào nhỏ cũng bằng gỗ dẫn vào phòng khách. Mầu trầm nâu nâu của gỗ luôn gợi chút gì êm ả mà xao xuyến, cứ mỗi khi đi làm, đi học về, bước qua ngưỡng cửa nhỏ này lập tức chúng tôi rũ được hết những bận bịu lao xao ngoài kia, như con rắn để lại bên ngoài cái vỏ, rồi vào tổ, non tơ, mới tinh, hứng khởi.

Những thứ nhấn nhá ở phòng khách, đều là cây nhà lá

vườn, những chậu bonsai nhỏ do chồng tôi làm, tuổi của nó đánh dấu mười bốn năm sống cùng Mái Ấm. Bàn khách, nơi vẫn mỗi ngày thao thức nắng chiều, nhảy nhót trên mặt bàn bóng lá trúc được chiết từ bụi trúc vườn sau, tượng Phật Bà để trên kệ, là do một người bạn khắc từ gốc rễ cây ở quê của anh tặng. Tất cả, hòa cùng nhịp vui những buổi họp mặt bạn bè, phòng khách nhỏ chỉ đủ sức chứa cái ồn ào của mươi người, vừa đủ ồn, vừa đủ ấm, cho chân tình. Đây cũng là nơi cả nhà quây quần xem tivi sau bữa cơm chiều, ngồi với nhau thế nào cũng nhắc, cái mép bàn này Bin lúc hai tuổi đã ngã đập trán vào, hôm đó nhìn máu chảy đầy mặt con mẹ sợ phát khóc, còn vết dao trên mặt bàn kia, là do sự vô ý của Bi, đâu cũng có dấu ấn của chúng tôi trên cái không gian đầy sẹo dấu yêu của kỷ niệm này…

Đi độ mười bảy bước kể từ đầu phòng khách là đến chỗ, tôi yêu lắm lắm nơi này trong nhà, Bếp Ấm, có một bàn ăn vuông đủ cho 4 người. Bàn ăn này là quà của anh chị Khoa Vi. Bếp, ngoài nghĩa ấm vì có Tình, nó còn ấm vì có Lửa. Lửa từ bếp nấu, lửa từ lòng hứng khởi khi nấu ăn, lửa từ lòng háo hức khi thưởng thức món ăn. Trong tạp chí Nhà Đẹp, Kiến Trúc Sư Hoàng Đạo Kính đã viết, câu mà tôi rất hợp ý, *"muốn củng cố thiết chế gia đình: năng nổi lửa bếp lò."*

Ngay cửa bếp ngó ra vườn sau, nghe được hoa thiên lý thả hương xuống thềm gạch đỏ, kéo bao hình ảnh ùa về trên bảng màu lỗ chỗ nắng… Nhớ nhà ba mẹ tôi xưa, cũng sân gạch cũng giàn hoa thiên lý, và một cây đu đủ đầy quả, bà ngoại luôn cho chúng tôi bánh mì kẹp đu đủ xanh trộn với cá ngừ kho bằm, anh em ngồi ăn sáng bên bực thềm trong hơi gió thơm mùi biển lẫn mùi cá ngừ kho. Sao anh Khoa cứ nói về một cái ná bắn chim nhỉ. Nơi đó lạch bạch những bước nhảy cò cò của tôi, cái mùi sân gạch nắng nhà ba mẹ xưa sao giống đến thế nơi thềm Mái Ấm này…

Đó là không gian của Mái Ấm, còn thời gian?

Buổi sáng, Bếp Ấm, nơi chúng tôi bắt đầu một ngày, nắng tràn vào khung cửa sổ, đậu lung linh trên bàn ăn, lấp lánh hạt nếp trong đĩa xôi, rót qua ly cà phê làm cà phê có màu hổ phách, hòa cùng mặt trời nhỏ trong đĩa trứng của con trai, xong bữa sáng, bố đi làm, hai con trai đi học. Lúc này tôi đã nghỉ làm, nhưng khi có việc, thì nằm viết trên cái ghế dài ở bếp, sáng nắng hướng đông. Đó là lúc tôi nhâm nhi cảm xúc cùng với ly cà phê bạn bầu, rồi thả mình trên giấy đầy nắng, (hồi này chưa có thói quen viết trên computer như bây giờ) và kéo dài có khi đến xế.

Khi tôi bị bệnh thì nhà có thêm một người, rất quan trọng, chị Duyên, như người chị, lo lắng tính toán những bữa ăn, chị ít nói, và nấu món huế thật tuyệt vời, tôi vẫn không quên giọng huế nhỏ nhẹ của chị, *khánh muốn kho cá ngon thì ướp như ri, để lửa rứa…, canh nhớ xíu ruốc…,* suốt mười hai năm thủ thỉ bếp núc với nhau, chị nhớ không chị Duyên?

Trong thời gian tôi chưa phục hồi thì góc vườn nhỏ cuối sân như chiếc giường bệnh. Buổi sáng là lúc hoa trong vườn tỏa hương mạnh mẽ. Tàng khế lào xào gió. Đó không chỉ là không gian, nghĩa là một nơi xác định được chỗ này, chỗ nọ, cũng mơ hồ luôn, cái thời gian được gọi là buổi sáng, buổi chiều hay ban tối, chỉ biết khi nó tóm tôi vào thì sức hấp dẫn của nó phá vỡ mọi biên giới nơi chốn và ngày giờ, tôi chỉ còn làm mỗi một việc là hưởng thụ những cảm xúc mà nó đem tới, phà hơi cho tôi sống với hiện tại bằng tâm thái khoẻ mạnh.

Chỉ cần cúi xuống bên cái võng thong thả theo nắng buổi sáng là có thể hái trong tay chiếc lá nham nhám, hương ngái của lá và hoa như chiếc thuyền thả tôi trôi về quê nội, hai bên đường hoa chùm bao phủ trắng xen lẫn sắc trâm trâm, anh Khoa hay chế riễu, *con ong khánh,* mỗi khi thấy tôi mút cánh hoa nhỏ ấy, quả là cái mùi, vị, làm giác quan mình sảng khoái. Thật không ở đâu có cái mùi nắng hoa ấy như ngoài quê mình, và giờ thì nó lại theo cái quyến luyến của tôi mà bay về nơi góc vườn nhỏ này.

Còn kia, dưới gốc cây mai, là một vuông hồ, tác phẩm của chồng tôi, anh đã để một cái chùa đá nhỏ (trông tựa tựa Chùa Một Cột) và bảo, *để Minh mơ về Hà Nội,* giấc mơ bao năm lung linh ở cái hồ bé xíu…

Vào mùa hè hay có những cơn mưa bất chợt đổ xuống

rồi vội vàng đi, sân gạch đỏ nung sau mưa sôi lên rõ mùi đất (cũng vì vậy mà hồi nhỏ hay bị mẹ mắng, có khi phết roi, vì cái tội chạy ra sân hít lấy hít để hơi đất khi vừa dứt cơn mưa)

Có khi cuối tuần, tôi kéo được người bạn đời vào góc vườn cùng cà phê sáng, điều ấy đối với tôi thật vui, bởi trên khuôn mặt khép kín cố hữu ấy đã thấy nụ cười, đôi lúc bị quấy lên ồn ào bởi hai cậu con trai chơi đánh kiếm gỗ bên cạnh, hạnh phúc rất thực cho tôi được ăn no lòng, hít đầy phổi.

Qua thời gian dưỡng bệnh thì tôi đâm ghiền chỗ góc vườn ấy, ghiền sắc tím vây quanh, li ti tím trâm trâm, lơ phơ tím hoa thanh thanh, lắc rắc bay tím khế, đôi khi thả vào cả ly cà phê.

Mỗi sáng đến với nó, như hẹn hò, như cục pin phải được đặt vào chiếc máy sạc, nơi thời gian không trôi đi cũng chẳng thúc giục, mà đong đưa, đong đưa, để tôi cảm nhận được trọn vẹn chuỗi ngày qua đến ngày mai, mỗi va chạm là tiếng ngân nga của kỷ niệm, là tiếng rộn ràng của giấc mơ, mỗi điểm dừng là sờ được vào mạch điện mãnh liệt của Hôm Nay, cho tôi biết yêu quí, cùng nắng, cùng gió mùa hòa nhịp, cùng hạt mưa còn nóng hổi khí đất trời, để thấy mình đang thật sống. Cõi, để trao mình đi và nhận về. Và tôi đã trao lại nó một tập thơ, tạ ơn góc vườn buổi sáng.

Nắng tươi non đầu ngày làm mình như chồi non háo hức, nắng mãn khai đứng bóng kéo mình yên ả với những bóng lá đậu như ngủ trên thềm.

Và buổi chiều, những tia nắng vàng vọt từ hướng Tây vẽ xuyên qua song cửa gỗ thành những vệt bóng dài nơi phòng khách, cũng là lúc tôi nghe tiếng xe của chồng con về nhà.

Rồi tối, bóng đêm ngoài vườn thè chiếc lưỡi thèm muốn vào khung cửa ấm ánh đèn vàng trong bếp, cho tôi biết được ánh mắt gia đình lấp lánh đến thế, kéo gần lại hơn tiếng cười pha lẫn mùi thơm món ăn, hương ngọc lan của hàng xóm bay sang. Khép lại một ngày, No và Ấm, đúng về mọi cảm nhận: những cái bụng no, tình gia đình nồng, nhịp đều đặn của Mái Ấm.

Rồi đêm, bay bổng trong mỗi phòng ngủ những giấc mơ...

Một ngày như thế, hơn mười bốn năm trôi qua như thế, trong Mái Ấm này thì thử hỏi làm sao mà nó không trở thành một không gian ruột thịt đối với chúng tôi? Tôi tưởng mình sẽ ở mãi ngôi nhà ấy, tắm gội mãi không khí ấy...

Vậy mà giờ chúng tôi đã xa nó gần bốn năm, ở xứ lạ này chưa có chỗ ổn định đủ để tạo thành một nơi như Mái Ấm kia, đành rằng nơi nào gia đình được ở chung với nhau thì nơi đó là tổ ấm, nhưng đối với tôi, giờ đã không trọn vẹn, cậu con trai lớn ở xa, vả lại thời gian còn non chưa đủ nuôi kỷ niệm được già vào nơi chốn mới, để tạo thành ý nghĩa đầy và đủ, trọn và vẹn của một Mái Ấm. Nên chi, nỗi nhớ hay bị kéo về Mái Ấm xưa (đã gọi là xưa sao?)

Và như con kiến tha mồi, con chim tha rơm về làm tổ, tôi nhặt nhạnh từng mẩu thời gian thân thiết nơi xa xôi ấy đem về cấy vào nơi đây, nơi, tôi tin chắc dần dà tôi lại có được một không gian tiếp tục cất giữ cho gia đình nhịp sống bếp lửa ấm no, điều đó vô hình chung làm cho tôi sống được từng phút giây hiện tại trọn vẹn hơn, ý nghĩa hơn, trong lòng tận tụy, biết ơn.

Mái Ấm xưa ơi, cho dù sau này vật đổi sao dời, ngôi nhà ấy không còn thuộc về tôi nữa thậm chí nó không còn nữa, thì nơi đó vẫn là một cái mốc cho tôi khởi nhớ về từng dấu yêu, một góc nhỏ riêng tư trong trời đất này cất giữ ký ức và giấc mơ của gia đình tôi, một thời.

Santa Ana, Mùa hè 2009

MƯA NẮNG THỀM NHÀ

uổi sớm, trong yên lặng trầm, mọi thứ chuyển động nhẹ nhàng theo từng nhịp ánh sáng, lòng tôi cũng vậy, nhẹ bẫng, bay cao, không phải cái vụt thảng thốt của trái bóng tuột khỏi tay cầm, mà là cái lồng lộng của con diều còn có một sợi dây nối với một bàn tay. Có phải đó là cảm giác của lâng lâng trong khí trời chưa rối bởi muôn thứ âm thanh? Nhất là trong một ngày không phải đi làm hay phải làm việc gì cụ thể như hôm nay.

… Lúc còn lơ mơ trên giường, đã nhủ, hôm nay dậy muộn cho đã, nhưng ngay sau đó lại thốc tấm chăn mỏng mùa hè rồi chạy ra thềm, vội như sợ nắng sẽ đến trước lấy mất nàng Sương Sớm, tự nhiên nhớ chuyện Sơn Tinh Thủy Tinh. Chàng Sơn Tinh phóng ngựa như bay trước cả mặt trời để thắng địch thủ Thủy Tinh mà lấy được Mỵ Nương, (trời ạ, các cô gái có muốn nhắn nhe người yêu là *hãy yêu em bằng tấm lòng vội vàng hơn nắng sớm,* như thế không, tôi thì có đấy, hồi tôi còn trẻ...) Thủy Tinh không được vợ, ức quá làm nước dâng, nhưng nước ghen dâng đến đâu thì núi tình của Sơn Tinh Mỵ Nương càng cao lên mãi, dân gian đã gắn chuyện hai chàng tranh vợ này để giải thích chuyện lũ lụt bão bùng hàng năm, nói cho sương sớm có chút khí vị cổ tích thôi…

Ngồi ở góc thềm, một mình. Ấm áp cái mang mang những mảng lay động của thời gian chênh vênh giữa mờ đất sáng trời.

Thềm nhà. Sao cứ luôn bê cái hôm xưa vào thềm nhà hôm nay. Nơi ấu thơ ngồi chơi đánh thẻ một mình. Nơi tuổi mơ mộng theo hơi gió thơm mùi cát trắng Nha Trang. Nơi thiếu nữ ngồi nhớ người xa vắng trong tiếng mưa Sài Gòn gõ rào rào trên mặt đường. Những thềm-nhà-tâm-trạng quyến luyến, cứ lọt vào thềm nhà hiện tại nào, một mình, là tôi lại miên man, như thể sống một lúc ba-lần-cảm-xúc-thời-gian, phút giây này cõng phút giây xưa, lại như một cú đẩy, đi tới ngày mai mở cánh cửa phiêu mơ...

Cảm giác chập chùng về thời gian như vậy luôn giằng co tôi mỗi khi cõi thềm ràng tôi trong vài vuông gạch. Như vậy thì hạnh phúc hơn Paul Klee nhiều khi ông nói rằng, *trong cuộc đời điên đảo này tôi chỉ còn biết sống với kỷ niệm* (Đinh Cường dịch). Tôi sẽ nói cho Paul biết, kỷ niệm làm cho hiện tại đáng sống ra sao, và dẫn mình đi tới ngày mai thế nào...

Đang lửng lơ với không khí tinh mơ, trong như một ly nước để yên đã lắng xuống đáy những vẩn đục, bỗng vang lên, bất ngờ như bàn tay vô tình đè vào những phím dương cầm, tiếng hót của chim. Còn có thể nói gì với tặng phẩm này của trời đất? Chim đã đến giờ hót rồi.

Tôi đang được ban mai nạp cho mình những cảm xúc bình yên. Xin một lời hàm ơn với những gì xưa giờ mình đã hưởng thụ nó như đương nhiên, cảnh vật thường ngày, nhịp sống thường ngày, người thường gặp mỗi ngày..., để còn nhận ra những cái "thường" vô giá ấy, đó không phải là hạnh phúc của hôm nay sao? Có phải, nếu biết quí những niềm vui bình thường thì hẳn nỗi đau mà con người gây ra cho nhau cũng sẽ nhẹ nhàng hơn? Cúi xuống mà nghe hạt sương cọng cỏ con sâu cái kiến, phận nó và phận người, chia ngang bằng nhau cái duyên nợ hạnh phúc và đau khổ. Đong đầy như nhau, tiếng khóc tiếng cười, bạn ơi.

Tôi mỉm cười khi nhớ câu dí dỏm của danh nhân Pascal, *"Tất cả mọi tai họa của con người do họ không biết sống yên tĩnh trong căn phòng của họ."* (bachkhoatrithuc.vn)

Người láng giềng tưới cây sớm, rào rào nước khua rặng tre, nắng đã lấp ló trên đầu những lá xanh mảnh sắc lẻm. Tôi đang cúi xuống bụi lavender trước thềm, thì có tiếng khá lớn của bà hàng xóm, *trời ơi cây ổi tui có trái nè cô.* Tôi cũng cười và nhìn theo tay bà chỉ, hai người, như thể chưa từng thấy trái ổi, này, có tiếng cười nào vô tư hơn thế không, mặc dù nếu so sánh, thì cái yên ả của buổi mai đáng giá hơn nhiều giọng nói khá lớn kia, nhưng để khoe trái ổi thì lại quá dễ thương, thế là tôi buông cái tím lavender để cùng bà, trầm trồ trái ổi non tơ kia. Tại sao mình lại có thể bỏ mình mà đi xa đến thế trong những lo âu, cho những cái nhăn mày nhíu trán? Xin cám ơn trái ổi vừa bói trên cành đã dẫn tôi trở về bản thể tinh khôi nhất của tiếng cười. Đó là tiếng cười tiếng khóc của con trẻ khi no, khi đói.

... Nắng đã đổ bóng sáng khắp nơi. Tôi rất muốn viết hoa chữ nắng này. Vì, tôi yêu nắng, một tình yêu trễ muộn.

MƯA NGÀY XƯA...,

Bởi từ bé, tôi rất thích mưa. Đầu 12, 13 tuổi đã viết. *Bàn tay em trông cậy / Chiều ơi cứ rơi mưa / Hạt mưa trong đến vậy / Tin yêu càng nên thơ.* Cho đến giờ, vào những đêm có mưa, cuộn mình trong chăn, tôi vẫn mường tượng tiếng mưa rơi trên mái ngói ngôi nhà ba mẹ ở đường Đống Đa tuổi nhỏ.

Mưa Nha Trang, ai biết không, có mùi biển, tôi đã thử uống nước mưa xem có tí mặn nào của biển không, chẳng chút mặn, mà sao lại ngọt đến thế, tôi nhớ như in cảm khoái trong lành thấm xuống cổ mình lúc ấy, nó rất khác nước uống mà bà ngoại đã đun sôi, thế là từ ấy, khư khư ý nghĩ chỉ có nước mưa ở Nha Trang là ngọt như thế, vì nó được cất từ hơi biển mặn ư? Nơi đó cái gì cũng mang mùi biển, vị biển, hương biển, nắng, gió, đất, cát, khí trời ban đêm, cả mái tóc bay và làn da rám nắng của các cô gái nhỏ nữa, giọng nói thì đương nhiên là của biển rồi, mặn mòi, thực thà, hồn nhiên. Giọng tôi chỉ được một nửa của cát trắng biển xanh thôi, nghĩa là có mặn nhưng không được trọn nghĩa của mặn mòi (vì còn dành cho một nửa của mùa đông Hà Nội).

... Hồi ấy, có ngày tôi đi qua cầu Bóng, *sao là Bóng? chữ này thật đáng mê!* Trời mưa lớn, màu trắng xóa của mưa nhập với màu con sông Cái đang sôi dòng đục, thành một cõi đất trời mù mịt, tôi ngồi trong xe đò nhìn ra không còn thấy cây cầu nữa, chỉ thấp thoáng bóng những thanh cầu, và xóm nhà dưới chân cầu phía xa chỉ còn là những nét mờ xóa dập dềnh dưới hàng dừa đang nghiêng xuống trong gió trong mưa. Cầu Bóng, Xóm Bóng, Mưa Bóng kia nữa chăng khi theo mình hoài? không cắt nghĩa được, hình như mỗi người đều có cái gì đó gắn bó với cảm xúc mình, rất riêng.

Chẳng hạn, *Em chợt đến chợt đi anh vẫn biết / Trời chợt mưa chợt nắng chẳng vì đâu*, Nắng, Mưa và Em cặp kè nhau trong thơ Nguyên Sa như thế, nhắc tới Nguyên Sa chả là, vào thời học trò, có người đã viết nhại lại cho tôi, *Em chợt ghét chợt thương anh vẫn biết, Sài Gòn ơi mưa nắng chẳng vì đâu*. Sao vậy, mưa hay nắng đều có nguồn cơn của trời của đất, nên chi đừng hỏi tôi sao chợt ghét chợt thương. Cũng là ngày ấy lại hay viết thư mỗi khi trời mưa, tiếng mưa đêm góp vào những chữ mảnh dài sợi tơ nhớ, vậy mà yêu mưa đó ư, tôi? Nên, nắng mưa không chỉ là chuyện của trời như Nguyễn Bính nói đâu. Mưa xóa biên giới biển trời Nha Trang để mộng mơ tràn. Mưa tung đêm Sài Gòn cho giấc ngủ biết ấm lạnh nỗi nhớ. Có ai biết tiếng long tong gõ xuống thềm nhà dẫn mình đi đâu?

Và trong kho nắng-mưa-tâm-tưởng lại cất thêm vào, hôm nay, cái mặn nồng của nắng xứ người.

VÀ NẮNG SÀI-GÒN-NHỎ, CHỢT THƯƠNG…,

Little Saigon, nghe bé bỏng như tiếng gọi em cưng, thuộc thành phố Westminster, Quận Cam, nam Calif., con đường huyết mạch của Sài Gòn Nhỏ tên Bolsa, cứ trôi vào nó là nghe nắng gió thơm mùi biển, bởi chừng mươi phút lái xe là đã có thể đứng trước biển rồi, hút mắt phía bên kia, là tiếng sóng quê nhà… *bờ bên này nhớ bờ bên kia / rung rinh con sóng chia lìa*… Sài Gòn Nhỏ rộn ràng mặt trời thì Sài Gòn Lớn óng ả hoàng hôn. Sài Gòn nơi ấy ngủ thì Sài Gòn nơi đây thức. Cứ ngược như thế để canh chừng và nuôi giấc mơ cho nhau…

… Một buổi ngồi ngoài hiên nhà, tiếng gió xào bụi tre bên hàng xóm vọng sang, tôi lặng người, nghe hương lá tre khô quê nội, ứa nước mắt vì cảm động, cái mùi nắng ấy, lập tức cài vào tôi ấn tượng mà tôi biết chắc mình không thể quên, như ngọn rễ non cho tôi bám vào vùng đất còn đầy xa lạ này. Kìa bóng lá nhẩy trên thềm, trời ơi màu nắng sao lộng lẫy đến vậy. Bóng tối bóng sáng chen nhau, cả bầu không khí rực lên ánh thanh bình xứ lạ. Phút giao cảm ban đầu với nắng ở đây là như thế.

Yêu không khác yêu mưa, nhưng sự đưa đẩy của nó rất khác. Cảm mưa, nhìn mưa, nghe mưa, riết thấy mình là hạt mưa, biết cái rơi và nỗi tan. Buồn đâu trong người bị động đậy nguồn cơn.

Với nắng, như con sóng đổ lên bờ và mình là hạt cát cảm ứng, trở nên linh hoạt, thúc đẩy mình phải làm một cái gì đó, ví dụ, ra vườn, săm soi hoa nở lá úa, hít hà mùi nắng, hay ngồi bên thềm, mở máy tìm thư, viết thư, gõ đôi ba điều to nhỏ với bạn, với mình…

Đúng như anh bạn nói, nắng làm người ta lên tinh thần, nghe Xuân Diệu đang gọi kìa… *mau với chứ, thời gian không đứng đợi…* Và có phải, cái gì muộn thì vội vã hưởng cho tận? Càng thấy chóng vánh, càng quí hơn, những gì đang có. Điều ấy tựa như được sống chậm lại.

Nếu phải có một lời cầu nguyện bây giờ, biết, cầu nguyện là một thái độ tiêu cực, nhưng tôi có niềm tin nơi lời nguyện cầu, tôi xin hiền hòa, bình yên, trên trái đất bé mà mọi người như đang quên đi cái mỏng manh cần phải gìn giữ của nó.

Đã có lần trong những tháng 4, 5 năm này dự báo về một cơn bão đem ngập lụt lớn ở miền Nam Calif., rồi những là tận thế nữa, nên đã có những lo lắng, sửa soạn về những bất trắc. Rất may là nó không (hay là chưa) xảy ra.

Nhớ, đêm trước cái ngày dự đoán tận thế, tôi viết e-mail cho vợ chồng con trai lớn ở Việt Nam, *mẹ yêu các con.* Tôi nói qua điện thoại là tôi nhớ mẹ, cả với anh em, bạn hiền. Đó là đêm 20 tháng 5 của năm 2011 này. Trong ánh vàng ấm của căn bếp, tôi nói, bình thường, dù trong lòng như chút gì muốn khóc, *có lời tiên tri nói mai tận thế, mẹ yêu mọi người lắm…,* con trai út cười nhún vai nhìn tôi, nhưng con mắt sau cặp kính cận, không biết là ngạc nhiên hay chế diễu, tôi lại nói, *vậy tối nay chúng ta làm gì với nhau?* - *Đi ăn lobster!* - tiếng cô bé Kimmy trong trẻo theo cánh tay giơ lên, những muốn tan mềm theo niềm vui hồn nhiên ấy, à ra thế, mai tận thế thì tối nay phải cùng nhau đi ăn lobster, trời ạ, đơn giản thế mà nghe từng giọt hạnh phúc rơi, rơi vào lòng, tôi vội cất ngay cái nồi cơm vừa đong vào đó 2 cups gạo, và, *lobster hả, OK đi.* Cậu con trai lại nhún vai, rồi gọi điện thoại cho bố. Cả nhà ăn uống ngon lành, tôi thì nghe cái ngon nhân lên, ngoài vì cái lần đầu ăn món này kể từ khi đến Mỹ, còn có cái ngon vàng bạc nữa là, nếu ngày mai có ra đi thì tôi sẽ được mang theo hình ảnh đầm ấm đoàn tụ này. Thôi thì, có thành hạt bụi thì đó cũng là hạt bụi có cái nhân hạnh phúc, biết đâu hợp duyên thì cái nhân ấy sẽ nở ra tiếp một người hạnh phúc.

Tối, đi vào giấc ngủ, thầm hỏi giấc mơ sâu thẳm, có theo không để tôi còn sắm sửa cho mình một hẹn hò? Một cõi thiên hà xa xăm… Nam mô Đất Trời, ngày tận thế đã không xảy ra, nhưng thật lời, cho tôi được tỏ bày tình cảm một cách tự nhiên, cộng thêm lần nữa, cảnh quây quần bên nhau bữa cơm tối.

HƯƠNG CÀ PHÊ SÁNG…

Nói đến thềm nhà, mưa, nắng, mà không nói đến bà con ruột rà của nó thì không công bằng. Đó là,

… Hương cà phê...

Bay trong gió sớm, cuốn tôi vào mùi cà phê, bánh mì nướng, trời phật ơi, sao cái hương gì mà no và đủ quá vậy. Cực lạc ở đâu không biết chứ giờ tôi thấy mình có cái sướng thần tiên, bạn phải hưởng thụ nó ngay mới thấy hết cái mình đang có, hớp một ngụm cà phê thơm nóng, nắng vàng vương trên ly theo vào lưỡi, mmm... tôi muốn hỏi ai đấy có một tình yêu kiểu "tiếng sét" với cà phê không, tôi thì có đấy, xin đừng cười, sao mà ăn chơi đủ món nghe, đâu từ năm 14 tuổi khi nhấp hớp cà phê đầu tiên tôi đã mê đắm nó cho tới giờ.

Nên, đối với tôi sẽ không có buổi sáng trọn vẹn, nếu, ngoài nắng (hay mưa) ra, tôi không có tí thời gian thưởng thức nó, được đọc một lá thư của bạn xưa, bài văn, câu thơ hay nữa thì càng thêm đầy.

Kìa to nhỏ trong bầu yên tĩnh của nhà bếp, … *con đi học mấy giờ về, con ăn thêm trứng không… bố à có cháo đấy, hôm nay có cá bống kho tiêu,… hôm nay mẹ có đi làm không,…* đại loại những câu nói với nhau mỗi sáng như thế lẫn vào ánh nắng thấp thoáng qua của sổ bếp, chan vào mùi thức ăn sáng, làm nên một con sóng êm đềm vỗ vào cuộc sống những tràn bờ, cho tôi nghe được âm thanh của từng nét cọ hạnh phúc đang phết vào tâm trí.

Đôi khi tôi còn có cả hương cà phê trộn với không khí bằng hữu, anh em nữa, nó giãn ra theo tiếng cười, hay chìm vào im lặng đồng cảm của những trái tim thơ. Làm như không có cà phê thì như thiếu một bạn-hiền biết lắng nghe vậy. Ông anh nhà thơ, bạn thơ của tôi thì phải thêm khói thuốc hòa vào cà phê nắng buổi sáng nữa mới thấy đủ đầy. Chúng tôi thật có phước còn được sức khỏe để những lúc như thế với nhau, với cà phê, quán nhỏ.

Khi đánh máy tập tản văn này, 2013, tôi được đọc Trịnh Y Thư trong tạp bút Chỉ Là Đồ Chơi, nói là: *"… chúng tôi -vài người bạn văn còn sót lại trong cái thị trường chữ nghĩa ở hải ngoại- cũng thích ra ngồi quán lắm… đến ngồi hàng giờ nói chuyện văn…"* Bạn ơi, chuyện văn, không phải "không đâu" đâu mà là chuyện đất trời với những trăn trở nhân sinh. Và rồi. Bạn tôi, anh tôi, em tôi, và tôi, vẫn miệt mài với chữ, chuyện mà TYT lại tự hỏi *"chẳng thể nào hiểu nổi tại sao chúng tôi vẫn lọ mọ, mày mò viết lách trong hoàn cảnh sống nơi xứ người… như con dã tràng xe cát…"* Thưa nhà văn Trịnh Y Thư, những hạt chữ lãng mạn rù quyến những con dã tràng mơ mộng…

Lan man với người tình cà phê hơi nhiều, chả là trong tay đang có ly cà phê thơm, và với cái netbook nhỏ, nắng vẫn quẩn quanh nhảy múa ý nghĩ, lúc này nếu chữ tỏa được hương chắc nó sẽ có mùi cà phê và hương lavender đầu hè, tím sắc tím hương mê mị, và tôi sẽ chia sẻ được ngoài nghĩa chữ còn là tình chữ nữa, phải không bạn tôi?

Ô CỬA SỔ...,

Bây giờ thì chỉ còn một mình tôi ở nhà. Nắng đã đem bóng tôi chênh chếch xuống thềm. Phải thụt lùi để nắng không chói vào cái màn hình. Tôi sung mãn khi đối diện mình một cách tuyệt im lặng như thế, trước không gian ảo nhộn nhịp, một ô cửa sổ... Và, tìm thư.

Vô cùng biết ơn tiến bộ kỹ thuật, tôi có thể đọc thư ngay sau khi bạn vừa nhấn *send*, đó thật sự là một niềm vui so với xưa xửa, tôi cứ phải đợi mòn mới nhận được lá thư mong, ngày đó chờ thư lâu tôi thường nói cổ dài vì đợi, người bạn chọc quê gửi tặng một con mèo gỗ có cái cổ dài cao hơn một tấc so với thân mình bé tẹo, nó là bạn thiết của tôi suốt một thời thiếu nữ.

Window, cái tên làm tôi mơ mộng khi mở máy, như thể mình là cô gái nhỏ ngày xưa, ngồi bên cửa sổ viết thư, đọc thư, học bài. Ô cửa sổ không biên giới. Đôi mắt nhỏ bé của tôi như đang soi vào tấm gương phép màu của phù thủy, mở nghìn trùng đại dương, bao núi bao đồi, mấy nắng mấy mưa, trăm tình tỷ huống, muôn dặm tâm tư...

Vậy mà ở cõi nhân gian có một ô cửa sổ không kém nhiệm mầu như vầy, *này em. biết không / hiển hiện trong vùng tối / khung cửa sổ nhà em / nơi cư ngụ của một ý thơ trong suốt...* (Nguyễn Xuân Thiệp). Quá đẹp, nên hình như cũng ảo?

BÓNG NHỎ QUEN HƠI...,

Nắng không còn trên thềm nữa, tôi bước xuống sân cỏ, chiếc bóng thu nhỏ dưới chân, cong, đen, ngộ nghĩnh, gọn gàng yên phận, lẽo đẽo, gợi mở những xúc cảm bất ngờ. Bóng, cái âm bản của nỗi chờ trong văn thơ, cổ tích...

Gió tre ru, buổi trưa cao rộng nắng ngọ, nghe được tiếng võng kẽo kẹt ngày xưa của cha nơi quê nhà nữa thì thật là đủ bộ, cái gì đang lôi tôi đi vậy,

... quen hơi bóng nắng tre xanh / cho ngơ cho ngẩn khi mình đi xa / ếm vào chân nỗi nhớ nhà / đường chông chênh lạ vẫn à ơi quê / cứ như ai dắt bước về / chợp con mắt lại bùa mê bóng làng...

... Im ắng không biết bao lâu, thiếp trong hương ngải nhớ nhà khiến tôi lơ mơ trong cái nhắm mắt để đó, thì nghe tiếng cửa mở, con trai đã đi học về.

Tôi bước ra cổng, nhìn con ngõ nhỏ uốn lượn hai bên vệ cỏ, nhớ bạn Hồng Mai bảo, *con ngõ nhà Minh có những đường cong rất gợi cảm,* đúng thật, trông nó mềm mại làm sao, tôi đi ngược mặt trời, bóng đổ dài đẳng trước, mùa hè ở nam Calif. nóng đôi khi như Sài Gòn, có điều xế chiều gió nhiều làm mình thoát ra được cái mơ màng Sài Gòn nóng ướt mồ hôi trên da.

Không biết đến bao giờ thì tôi thôi nhìn mọi thứ dựa trên cảm-xúc-sài-gòn, từ trời đất đến người đến chuyện ăn chuyện uống... đụng chuyện gì cũng... Sài Gòn bây giờ... Sài Gòn như vầy... Sài Gòn thế kia...

Thơ thẩn về phía hồ nhỏ, tôi nhớ mẹ tôi, lúc qua đây chơi hồi đầu năm, bà rất thích đi bộ quanh khu này, bà bảo giống như một cái làng nhỏ Việt Nam, có hồ nước, có vịt bơi rồi chạy lăng quăng, tối lại có tiếng dế, tiếng nhái kêu ộp oạp dưới đám lục bình, có khi bà bỗng nói như reo, *nghe mùi cá kho của mình đấy...*

Khu tôi ở, trong đó, tôi biết được, tình láng giềng, hàng cây chuối kiểng giữa hai nhà hễ khi nào nó phủ kín thì tôi lại tỉa đi, cố ý để vài khoảng hở đủ để hai bên đôi khi tưới cây nhìn thấy nhau trao đổi vài câu vu vơ, hoặc đôi ba trái chanh, bạc hà trồng được ở vườn nhà. Đó gọi là hàng xóm. Như vậy mới hiểu được tận nghĩa câu của người mình, *bán bà con xa mua láng giềng gần.* Có lẽ thời gian tôi ở Mỹ này còn mỏng nên tâm tình vẫn dày Việt Nam chân quê...

Ngày đã lậm tối...

Rời khỏi thềm nhà, tôi bâng khuâng, có cảm giác như vừa ngồi với ai đó rất thân, một bên-cạnh rất gần, có cả hơi ấm. Những đèn mặt trời cắm dọc theo lối vườn nhỏ đang nhả ra ánh sáng mềm, mỏng tợ ánh trăng.

Mở rộng vòng tay, hít một hơi thật sâu, cảm thấy thật trọn vẹn, cả về cái rơi đầy đặn của nước mắt lẫn bay bổng no của tiếng cười. Tôi hòa vào bóng sáng đầm ấm trong nhà, mùi hoa lavender dõi theo, nỗi tím thiết tha ấy sẽ ủ lại cho tôi một góc thềm, như một bộ nhớ, để bất cứ lúc nào khi tôi đến, tôi cần, nó sẽ mở cho tôi hình ảnh cũ, sống với cảm xúc mới. Thềm nhà, cõi mưa nắng trao tôi kinh nghiệm sống cùng thời gian.

BẾP NHÀ...,

Bây giờ thì tôi đang đứng ở đây, bên cạnh ngọn lửa bếp gas, tuy không bị (hay được?) nhóm lửa với cọng ngo khô khói um cay mắt trong một cái bếp xưa, nhưng cảm xúc tuyệt vời của ánh lửa xum vầy thì muôn thu không khác.

Ngọn lửa nấu ăn tỏa ra hun ấm bếp gia đình. Ngọn lửa đem lại hiền hòa yên bình no ấm nhất là ngọn lửa tỏa ra từ cái bếp lò, reo tiếng nước sôi, tiếng xèo xèo những thức nấu.

Cũng có khi ớn ẩm vì mệt, nhưng càng lúc tôi càng nhận được về nhiều, niềm vui làm một bữa cơm mà tối đó người thân ăn ngon miệng. Vòng tròn bàn ăn là vòng tròn đầy đặn nhất với nghĩa vuông tròn trên trần gian này.

Tôi chưa bao giờ quên những bữa cơm gia đình tôi ngày xưa, khi anh em chưa ai có một bếp lửa riêng, những bữa cơm ồn ào tiếng nói, tiếng cười, đôi khi tiếng khóc vì cãi nhau. Bây giờ sao có được nữa, anh em quây quần với ba mẹ, với bát canh thiên lý giàn nhà? Những con chim bay xa, tha rơm về làm tổ ấm của riêng mình, có phải khởi đi từ cọng rơm, nùi lửa, mùi bếp của mẹ cha?

Nhưng, những điều không trở lại nữa đã thành kho báu trong đời, mỗi khi tôi mở cánh cửa ấy, những thứ quí giá vẫn nằm đó, yên ả, êm đềm, tôi có thể chạm vào nó bằng bàn tay của cảm xúc, và không gì mầu nhiệm hơn thế để được mơ mộng, để tiếp tục sống vui dù ngày mai có hờm sẵn những bất trắc gì đi nữa.

Một đời sống thực tôi nhận biết, gìn giữ, giải nghĩa từng bước tôi đang đi.

Một đời sống mơ cho tôi biết nuôi nấng sâu lắng hơi thở

trái tim, rộng lượng cho tôi một cõi thơ, cõi ảo đủ thực để sống với.

Xanh ấm no đồng lúa
Cho tôi lòng tơ lụa tôi đi
Đá vàng một nương tựa
Cho tôi một bếp lửa tôi về

Bây giờ đã đến lúc rồi, trong mỗi căn phòng đang chờ những giấc ngủ. Bập bềnh trên đó, những chiêm bao, cái nôi nuôi cho chúng tôi những ước mơ.

Đó là một ngày thứ sáu thanh thơi không phải làm việc của tôi. Một Ngày dài như đang có nỗi chờ...

Santa Ana, Thứ sáu, 26.8.2011

NHỮNG BUỔI SÁNG
TRÔI TRÊN DÒNG THƠ CHÍNH KHÍ

Buổi sáng vào những ngày cuối hạ, Calif. nóng, có những cơn gió khô rất khát cổ. Thành phố nơi tôi ở, thỉnh thoảng tôi bắt được mùi biển trong gió, lập tức nó rủ rê hương thành phố biển xa xôi tuổi nhỏ của tôi đi về. Hương biển của hai bờ một đại dương, cùng rưng rức một lúc, thì có phải là tôi đáng bị ngất ngây không!

Tôi làm việc trong một căn phòng nhỏ, hai phía tường được dát bằng những kệ sách. Nắng đi vào bằng ánh phản chiếu từ chiếc gương đặt ngoài cửa lớn, và mùi cà phê, đó là điều tôi vẫn thích mỗi sáng, lại được quyện với hương quá khứ bay lên từ trang sách cũ.

Những sự việc thăng trầm một thời lặn vào những dòng chữ in, đơn giản, chỉ như cuốn lịch chép một cách bình thản theo con số lạnh lùng của thời gian. Tôi muốn bằng một giọng kể cảm xúc trên việc và trên những ra đi của người xưa, sao cho người ta ý thức đó là mất mát của một đi không trở lại. Sao cho nó không chỉ là tin tức của một ngày này năm cũ. Tôi đã nghĩ thế, khi sao lục tài liệu và chọn lọc ghi chép lại, trong một mục tên là Ký Ức Thiên Thu. Chỉ tựa mục thôi nó đã mang đầy cảm xúc tính... Trăm năm là một đời người. Trăm năm là thiên thu cho những sự việc mà người xưa để lại. Tôi có cảm giác như đang viết nhật ký thời gian, hoài niệm trên bước lần theo sợi chỉ từ điểm Hôm Nay.

Ví dụ với cái tin tìm thấy cổ vật từ ngàn năm trước thì sẽ dùng chữ như thế nào để mang được hồn của cổ vật đang ngủ trong bóng tối lên dòng chữ của hiện tại, sao cho, ngoài tin khảo cổ còn như thấy được lung linh cuộc sống sau một màn sương được ánh ngày hé lộ. Cho nên, tôi hay dùng đôi ba chữ có vẻ như để trong ấy chút tâm tư của mình, ngoài mục đích nhắc lại người thật việc thật, nó còn mang chút khí văn chương, khơi gợi tình cảm người đọc..., được hay không tôi chẳng biết, nhưng rõ là, vì thế mà tôi đã bị quá khứ cuốn đi.

Mỗi ngày như kẻ lang thang trên bãi cát thời gian nhặt nhạnh những viên sỏi đẹp rồi say sưa bỏ nó vào túi đựng... Quá khứ, người ta có thể quên bởi phải đối diện với vô vàn những cấp bách của hiện tại, nhưng quên thì, quá là đắc tội với những trung trinh tiết liệt, với những hy sinh mà bây giờ nghĩ đến thật đáng cho ta khấu đầu đẫm lệ. Và tôi muốn, Ký Ức Thiên Thu này, đáp đền trong muôn một, Người Xưa.

Thời gian tôi muốn nói là lúc này đây. Vào những tháng 5, 6, 7, 8 năm 2011 này, trên đường phố khắp nơi đang có những cuộc biểu tình của người Việt Nam chống Trung Cộng về chủ quyền Hoàng Sa ở Biển Đông. Nối nhịp với sự kiện ấy, báo chí cũng như trên TV nhắc lại những trang lịch sử chống Tầu lừng lẫy cùng những bài thơ chính khí của tiền nhân. Không lúc này thì bao giờ nữa để tỏ sự tri ân với người xưa, và nhắc nhở cho người sau?

Mỗi buổi sáng tôi miệt mài với tài liệu và đánh máy những bài thơ, những trang sử. Dần dà tôi đâm ra mê những danh tướng làm thơ yêu nước. Lời thơ gắn với thân phận bi hùng luôn đẩy tôi đến câu hỏi, sao thế, những người như thế, những thơ như thế mà không được nhắc nhở, ngưỡng mộ cho đúng tầm vóc của nó? Nhất là, lúc này, trong hoàn cảnh đất nước đang đứng chênh vênh trên bờ miệng đang há mõm của một tham vọng, không biết lúc nào thì cái quang gánh ốm o hình cong chữ S bị nó ngoạm và nhai nghiến ngấu.

Cái bóng tối Bắc Thuộc và những vùng vẫy thế cô oanh liệt của anh hùng xưa như bao trùm lên hơi thở của căn phòng làm việc, cũng nhỏ nhoi, cô đơn, nhưng, tôi nghe được, nhịp tim sử thi đang phập phồng trên từng phím gõ...

Những buổi sáng của tôi cứ thế trôi, trên dòng thơ Chính Khí.

… Và. Tôi sẽ không quên chút nào, cho dù sau này có bao nhiêu nắng của mùa xuân tháng 5 đi nữa, tôi sẽ mãi nhớ buổi sáng tháng 5 của ngày mà tôi cảm như ẩn hiện màu áo trắng khói sương Lý Đông A, trong câu nói đầy hoài niệm của người bạn, *Thơ Đông A toàn là về nước nhà, dân tộc, như Huyết Hoa, Đạo Trường Ngâm… thế này, mà ngày trước không được đem vào chương trình giảng dạy ở trường học. Chết năm 26 tuổi.* Người bạn đọc nhỏ, *buổi Sát Thát chàm vai thề đầu mất / ngày Bình Ngô nổi cờ không khuất tất / khi Cần Vương nhổ mặt lũ gian hùng…*

Tôi thấy hơi mắc cỡ về một thiếu sót trong vốn hiểu biết của mình - Lý Đông A (1921-1947) - Theo Wikipedia, ông là một nhà triết học, một học giả, một nhà cách mạng và chính trị gia. Và là một nhân vật còn nhiều tranh cãi trong lịch sử, văn sử Việt Nam, cũng như cái chết bí ẩn của ông tại Bến Chương thuộc xã Hiền Lương, tỉnh Hòa Bình. Các tác phẩm của ông được nhà xuất bản Gió Đáy phát hành tại miền Nam Việt Nam từ năm 1969. Tôi có người bạn ở Canada, một giọng ngâm thơ tài hoa, Tôn Nữ Lệ Ba, chị tặng tôi một CD ngâm toàn thơ chính khí, trong đó có bài thơ của Lý Đông A. Trên youtube. com /watch?v=IONID8mUAf0, tôi thấy dòng comment "Tổ quốc đang bị ngoại xâm, xin lắng nghe Chính Khí Việt."

Từng phím chữ như lời nghẹn, *… nước Mê Linh trăng thu còn vằng vặc / sông Bạch Đằng sóng vỗ thuyền cắc cắc / non Chi Lăng gió cuốn rừng cung đao / đồng Đống Đa xương người phơi man mác /… Chính khí Việt suốt đất trời bàng bạc / Chính khí Việt trong máu người Hồng Lạc / gió thê thê quất dậy hồn phục hưng / gươm Vạn Thắng cứu nước nòi giết giặc /… Vượt đau nhục lên sống còn hùng tráng…* (Chính Khí Việt, tập thơ Đạo Trường Ngâm)

Nắng sáng tháng 5 hôm ấy là màu áo trắng huyền thoại của một nhà lý thuyết, nhà thơ, cũng là một chiến sĩ xông pha giữa trận đánh Pháp trên đồi Nga Mi…

… Một buổi sáng đầu hạ, cái nóng như hun đến tận cả tâm tư, tôi đọc Việt Điện U Linh Tập của Lý Tế Xuyên, trong đó, truyện huyền thọai Trương Hống, Trương Hát, có ghi một bài thơ được xem là một bản Tuyên Ngôn Độc Lập đầu tiên của Việt Nam. Bài thơ Nam Quốc Sơn Hà. Thuở trước được học tác giả là danh tướng Lý Thường Kiệt. Theo Wikipedia thì, bài thơ được cho là của thần, giúp Lê Hoàn chống quân Tống năm 981 và Lý Thường Kiệt chống quân Tống năm 1077. Đa số các nhà nghiên cứu đồng quan điểm ghi khuyết danh tác giả bài thơ. Học giả Lê Mạnh Thát trong bài " Pháp Thuận và Bài Thơ Thần Nước Nam Sông Núi" cho rằng tác giả bài thơ là Đỗ Pháp Thuận. Theo các nghiên cứu gần đây thì bài thơ này xuất hiện dưới thời Lê Đại Hành.

Trong kháng chiến chống Tống lần thứ nhất, năm 981, Lê Hoàn đã cho đọc bài thơ trên để khích nhuệ khí tướng sĩ và áp đảo tinh thần quân Tống. Và đã thắng Tống tại trận thủy chiến Bạch Đằng.

Trong kháng chiến chống Tống lần thứ hai, năm 1077, Thái Hậu Ỷ Lan cùng Thái Uý Lý Thường Kiệt đã hòa hợp được các phe phái để cùng nhau chống giặc. Trong trận quyết tử ở gần sông Như Nguyệt (Sông Cầu), Lý Thường Kiệt đã sai người tới đền Thánh Tam Giang (Trương Hống Trương Hát) gần bản doanh của tướng Tống, đọc vang bài thơ Nam Quốc Sơn Hà để phân tán tinh thần giặc. Ngày nay nơi đó vẫn còn một ngôi chùa Xác, nơi năm xưa cầu siêu cho oan hồn tử sĩ. Chắc hẳn từ chiến thắng vang dội đó mà bài thơ này gắn bó với danh tướng Lý Thường Kiệt hơn cả?

Đầu tôi cứ ong ong, *Nam Quốc sơn hà nam đế cư / Tiệt nhiên định phận tại thiên thư / Như hà nghịch lỗ lai xâm phạm / Nhữ đẳng hành khan thủ bại hư.*

Lê Thước - Nam Trân dịch: *Sông núi nước Nam vua Nam ở / Vằng vặc sách trời chia xứ sở / Giặc dữ cớ sao phạm đến đây / Chúng bay nhất định phải tan vỡ.*

Âm Hán Việt đọc lên nghe thật hùng tráng, dõng dạc. Đúng là sức mạnh của nhạc thơ.

Nam Quốc Sơn Hà ấy, bỗng một ngày biến mất cái ải nơi xưa Nguyễn Phi Khanh dặn dò Nguyễn Trãi trước khi bước qua mảnh đất lưu đầy, ải Nam Quan. Bỗng một ngày dòng thác Bản Giốc bùi ngùi reo nỗi ly hương. Trong một bài báo không ký tên tác giả ở baomoi.com, tôi đọc được mấy dòng này, *"Sinh ra trong binh lửa, bất tử cùng chủ quyền non sông, lời thơ "Thần" -Nam quốc sơn hà- chỉ với 28 từ (thất ngôn tứ tuyệt) mà nội dung ý tứ sâu xa. Để bảo vệ đất nước, tất thảy người dân Việt quyết đánh tan ngoại xâm dù chúng có mạnh đến mức nào. Ngày nay, lời thơ "Thần" khắc trên bia trong am thờ ở đảo Đá Tây thuộc quần đảo Trường Sa của Tổ quốc vẫn ngày đêm vọng vang cùng sóng nước."*

Một buổi sáng tháng 7, tôi được xem một tấm bản đồ Việt Nam cũ, in từ năm 1838, có tên đảo Cát Vàng, thế, nó lại được đổi tên là Hoàng Sa, bây giờ nó là nơi mà ngư dân mình muốn tới để đánh cá phải trả giá bằng sinh mạng của mình. Như mơ màng bên tai giọng mẹ tôi ru cháu, *… ai lên xứ Lạng cùng anh, bõ công bác mẹ sinh thành ra em…,* bây giờ thì thế nào, phải xin phép ai để đi đến một nơi đã là đất nước của mình? Cái im lặng sau câu tự hỏi ấy như vị mặn trên môi. Hơn lúc nào hết, dân mình đang cần sức mạnh "Thần" của Tuyên Ngôn Độc Lập ngàn xưa kia.

… Sáng nay, tôi ghi vào Ký Ức Thiên Thu sự kiện tìm thấy hai bãi cọc Bạch Đằng. Một được tìm thấy vào năm 1953, trong một đầm nước giáp đê sông Chanh, thuộc Yên Giang, thị xã Quảng Yên, tỉnh Quảng Ninh, gồm hàng trăm cọc bằng gỗ lim, đầu dưới vát nhọn, đầu trên đã bị gãy, cắm theo hình chữ "chi" trong đó có 42 cọc gần như nguyên vẹn khi phát hiện.

Một tìm thấy vào năm 2005 tại cánh đồng Vạn Muối thuộc Nam Hòa, thị xã Quảng Yên, Quảng Ninh. Như từ giấc mơ quá khứ, nhô lên hàng chục cây cọc *"được cắm xiên 45° theo hướng ngược với dòng nước vì vậy khi đâm vào thuyền địch đang rút lui sẽ tạo thành lực đâm lớn hơn. Phát hiện này khiến các nhà khoa học đã bất ngờ về kích thước bãi thủy chiến xưa, dài khoảng 5km, rộng từ 2-4 km. Và làm thế nào để người xưa đóng một số lớn cọc gỗ xuống lòng sông Bạch Đằng vẫn còn là một bí ẩn…"* Chỉ biết một điều, nó là những ngừng cao đầu trong lịch sử nước ta, *"cọc Bạch Đằng tượng trưng cho ý chí quyết chiến quyết thắng của dân tộc Việt Nam trước âm mưu bành trướng của các thế lực phong kiến phương Bắc."* (Hà Dũng / soha.com)

Bạch Đằng, một dòng sông như một bài thơ chính khí hùng tráng, trong đó những chiếc cọc là tiết tấu quyết liệt đòi độc lập tự chủ, vỗ hoài vào bến bờ sử Việt Nam ba chiến công:

- Trận Bạch Đằng năm 938: Ngô Quyền thắng quân xâm lược Nam Hán, chấm dứt hơn nghìn năm Bắc thuộc, mở ra thời kỳ độc lập tự chủ của dân tộc.

- Trận Bạch Đằng năm 981: Hoàng đế Lê Đại Hành đánh tan quân Tống xâm lược.

- Trận Bạch Đằng năm 1288: Hưng Đạo Vương Trần Quốc Tuấn đại thắng Nguyên-Mông, trong cuộc kháng chiến chống quân Nguyên lần thứ ba.

Dạt dào trong nắng sớm Little Saigon âm thanh tiếng sóng Bạch Đằng, một Ngô Quyền lừng lững trên chiến thuyền, và, mơ hồ hơi lạnh những cọc sắt bẫy quân Hán nằm bao năm dưới lòng sông sâu phả vào căn phòng đầy ánh nắng tự do, nơi, có tôi, một người vừa để lại quê nhà phía xa, có những bạn, mà bao nhiêu năm đất nước thay chủ là bấy nhiêu năm xa xứ… Khi gõ từng phím chữ những bài viết về cuộc đời những danh tướng, những trận chiến lưu danh thiên cổ, những lời thơ bất khuất, tôi đã có cảm giác như đang góp thêm bước mình vào những bước chân của anh em khắp nơi đang biểu tình trên đường phố…

… Cũng vẫn là buổi mai…, tôi không biết tình yêu nước trong tôi rưng rức lên bởi cái hùng khí thơ xưa, hay cả bầu không khí làm việc đang sôi câu thơ *non nước ấy nghìn thu,* câu dịch quá hay! Tôi thốt lên sảng khoái khi đang gõ chữ. Cùng lúc cảm thấy lạnh bàng hoàng, trạng thái ưng ức của sắp vỡ, *non nước ấy nghìn thu,* chỉ Trần Trọng Kim dịch mới ra được hết cái thần mênh mang của câu nguyên tác, *Vạn cổ thử giang san.*

Rồi là những phút giây, tôi lặn vào thời gian của một

Tướng Quốc trẻ trung văn võ song toàn, Trần Quang Khải, nổi tiếng trận thắng Chương Dương với quân Nguyên Mông, bài thơ Tướng viết lúc theo vua xa giá ca khúc khải hoàn.

Bài Tòng Giá Hoàn Kinh: *Đoạt sáo Chương Dương độ / Cầm hồ Hàm Tử quan / Thái bình tu trí lực / Vạn cổ thử giang san*

Trần Trọng Kim dịch: *Chương Dương cướp giáo giặc / Hàm Tử bắt quân thù / Thái bình nên gắng sức / Non nước ấy nghìn thu.*

Non nước ấy nghìn thu, trầm hùng mênh mang của bao nhiêu sông bao nhiêu núi bao dặm dặm đường dài, mà mỗi ngọn cỏ, mỗi tấc đất đều mặn máu và nước mắt. Dường như nối dài, nắng nơi miền nam Calif. này đang là một dải nắng máu thịt trong cái nghìn thu của giang san kia.

Non nước ấy nghìn thu, không hiểu sao lời và âm của nó làm tôi rưng rưng. Đêm hôm ấy, tôi nằm mơ thấy Trần Quang Khải, đứng trên chiến thuyền, đẹp hùng vĩ của một pho tượng. Hôm sau, tôi đọc lại tiểu sử và sử có ghi, ngài là một vị tướng rất đẹp trai. Trời!

Cứ thế, mỗi ngày nơi căn phòng nhỏ, nắng sáng được phản chiếu bởi gương nên nó long lanh như ánh nước nhảy múa trên những kệ sách, để rồi một vạt tôi, chìm nổi với dòng thơ chính khí…

Một buổi sáng tháng 8, tôi đi làm việc mang theo một cuốn sách để trả lại thư viện, tập thơ Hồn Việt của Đằng Phương. Ông là một giáo sư Chính Trị Học tại Học Viện Quốc Gia Hành Chánh Saigon, một nhà chính trị, một nhà thơ, tiêu biểu là thi phẩm Hồn Việt, xuất bản 1950, trong đó có bài thơ Anh Hùng Vô Danh: … *Họ là những anh hùng không tên tuổi / sống âm thầm trong bóng tối mông mênh… / … Họ là kẻ khi quê hương chuyển động / Dưới gót giày của những kẻ xâm lăng / Đã xông vào khói lửa, quyết liều thân / Để bảo vệ Tự Do cho Tổ Quốc…*

Anh Hùng Vô Danh, là chiều mênh mông tím, là cánh chim bay vút lên không, là ngọn núi cao vòng hoa tuyết phủ, là cánh bướm khuya đập vọng âm đềm, là hạt sương mai chứa cả bình minh… Hình ảnh những chiếc lá khô hiu hắt trên nấm mộ loang lổ gạch vỡ trong một nghĩa trang hoang phế, làm tôi bi phẫn. Nhìn xem, sau cuộc nội chiến ở Hoa Kỳ, tử sĩ của cả hai miền Nam Bắc đều được vinh danh. Không có cái chết nào vì đất nước mà phải bị quên lãng. Họ đã là Anh Linh. Máu thịt dân hai miền đều đã thấm hòa vào mảnh đất quê hương, để cho triệu con dân Việt đang bước đi, ngày hôm nay…

… Một ngày tháng 9, khí trong nắng sớm đã váng vất hơi thu, đó là mùa tôi thích vì cái mềm mại của nắng y như chiếc khăn lụa tôi quàng trên vai, đựng đầy nỗi nhớ, thắc thỏm mắc vào những con gió đi qua, gió, hình như đã nhẹ thơm mùi lá đã muốn đổi mẩu.

Tháng 9, tôi ghi vào Ký Ức Thiên Thu cái chết của Nguyễn Trãi và Nguyễn Thị Lộ, … *Đỏ thắm bản án tru di / Ngậm oan nghìn năm mây trắng / Ngậm đau nghìn thu sử thi… (NTKM)*

Bản án tru di ấy xảy ra vào ngày 19.9.1442, dưới triều Lê, gọi là Án Lệ Chi Viên. Một vết chàm trong lịch sử Việt Nam về giết hại Khai Quốc Công Thần Nguyễn Trãi và vợ là Lễ Nghi Học Sĩ Nguyễn Thị Lộ.

Bình Ngô Đại Cáo của Nguyễn Trãi, một thiên cổ hùng văn, được xem là bản Tuyên Ngôn Độc Lập thứ hai của nước ta. Người viết vào năm 1427, thay lời Vua Lê Lợi, tuyên cáo chấm dứt kháng chiến chống Minh, và tuyên bố Đại Việt độc lập.

Tôi tưởng tượng, Người quắc thước giơ ngón tay trỏ lên mà rằng:

… Duy ngã Đại Việt chi quốc.Thực vi văn hiến chi bang. Sơn xuyên chi phong vực ký thù... (Như nước Việt từ trước, vốn xưng văn-hiến đã lâu. Sơn-hà cương-vực đã chia...)

Hẳn lòng Người đã đau khi viết:

… Vì họ Hồ chính-sự phiền-hà, để trong nước nhân-dân oán bạn. Quân cuồng Minh đã thừa cơ tứ ngược, bọn gian-tà còn bán

nước cầu vinh. Nướng dân đen trên ngọn lửa hung-tàn, vùi con đỏ xuống dưới hầm tai-vạ...

Rồi dõng dạc bảo với phương Bắc:

... Ta đây: Núi Lam-sơn dấy nghĩa, chốn hoang-dã nương mình. Ngẫm non sông căm nỗi thế thù, thề sống chết cùng quân nghịch-tặc. Đau lòng nhức óc, chốc là mười mấy nắng mưa; nếm mật nằm gai, há phải một hai sớm tối. Quên ăn vì giận, sách lược-thao suy-xét đã tinh; ngẫm trước đến nay, lẽ hưng-phế đắn-đo càng kỹ. Những trằn-trọc trong cơn mộng-mị, chỉ băn-khoăn một nỗi đồ-hồi. Vừa khi cờ nghĩa dấy lên, chính lúc quân thù đang mạnh.

... Đem đại nghĩa để thắng hung-tàn, lấy chí nhân mà thay cường-bạo.

... Giang-san từ đây mở mặt, xã-tắc từ đây vững nền. Nhật-nguyệt hối mà lại minh, càn-khôn bĩ mà lại thái. Nền vạn thế xây nên chắn-chắn, thẹn nghìn thu rửa sạch làu-làu.

... Vẫy-vùng một mảng nhung-y nên công đại-định, phẳng-lặng bốn bể thái-vũ mở hội vĩnh-thanh. Bá-cáo xa gần, ngỏ cùng cho biết. (Trần Trọng Kim dịch, vi.wikisource.org)

Lời bài thơ khiến tôi vui như vừa được cho một món đồ gì rất ứng ý. Hôm ấy tôi làm việc với nỗi im lặng dìu dịu của nắng trời và, vạt nắng độc lập của Bình Ngô Đại Cáo bay ra từ pho sử xưa bập bềnh theo dòng nắng lòng những đứa con ly hương.

Thời gian trôi yên bình trong không gian chứa đựng hiện tại lẫn quá khứ, và, chưa biết đến lúc nào thì tôi thôi nghe nhịp tim chính khí âm vang…

Trời thu, dịu thơm về hơi biển xa. Tôi bước vội ra cửa. Bầy quạ đen đậu trên thềm xầm xập cánh bay lên. Đàn lá khuynh diệp xanh bạc trong nắng trưa.

Mùa thu 2011

*

Năm 2014. Vào tháng 5, 6 lại hừng hực lên những cuộc

biểu tình của người Việt Nam khắp nơi trên thế giới, đặc biệt lần này xảy ra rất mạnh mẽ tại Việt Nam, chống Trung Cộng đặt giàn khoan HD-981 tại Hoàng Sa.

Giờ tôi đã nghỉ làm việc. Sáng nay, cũng mùi cà phê starbucks, tỏa đầy phòng khách và khi mở laptop tôi bỗng nghe như nắng hắt vào dậy sóng những áng thơ hùng khí còn nóng trong ký ức.

Thời gian và hình ảnh như âm vang đám bụi bay lên khi tôi vỗ bụi một cuốn sách để lâu ngày không dùng tới. Bây giờ cũng đang thu, tôi nhìn qua cửa sổ, ngõ nhà đầy lá khô, thấy lòng vắng như vừa mất cái gì, có con quạ đen đập lá, rơi vọng câu thơ của Lý Bạch, *Lạc diệp tụ hoàn tán / Hàn nha thê phục kinh... Lá rơi tụ rồi tan / Quạ đậu lạnh giật mình**...

Santa Ana, Mùa thu 2014

*Bài thơ Thu Tứ của Lý Bạch - Trần Trọng Kim dịch

NGUYỄN LƯƠNG VỴ,
NGƯỜI THƠ HÁT ÂM

Một Người Thơ, hát âm giữa đôi bờ sinh tử.
Sao gọi Hát Âm? Xin nghe đoạn thơ trong bài Âm
Nhạc của Nguyễn Lương Vỵ, viết năm 1970

... Âm nhập cốt
Âm binh phiêu hốt tiếng tru
Ta tru một kiếp cho mù mắt
Mù lệ đề thơ để nhớ đời...

(Tập San Văn Chương 1973, Sài Gòn -
Thi Phẩm Âm Vang Và Sắc Màu,1991)

Phải chăng, Âm nhập cốt, để rồi, *Ta tru một kiếp cho mù
mắt / Mù lệ đề thơ để nhớ đời* đã vận vào mệnh-chữ Nguyễn
Lương Vỵ (NLV) cho thơ rền tiếng hú âm?

Một Người Thơ, vẽ chân dung của mình:

... Vẽ chân dung mộng ảo mà chơi
Mắt môi nắng quái cái luân hồi...

... Chân dung ảo thơ rền thạch động
Nước khua rằm rụng xuống hai vai...

... Vẽ chiêm bao chào cái chân dung...

(Hòa Âm tr.13)

Một Người Thơ, tờ tợ hình ảnh một hiệp sĩ, hứng nghịch
cảnh:

Này cái lạnh ta thề sẽ buốt
Suốt xương da để vẽ môi cười
Mắt vời vợi lời kia trong suốt
Để ta cuồng khóc hận khôn nguôi...
(Hòa Âm, tr.13)

Một Người Thơ, với niềm tin duy nhất là Thơ, tận hiến trong cô độc, cảm xúc Thơ, cho dẫu chết, vẫn thơ mộng quá, một con quỷ đọc thơ, một bóng ma nhặt bóng chiều tà:

Chết tươi làm con quỷ xướng thi
Chết héo làm con ma lầm lì
Quỷ xướng thi, kinh kỳ rụng xuống
Ma ta lầm lũi lượm tà huy
(Bốn Câu Thất Huyền Âm, tr.74)

Nếu con ma lầm lì, mỗi hoàng hôn được có trên tay một chút nắng tàn đem về vẽ chiêm bao để nhận diện mình, thì, tôi cũng muốn được cái lầm lì ấy của một bóng, ma.

Vẽ ra một chân dung như vậy, thật quá đậm, hình lẫn bóng. Trung gian chuyển đổi là sừng sững Thơ, chân dung ảo vì tiếng thơ đã rền, hình kia đã bóng ảo...

Tôi đã đọc những thi phẩm: *Âm Vang Và Sắc Mầu - Phương Ý - Hòa Âm Âm Âm Âm... - Huyết Âm - Tinh Âm -* của nhà thơ NLV. Điều cảm nhận đầu tiên của tôi là cảm được cái khí nhất quán các tập thơ, một mạch một dòng sông, nhưng ở mỗi thi phẩm lại thể hiện mỗi lực chảy khác nhau. Từ ý tưởng, ngôn từ, nhạc thơ, và trên hết, là cảm xúc thực phát ra một lực mạnh mẽ truyền đến người đọc. Và bây giờ, trong tay tôi, tập thơ mới nhất, Bốn Câu Thất Huyền Âm (2011).

Với một chữ huyền đã khiến u buồn, nghe như mình lọt vào không khí những tiếng đàn trầm. Nghe thôi, muốn tìm ở đâu đưa đến những âm thanh ấy thì hình như chạm vào ảo mờ của bóng sáng tối. Và có phải, giữa vườn hoa chập chùng, tôi chỉ tìm được lối đi bằng tiếng rơi của cánh hoa?

Vâng, tôi đang lắng đi theo tiếng rơi ấy.

Đó là điều làm tôi muốn viết thêm về NLV, bằng cách lồng vào bài viết cho Huyết Âm từ năm 2009, đã đăng trên web Da Mầu. Tôi muốn những ý nghĩ của tôi xuyên suốt một sợi chỉ cảm xúc, vì rung động từ những thi phẩm của NLV như những mắc xích nối nhau. Phải để nó phơi một mạch như thế này thì mới nhận được hết những bổng trầm của cảm xúc. Nên tôi cũng xin lỗi những ai đã đọc bài tôi viết về Huyết Âm trước đây, bây giờ lại thấy khác đi, thì cũng vì lý do vừa nói. Và, cũng vì Thất Huyền Âm trong ngôi vườn Bốn Câu mênh mông của nhà thơ.

Viết về Huyết Âm, tôi chỉ nói đến cảm xúc của người đọc thơ, hôm nay, tôi lại muốn nói hơn một điều, không, hai điều, mà cũng không chắc được, vì, cho đến lúc này, ngoài cái đồng điệu văn chương ra, tôi còn nương tựa vào đó một nghĩa bạn hiền, một đạo bạn bè.

Cứ theo cảm xúc ấy mà đi...

... Hồi 17 tuổi, tôi đã chép vào cuốn sổ ghi chép của mình, những câu thơ của NLV từ một tạp chí, nó làm tôi quá thích, chẳng hiểu sao mà hình ảnh và những chuyển động trong 4 câu thơ hòa quyện vào cùng một không gian một cách nhịp nhàng đến thế:

Biển đắp một toà sương
Lạnh đôi bờ vú nhỏ
Nàng tắm trong tịch dương
Núi gầm lên khóc nhớ...

Giữa cái cô liêu của tịch dương và tiếng gầm vô thanh hạt lệ núi cùng đôi bờ lạnh, nhỏ, khói sương kia có một nhịp tương giao rất đỗi quạnh hiu, và cũng quá thơ mộng trong 20 âm, ẩn hiện bóng chiều tàn.

Mãi đến 40 năm sau, tôi mới gặp được người viết, NLV, viết bài thơ nầy vào năm 16 tuổi.

Gặp được, là nhờ cái cười vô vi, cái vẫy gọi hý lộng cuộc đời của nhà thơ Nguyễn Tôn Nhan (NTN).

VÀ NGUYỄN TÔN NHAN,

... Ba người ngồi đó, một mái hiên tây, tôi nghe NLV dạ thưa chào hỏi, tôi nghe đôi mắt NTN cười sau cặp kính trắng, tôi nghe tôi im lặng, chưa nguôi nổi ngạc nhiên giữa nắng vàng Calif. lại đang vẽ một cách mong manh cái dáng mảnh khảnh, lãng đãng của NTN. Tôi nhìn anh, và tôi vẫn thấy ở đó, cái điệu ơ hờ như là bất cứ thứ gì bám trên màu áo bụi bụi kia cũng đều bị hụt hẫng.

Anh nói lẫn trong tiếng cười: *"Khánh Minh đấy Vy, xem tôi nói có đúng không. Rồi ông sẽ thấy những gì tôi nói đều không sai."* Giới thiệu hai bên như vậy.Tôi nghe họ cười, rất trẻ (thơ?) khiến một lúc tôi có cảm giác như mình là bà chị, của một người hơn tôi bốn tuổi, của một người thua tôi 6 tháng. NTN khuấy ly cà phê đá bằng những tiếng lanh canh thật to của cái muỗng dài, rồi hớp một hơi, đặt xuống bàn, kêu, *dở muốn ói!*

Không khí buổi gặp gỡ ấy hình như im lặng nhiều hơn. Tôi thì có một nỗi xôn xao, trong buổi trưa ở phố Bolsa này, lại lênh đênh dạt tới vạt nắng Sài Gòn ngày cũ.

Ba người ngồi đó trong tiết xuân mát lạnh. Ca dao bảo: *Ba cây chụm lại nên hòn núi cao,* còn ba bóng cô đơn đang ngồi gần nhau thì làm nên cái gì đây? Nếu tôi đem câu này mà hỏi anh NTN vào lúc đó thì chắc chắn tôi sẽ nghe một câu trả lời với tiếng cười ha hả sảng khoái: *Thành cái bếp chứ cái gì!!!* Mà hình như anh Nhan có nói thế thật, ở một lúc nào sau đó, để chọc tôi, sao anh không thấy là nó sẽ thành ngọn núi cao như ca dao đã bảo thế?

Cái im, lặng đến nỗi tôi cảm thấy như chúng tôi đang lọt vào một cõi trời đất nào khác, mà - NTN thì muốn rống lên một tiếng: *lòng như trời trống mênh mông... rỗng rang chẳng một vọng âm* (NTN) - NLV thì muốn thả một làn khói vào phổi mà *tri ân tiếng nói giữa trần gian,* mà nghe *trong mịt mùng của một trái tim đã khô / những niềm trời vẫn còn long lanh giọt lệ...* (NLV) - còn tôi thì mềm lòng: *dạ thưa trời đất cùng ta cõi này, một vòng sinh tử đang quay...*

Tôi cũng cảm nhận được cái không lời giữa họ, hai nhà thơ, đồng thời với tôi, mà tôi quý mến, Nguyễn Tôn Nhan, Nguyễn Lương Vỵ.

Một người thì xem mọi điều trong cõi đời nầy như trò bông đùa, hóa giải mọi nỗi thống thiết thành tiếng cười, mà khi nghe thì người ta cảm thấy cả tiếng vỡ của một hạt bụi. Một người thì tận thấu những nỗi đau của kiếp người bằng cái trầm thống của máu thịt tủy xương, mà khi nghe ta cảm ứng được âm vang lồng lộng tiếng rơi của từng hạt lệ. Tôi chợt hiểu ra, tận cùng, họ gặp nhau trong cái bóng của niềm cô độc riêng tây. Bởi vậy mà họ nói với nhau bằng nỗi tri kỷ im lặng, bằng nỗi long lanh của bọt bia trắng như mép một con sóng đang vỡ ra trên bờ cát im, trong đêm trăng sáng.

Đó là NTN và NLV mà tôi thấy trong những ngày ngắn ngủi ở Little Saigon này. Buổi đầu gặp mặt NLV (còn thơ thì tôi đã gặp từ hồi tôi 17 tuổi rồi), một nhịp của số mệnh để có một tình bạn cho tôi chỗ dựa tin cậy trong những chia sẻ đồng điệu của văn chương.

Mà phải tường tận điều này để đừng đớn đau: *Vừa mới hợp là vừa mới tan / Tuyệt bi âm. Sấm dậy tro than* (Bốn Câu Thất Huyền Âm, tr.18)

Biết thế, mà vẫn nghe quá đỗi bi thương của tiếng tro than sấm dậy ấy, khi gần hai năm sau, nghe tin NTN: *Thiết tha anh đến mép viền vô vi / Thõng tay chẳng đem chút gì…*, cho dẫu đối với anh *mai kia cõi ấy dịu dàng lặng câm...* (NTN) nhưng, với tôi và NLV ở lại, thì, bây giờ đúng là đang ngơ ngác lặng câm cõi này.

Anh không đem theo chút gì, nên dường như anh đã để lại cho hai người bạn nơi mái hiên tây ngày nào một chỗ mênh mông lạnh. Anh có nghe Vỵ thất thanh gọi Nguyễn Tôn Nhan không? Và anh có nghe những giọt nước mắt giả vờ của tôi trước cái đùa ly biệt của anh?

Trong cuộc điện đàm viễn liên, một tháng trước khi anh đột ngột ra đi, anh nói có viết tặng tôi một bài thơ cuối năm, đăng trong một giai phẩm xuân. Giờ đọc lại tôi thấy lời lẽ trong bài thơ ấy, y như là anh đã linh cảm được cái chết.

Từ buổi NTN, *Ba La Yết Đế tới rồi / Ngó lui còn một em ngồi bên kia / Vậy thì anh cũng xin về...* Biết bao giờ thì anh xin về? Những lần ngồi nói chuyện với nhau, không thể nào mà hai chúng tôi không ít nhất là, rất nhiều lần, nhắc NTN. NLV vẫn đốt thuốc nhìn trời khuya nói chuyện với người bạn tri âm của mình. Một tối, Vy gọi phone cho tôi *"tui nhớ Nhan quá, nghe dùm tui câu thơ vừa viết cho Nhan."*

Nỗi nhớ cũng lây hay sao?! Tối đó tôi nằm mơ, thấy NTN, anh chỉ cho tôi "ngôi nhà" của anh. Sau khi đi qua một con đường đất có tiếng xe ngựa chạy lóc cóc, nhà anh có ba ngọn đèn sáng, anh nói anh ở với ông Mai Xuân Thưởng và gần nhà ba tôi (ba tôi mất trước anh Nhan 4 tháng). Sáng dậy, tôi gọi phone cho Vy, hỏi, *"Ông Mai Xuân Thưởng là ai? Đêm qua, KM nằm mơ thấy anh Nhan, nói ở chung nhà ông ta."* Vy nói, *"Đừng nói tào lao nữ sĩ ơi! Có nhớ thì mần thơ đi!"* Tôi tìm tài liệu, biết được ông là một nghĩa sĩ chống Pháp, lúc đó tôi mới biết tới Mai Xuân Thưởng mà tôi nghe anh Nhan nói trong giấc mơ đêm qua...

Ôi, Nguyễn Tôn Nhan, *anh đi vô hạn anh về vô biên (NLV)*

MỘT THÂN MỘT BÓNG NGUYỄN LƯƠNG VỴ,

Máu đá hòa với máu ta
Nở ra một đóa kỳ hoa
Tỉnh ra thấy mây đầu núi
Chó bay sủa trắng chiều tà...
(Âm Vang Và Sắc Màu, tr.29)

Thời gian?! Đàn lỗi nhịp khôn kham
Không gian?! Mây trắng nhớ vân am
Còn một mình một thân một bóng
Con Ma Ta vừa mới hội đàm...
(Bốn Câu Thất Huyền Âm, tr.16)

Ma ta lầm lũi gom tiếng nói
Ngần sương dấu hỏi dấu than bay...
(Bốn Câu Thất Huyền Âm, tr. 83)

Từ con Người-Ma chênh vênh giữa buổi tiệc-máu-xương trong Huyết Âm đến bóng ma lầm lũi gom nhặt tiếng nói, về cùng người thưa thốt, có phải là băng qua giấc mộng tử sinh dằng dặc để có non xanh một quý xương thi? Cái không khí *con ma ta vừa mới hội đàm*, làm ưng ức nhịp hiện tiền và con Người-Ma đi ra từ nước mắt, hạt máu làm tôi thấy sợ cái màu trắng của núi xương...

Cho là tôi chủ quan, cũng không hề gì, khi nói thơ NLV, nhất là ở Huyết Âm, luôn gây ra cảm xúc đau lẫn sợ, bởi tôi cảm thấy được, dù là trong sầu bi hay đôi khi trong phẫn nộ, dù là với lời thơ đẹp hay với lời thơ thô xì tàn nhẫn bông đùa, thì NLV cũng đã viết ra từ phản hồi âm vang của huyết lệ. Khi đã sống trọn vẹn, sống thực với cảm xúc của mình thì sẽ thấy được, nghe được Âm Vang và Sắc Màu của tâm linh, và sẽ phổ được nó vào hồn cốt của chữ nghĩa, một chữ-nghĩa-nguyễn-lương-vy:

... Thơ biếc máu để nuôi hoài chút lửa ...Vuốt mắt sắc tím hát / Nghe âm hoa trong veo / Nghe âm đá cuốn theo...
... Nghe hết cái không nghe ...Gió vô sắc nhưng rằm kia quá mượt / Thơ u hồn đắp nấm gọi tinh âm ... Xác chữ hồn âm ngân ánh lửa ... Âm ngún cháy xanh lời mở cửa ... Rú máu sông đồng vọng bóng quê nhà...
(Trích rải rác trong thi tập Hòa Âm Âm Âm Âm...)

Trong Bốn Câu Thất Huyền Âm, tôi càng thấy rõ rằng tôi đã cảm nhận đúng ngay từ những câu mở đầu trong bài viết về thi phẩm Huyết Âm trước đây, vẫn khí thơ:

Vậy nhé! Xé câu thơ đứt ruột
Vẫn chưa bưa cái buốt giang hà
Vẫn hận mãi một lời đã vuột
Vẫn trông vời hồn cốt trôi xa...
(Bốn Câu Thất Huyền Âm, tr.50)

Nếu Huyết Âm là âm vang vết roi bi thương của cảm xúc, thì Bốn Câu Thất Huyền Âm là nhịp búng từng tiếng trầm, những tiếng đàn được gảy ra từ một tâm khí thơ đầy nội lực, khi nghe, nếu không đủ sức thẩm âm thì sẽ khó mà nghe cho thấu, nhìn cho ra cái điệp trùng mênh mông của cõi miền hư không tịch mịch ấy. Khi đã nghe thấu, nhìn ra, thì, tất cả lại được ném vào cái phiêu bồng của nhớ quên...

Gió cứ đi và sấm cứ rền
Cho chiều câm bẩm huyết gọi tên
Cho ta cắn nát màu ưu hận
Nhai nuốt ngon lành chuyện nhớ quên...
(Bốn Câu Thất Huyền Âm, tr.62)

Thấy như mình đang đi một mình trên đường đầy gió, tiếng gió rau ráu chuyện buồn đau nhân thế... Thơ NLV, luôn vậy, ngoài hình gợi, nhạc gợi, ý lay, còn mở ra một không gian chập chùng muôn chiều, thổi tràn một khí lạnh, bắt người ta phải liên tưởng...

Khí lạnh ấy là âm vang của nỗi bi thương tự tại: *Chân dung ảo thơ rền thạch động / Nước khua rằm rụng xuống hai vai...* Những *ảo, rền, khua, rụng,* kéo người ta cảm thấy như hai vai của chính mình đang chạm vào từng hạt rằm của con trăng vắng bóng.

Khí lạnh ấy là âm thang cao nhất của cô độc: *Độc tấu với bóng mình / Ngực rêm rêm mộ địa* (Hòa Âm, tr. 31), hỏi ai đã từng cảm thấy nhịp đập con tim là tiếng rêm của huyệt mộ?

Mà cũng lạ, thức ngàn năm một hạt sương câm, thì Thơ mới bắt đầu chín tới, khi gỡ khỏi cái vòng Kim-Cô-Thiên-Địa ư?

Giọt sương thức ngàn năm
Ta ngồi câm tuyệt đối
Khi thiên địa xa xăm
Thơ bắt đầu chín tới...
(Hòa Âm, tr.34)

Hú một mình vì khô nước mắt
Cô liêu. Trời đất ác vô cùng
(Bốn Câu Thất Huyền Âm, bài 15)

Ác hay là...? Ngẫm ra, Người Thơ có được một đặc ân khi

mang số phận cô độc để bước vào hành trình Thơ hun hút, thử hỏi nếu đầy tiếng xôn xao thì làm sao nghe được tiếng khô của hạt lệ?

Nếu coi hành trình Thơ là một cuộc hành hương thì Người Thơ dường như đã chạm ngõ được cái nguyên vẹn, tinh khôi, và mới mẻ từ những con chữ kỳ diệu để mở cánh cửa vô tận của Thơ,

Năm mươi năm theo em
Từ khi trong mầm khí
Con trăng non rên rỉ
Con suối khát nguồn xưa...

(Hòa Âm, tr.27)

Ngàn câu thơ chết yểu
Xanh hết suối hồn ta...

(Hòa Âm, tr.28)

Rất mát lạnh câu thơ chín tới
Nhịp bàn chân. Chuông ngân vời vợi
Vỗ bàn tay vũ trụ vần xoay
Lời vô ngôn mà sao mắt cay?!

(Bốn Câu Thất Huyền Âm, tr.66)

Có phải một mình trong hang động im vắng của cõi Thơ, cái tịch mịch làm người ta nghe được mọi âm vang của cõi tồn sinh, như người xưa đã nói, mà Người Thơ đã hòa âm được cảm xúc của mình với tiếng vang của thời gian, tiếng rền của hạt bụi? Để thấu được tủy chiều, để nghe trời ứa mật, đá khóc? Nếu thế, thì cái-một-mình quả là một hồn ai nghiêng xuống rất bầu bạn, trong đêm.

Và cả tiếng chân của đứa con gái bé nhỏ yểu mệnh về từ âm tuyết lạnh. Xin nghe tiếng *máu chảy mềm* của người cha khiến nước mắt, xương tủy chờ con quặn đau thành tiếng hú:

Chờ con về trong âm huyệt tuyết
Nhai tiếng chuông rền trong xương ta...
... Chờ con về trong âm huyệt tuyết
Lạnh trầm ngân
Búng huyết
Thơ Ca

... Con về chưa mà tuyết vẫn rơi
Ngàn bông lau
Huyệt tuyết
Hú dài...
(Hòa Âm, tr.175)

Tôi cũng chưa được đọc ở đâu những lời thơ nói về niềm thương cảm người Mẹ như vầy:

Con về bên Mẹ nghe huyết âm
Nghe tủy xương réo rắt mưa dầm...

... Chắp tay hứng trọn huyết âm Mẹ
Lô hoả thuần thanh âm huyết hoa
(Huyết Âm, tr.59)

Cũng hiểu được, khi biết NLV đã rút từ đâu ra những con chữ để có được nỗi niềm thương và đau dữ dội thấm thía như thế: *Róc huyết âm / Đá khóc ... Róc con âm / con chữ lạnh thấu tủy xương...*

Vậy nhé xé câu thơ trắng tủy
Để còn nghe rền rĩ mưa âm
Âm đỏ ngực một bầy ngựa hí
Thây ma trôi. Thế kỷ tím bầm...
(Bốn Câu Thất Huyền Âm, tr.52)

Tủy của Thơ. Mưa của Âm, tận hiến đến thế. Hình ảnh nằm trong câu 4 của đoạn thơ trên là của thế kỷ chúng ta đó ư, nhà thơ? Tại sao chúng ta để nó hằn dấu bầm tím của vết thương vậy? Hỏi và đã biết cái nguyên do đau lòng...

Ôi cái thế kỷ!

Mẹ huyền vi / Rung huyết / Đón tinh Cha (Huyết Âm, tr.16) *Rung huyết*, hình ảnh rúng động thiêng liêng của giây phút sáng tạo. Để rồi đưa đến cái bất ngờ chua chát, bi phẫn: *A! / Gái huyền / Đẻ đái / Cái Người-Ma* (Huyết Âm, tr.17) làm tôi liên tưởng một cách rất buồn về thế giới chúng ta đang sống. Nơi người ta coi thường sinh mạng con người, coi nhẹ cái nghèo đói, cái bất hạnh của người khác.

Hình ảnh Người-Ma này theo hoài trong Huyết Âm như một ám ảnh, ở những trạng thái mà đôi khi không biết nghiêng về Ma hay Người… Cái bóng Người-Ma đeo đẳng như một cặp song sinh: *Bóng Ta chìm bóng Ma / Bóng Ma chìm bóng Ta.* Cũng không biết được cả hai có bắt tay thỏa hiệp không. Hoặc giả, cười ngạo hay bất lực trước nó?

Nếu ở Hòa Âm, dòng suối lặng lẽ gửi âm vang tiếng reo sâu thẳm, thì đến Huyết Âm, cuộn lên những dòng khinh bạc, quyết liệt.

Trọn đời thống thiết Người-Ma
Bẻ đốt xương nghe cái rắc...
... Mây đùn tủy óc phôi pha...
(Huyết Âm, tr.24)

... Mồ-Ma-Người-Ngợm quá ể
Vỗ tay xương máu tiệc tùng
(Huyết Âm, tr.32)

Nuốt ực hết bi âm rền vang của máu và lệ, nơi chúng ta đang hít thở, nơi mà Ta-Người đối ẩm Ta-Ma, nơi mà nhân tính con người thúc thủ trước những cuộc tiệc-tùng-xương-máu. Thôi đành lui về *Chi bằng độc ẩm huyết âm…,* thấm nó vào trong thịt xương, để nghe máu lệ của chúng sinh rưng rức trong mình. Cho nên, không phải tình cờ, cái bước lui về là bước đánh động vào cuộc xương-máu-tiệc-tùng kia…

Từ "Độc tấu với bóng mình" ở Hòa Âm đến "Độc ẩm huyết âm" ở Huyết Âm, có phải là chặng đường dài của cốt tủy hòa thanh, đi qua mỗi chữ mỗi kiếp cháy sáng rực?... để nghe *Vết thương ta ủ trong tiền kiếp / Mỗi chữ oan khiên hóa núi ngồi* (Huyết Âm, tr. 34), để khóc cười với ngàn kiếp thâm u có lẽ phải có nội lực của, *chữ hóa núi.*

Và có phải khi dùng lời như trẻ thơ thì mới hóa giải được cái đau phận kiếp, trong khổ thơ bốn câu, nghe như là đồng dao này?

Hồn âm cứ nhấn
Xác chữ cứ nhai
Sai cái không sai

Đúng cái không đúng
Sống không để bụng
Chết không mang theo
Huyết âm trong veo...

(Huyết Âm, tr.99)

Như thể một anh mõ làng đi trong đêm vắng, trên những con đường xóm thôn đang ngủ mà rao những lời nhắc nhở, tắt đèn củi lửa...

Tôi tin với nội lực đã tấu lên được những âm vang bi thương nơi lòng người như thế sẽ lan ra, tỏa khắp, để cùng nhau chấm dứt cái cảnh núi xương, sông máu, biển lệ này.

Đọc thơ NLV, cho dù chưa thể *"lên thêm một tầng lầu nữa"* để *"tận cái nhìn nghìn dặm"* như nhà thơ Lý Đợi đã trích hai câu thơ của Vương Chi Hoán: *Dục cùng thiên lý mục / Cánh thướng nhất tầng lâu*, trong bài bạt tập Huyết Âm, nhưng với tôi, tôi cũng đã bắt được nhịp từ bản-giao-hưởng-huyết-lệ ấy. Làm sao mình biết hạt lệ mặn thế nào khi mình không-biết-khóc? Bằng cách đó, tôi đọc Huyết Âm. Có thể rồi, tôi sẽ thấy được cái nghìn dặm của Huyết Âm, nhưng chắc gì vào lúc ấy, có được cái cảm như bây giờ?

Bằng cách đó, tôi chia sẻ được chuỗi ÂM thống thiết trong thơ NLV.

Tôi tin NLV tiếp tục đi mãi trong cuộc hành trình rất riêng, rất độc sáng của mình, cho dù, *Mần thơ / Quả thật / Đại tào lao* như anh đã viết tinh nghịch tếu như vậy, để tôi, và những người đồng điệu sẽ còn nghe được nữa cái "Tịch Mịch như Nguyên Thủy Nguyên Sơ" trong những bước trở về cùng Thi Ca như Người Thơ đã giải bày.

Và cũng như thế, tôi đi đến Thất Huyền Âm hôm nay, với những nhịp lắng theo dấu những tiếng trầm trầm từ Bốn Câu âm âm vô biên...

MỘT LỜI THÊM CHO NGƯỜI ĐÃ ĐI XA...,

Vỗ một bàn tay
Hát âm nhớ bạn
Nhan đi vô hạn
Nhan về vô biên...

(Hát Âm Nhớ Bạn - NLV)

Vô hạn vô biên... Dường như nằm trong âm vỗ của bàn tay, người bạn, đêm đêm nhớ nhau, không cúi đầu để nước mắt rơi xuống, mà lại trông lên trời để hát âm ngơ ngác một mình, từng giọt âm là từng giọt lệ mù khơi... Nghĩ mà thương người ở lại quá chừng chừng!

tôi sẽ khóc, chắc là
giả vờ đôi hạt lệ
tiễn người giả vờ xa...
... Tay tôi bé lệ tràn không đủ nắm... Người ơi!

Ma ta lầm lũi xâu tiếng khóc
Cài lên tim hóa thành núi sông
Ngàn thâu lá thức trầm âm nhạc
Rưng rưng khúc bia ca mênh mông...

(Bốn Câu Thất Huyền Âm, tr.76)

Rưng rưng người ở lại gửi người ra đi không mang chút gì kia, một xâu hạt lệ của *ngàn thâu lá thức,* mong rằng ở đâu đó trong cõi Rỗng Không kia, Nguyễn Tôn Nhan sẽ nghe được những hạt lệ tịch liêu Thất Huyền Âm Nguyễn Lương Vỵ. Và tiếng vỡ câm của nước mắt tôi trôi ra khỏi bàn tay nhỏ... Cũng xin cám ơn Anh đã để lại cho tôi một người bạn thơ, một bạn hiền, Nguyễn Lương Vỵ.

Bài này tôi viết trước hết để kỷ niệm năm giỗ đầu của Nhà Thơ Nguyễn Tôn Nhan (28 tết 2011), sau là để tạ tình bạn của ba chúng tôi, Nguyễn Tôn Nhan, Nguyễn Lương Vỵ và tôi, mà số phận, duyên may cho chúng tôi có được ở cuộc sống này, để chúng tôi cảm nhận được rằng, có một cõi văn chương...

Santa Ana, Mùa Đông 2011

ĐÁY ĐĨA MÙA ĐI...

3 65 ngày giáp lại, tròn một vòng thời gian.

Vòng tròn gợn những nhịp hải hà của *đáy đĩa mùa đi**... Nhớ câu thơ ấy của Nguyễn Xuân Sanh, có lẽ tại cái chao đi chóng vánh một chu kỳ xuân hạ thu đông, những mảnh phút giây tao tát trên đĩa thời gian, và đọng lại dưới đáy kia những hoài niệm buồn vui... Lại liên tưởng đến giọt nước giếng cổ Thăng Long Thành được lóng lánh lên trong nắng mai, động vọng nhịp ngàn năm đến ngỡ ngàng hiện tại, cho người cảm được nỗi thao thức lịch sử trong nhịp nước vô biên ấy**.

Thế thì chẳng có gì là trôi qua cả. Tất cả vẫn được ủ lại trong tâm tưởng, chỉ một cảm xúc đánh động là *hải hà* thời gian sóng sánh, cho ta lại ngây ngất một mùi hương, một cơn gió, một ánh nhìn, một giấc mơ, một nỗi buồn... dù xa xôi từ hồi nắng non ngây ngô tóc bum-bê, cho đến hôm nay phất phơ tóc chiều trong khói xám...

Cho ta lại phấp phỏng cùng âm thanh của đất trời, thở *muối mặn gừng cay* với bốn mùa thay đổi.

HẠ...,

Có lẽ nhịp biển đã dậy lên trong nắng ngày đầu tiên tôi đến đây, miền nam Calif., tôi nhớ mình đã thốt lên, *y chang nắng ở nhà*, vàng mật trưa Sài Gòn, thơm mùi biển Nha Trang, màu và hương của quê nhà cùng rưng rức trong óng ả mùa hè Calif. hỏi sao mà tôi không ngất ngư bởi cái ấn tượng giữa quen và mới mẻ ấy?

Rồi khi đi trên phố Bolsa với những bảng hiệu chữ Việt của hàng quán hai bên đường thì nỗi e dè của tôi đã trở thành một niềm vui rộn ràng, con đường mình đang bước tới là một nối dài từ nơi mình đã chia xa. Và, tâm trạng bỡ ngỡ đã được điểm thêm lòng háo hức của kẻ đang dọn đến một ngôi nhà mới, với những tất bật dự tính, lo toan. Thế có phải nhờ cái buổi ban đầu bén hơi mùi nắng thấy quen quen? Làm tôi thấy yên lòng, lẫn một chút nôn nao của những gắn bó vừa nhú sợi rễ non. Người bạn bảo sẽ đưa tôi đi để biết cái thú hái trái cây ở những nông trại mùa hè, ở đây trẻ con vừa chộn rộn nghỉ hè là đã có thể cùng gia đình đi tới vườn để hái cherry rồi, tha hồ.

Thôi nhé, đừng da diết quá nữa, tuổi thơ ơi, những mặn ngọt nắng biển Nha Trang ơi…

RỒI THU…,

Trời ạ, gió và lá vàng, nó góp thêm vào ký ức hai mùa nắng mưa ngày xưa của tôi tiếng lăn giòn của lá khô, màu lá ruộm vàng nắng thu. Cái se lạnh chiều Calif. lăn tăn da thịt làm tôi tơ tưởng heo may Hà Nội và vốc cốm xanh rức trên tấm lá sen, bánh cuốn Thanh Trì trắng mỏng như mây chênh vênh những con đường phố cổ, dường như cái ngoéo tay ước hẹn với mùa thu nơi ấy chưa được cắt rời nên còn lằng nhằng hò, hẹn…

Lại một buổi tản bộ trên lề công viên Mile Square, hồn như bị hớp bởi những lá bùa maples vàng nâu đỏ lay láy nắng, mơ màng hơi lá khô con đường Duy Tân Sài Gòn, thương chiếc lá viết tên người yêu thời áo lụa hoàng hoa đã mịt mờ cõi bụi…, cúi nhặt một chiếc lá, vu vơ đôi ba nét trên phiến thu khô … *bay đi lá ơi, tìm cho tôi chiếc lá ngày xưa, gọi về cho tôi con gió xanh tình yêu hư ảo…*

Vừa rồi cô bạn Châu Tỷ gửi cho một phong bì đựng đầy lá khô vàng, đỏ của miền đông, bạn nói *"nhớ hồi học Luật khánh minh thường nhặt lá vàng, nói cho tỷ biết ngôn ngữ của lá, giờ cứ thấy lá vàng là nhớ, thời của bốn đứa, minh tỷ liêm liên…"*
- Tỷ ơi, giờ những chiếc lá maples đang yên ả trong một khung

tranh, trên bức tường xanh trời, nhớ các bạn…

Ngoài lá phong vàng, còn là mùa bí ngô, loại pumpkin lớn, vỏ ruột đều ấm ngọt màu vàng, với đêm hội hóa trang Halloween, đường phố đông vui bóng ma quỷ, bù nhìn, trước thềm nhà ai bập bùng nến trong những lồng đèn bí ngô nghĩnh với nụ cười da cam khoe chiếc răng sún. Rồi được một ngày để thấm thía ơn phước của cuộc sống. Đẹp quá, Thanksgiving. Rồi Thứ Sáu Đen sau Lễ Tạ Ơn kia, lòng vẫn chưa nguôi ngạc nhiên cảnh người ta thức khuya dậy sớm vì cái nỗi mua sắm…

Chưa gì mà tôi đã thấy mình được chấm phá thêm nét lãng mạn muôn vẻ mùa thu nơi này, nếu một ngày kia kỷ niệm càng đầy, tôi biết, mỗi khi con gió Santa Ana thổi về thì hải hà ký ức mới mẻ này sẽ phải lay động. Lần đầu tôi biết gió Santa Ana, nghe gọi là quái phong cuối mùa thu, chị Thọ láng giềng bảo, *gió Santa Ana độc lắm nghen cô, phải quàng khăn cho kín cổ…*

Mùa thu chia tay bằng những trận gió kinh động đất trời, và khi nó bặt tiếng thì mùa đông chẳng còn thập thò trên những cuống lá mỏng manh đang níu đôi ba lá vàng thu nữa mà xộc đến ngõ nhà bằng cái rét, cắt da đối với người vừa chạm mặt mùa đông xứ này như tôi.

ƠI MÙA ĐÔNG…,

Mùa Đông. Bình minh Hà Nội cất tiếng khóc chào đời, nơi cái rét chưa tỏ tường đã rời xa, để rồi từ đó lúc nào cũng thấy mình như đang bị thúc giục một ngày lên đường…

… mời tôi hạt sương trong / cụng thêm nữa mùa đông buốt gió / lá phong vàng bỏng nhớ / quê nhà xa rét mở phương này… Tự làm thơ mừng sinh nhật mùa đông, thêm một lần…

Mùa Đông là dấu chấm của hẹn hò, tưởng là dừng dè đâu lại gọi một tiếng xuống hàng, bùng ra nhịp hội hè cuối năm. Thật là mới mẻ cái lang thang mấy chỗ garage sales tìm những thứ trang hoàng cây Noel. Mẹ và con trai vừa mở máy vừa theo đó làm món ăn đêm Giáng Sinh theo kiểu ở đây. Những sửa soạn để sống với những mới lạ xứ người làm mình thật hiếu kỳ.

Nhưng, cứ rơi vào điểm kết số này là ký ức lại đẩy đưa...

... Nhớ Sài Gòn, hồi còn trung học, chúng tôi gọi tháng 12 là mùa Noel, mùa cưới, tất cả nhịp sống lúc đó đều như lấp láy lên với ánh đèn trong nhà ngoài phố, những đôi tình nhân cũng khoèo tay nhau nhấp rượu cưới, chắc muốn được nhân đôi cái rộn ràng cuối năm? Nhớ những mùa Noel khốn khó khi nhà vắng bố vắng anh xao xác như gà con mất mẹ, cả nhà còn lại buồn thiu bên chiếc bàn ăn ngày nào ngồi kín chỗ quây kín tiếng cười. Nhớ đến thảng thốt những ngày tháng trôi đi, bốn mươi năm đủ gọi là ngày xưa chưa, thời gian? Và, có phải trong bất ngờ một nhịp lẩy của bốn mùa, một vạt gió tơ lụa đã thổi, ẩn mật một giấc mơ?

Thôi, ủ mùa đông thương nhớ lại, đâu đó đã hương rồi, những sợi nắng mỏng, xuân ơi...

... VÀ, TẾT...,

Bàng hoàng một chiều nắng chớp màu hoa vông, thế là quy hàng vô tư cái màu đỏ rạo rực ở phương này, mở cho tôi một cõi trời xưa dưới gốc rụng hoa đỏ ối, bạn dùng dằng chia tay theo mốc con sâu đo, *khi nó bò tới đây thì tụi mình sẽ về...* Khi mình về, nó có bò tới ngọn cây không, chiều mây tuổi trẻ của tôi?

Lúc nào cũng thấy hơi quen của Sài Gòn vương vất trong nỗi nhớ nhà. Dù cây tôi đã đâm rễ lớn nhỏ đất người, con đường thân thuộc đi về mấy năm đã quen, đã được gọi là ngõ nhà, nhưng sao cứ khi phố Bolsa bày ra quầy báo Tết, những bánh chưng bánh tét, cùng dãy hàng hoa, là mình lại ngẩn ngơ, *Tết Nhà*. Nhớ lắm Sài Gòn, cái tất bật ồn ào chen nhau mua sắm cuối năm. Nhớ lắm phố trưa ba mươi, đường đầy rác, người thưa hẳn đi, chỉ còn ít người vội vàng kiếm hoa rẻ lúc tàn chợ. Nhớ sáng mồng một đường phố vắng xe cộ, một số đi chơi Tết xa, một số đóng cửa ở nhà ngủ nướng, phần vì thức khuya đêm ba mươi, phần ngại khách xông đất, thôi để mồng hai... vậy đấy, cái nhịp chậm rãi của Tết nhà.

Tết ở đây, nhanh lắm, nếu trùng vào ngày thứ bảy, chủ nhật thì còn thấy được cái rềnh rang đón Tết, còn không thì vội vã thức dậy đem Tết đi làm. Vừa rồi cô bạn Minh Tâm lại được niềm vui, từ miền Đông giá lạnh bay về nam Calif. để, *ăn Tết với mẹ,* tuyệt chưa, chả khác ở Sài Gòn những ngày giáp Tết người xa nhà đáp tàu lửa, xe đò về quê ăn tết. Ngẫm ra, mình hạnh phúc, người Việt mình ở Calif. này, hạnh phúc. *Theo cùng ta nhé, Sài Gòn ơi, xuống phố Bolsa nghe pháo và hoa nhuộm không khí xứ người cái hương vị Tết Việt Nam, trong ngày Đông run rẩy...*

Có một niềm vui mà tôi phải chia để thấm hết nỗi đầy, Tết của tôi được nhân đôi trong tiếng khóc đầu tiên của bé cháu gái, cái chớp mắt chào đời của bé như thể tôi vừa được mở ra một tấm thiệp đẹp đẽ nhất của đất trời với lời chúc phúc, một trang mới tinh khôi, tràn trề nhịp chảy sinh động của dòng sống, rồi tôi sẽ có những chữ lần theo cái lật cái bò cái lẫm chẫm bước đi non tơ ấy... Tiếng oa oa như nắng trên cao vỡ ra trong ban mai tín hiệu của ấm áp, có phải cả hải hà đang tao nôi hạnh phúc ta không, bé bỏng ơi... Gợn lên những hồng hào tươi mươi nhịp của mùa xuân đất trời sắp đến, ơi *đáy đĩa mùa đi...,*

Có rồi một điểm sáng, vẫy gọi mỗi ngày tôi đi, cho tôi biết rõ ý nghĩa đến thế nào của một giấc mơ mình đang được sống với...

Santa Ana, tháng 1.2012

Viết cho Khánh Chi

---

*Câu thơ trong bài Buồn Xưa của Thi Sĩ Nguyễn Xuân Sanh:... Đáy đĩa mùa đi nhịp hải hà...

**Năm 2003, một quần thể di tích lịch sử đã được tìm thấy tại khu vực Ba Đình, Hà Nội, là Hoàng Thành Thăng Long với 5 tầng văn hóa chồng lên nhau của các thời đại Tiền Thăng Long, Lý ,Trần, Lê, Nguyễn, và người ta đã tìm thấy một giếng cổ thời nhà Trần vẫn còn nước, rất trong. Khu di tích này đã được công nhận là Di Sản Văn Hóa Thế Giới năm 2010 (Wikipedia)

CHỚ BẢO XUÂN TÀN

Ngày 20 tháng 3 năm nay, theo cuốn lịch nhỏ xíu bỏ túi, ngày ta, là tiết xuân phân. Còn trên cuốn lịch treo tường, là Spring begins. Đó là chuyện của lịch tháng ngày khí tiết. Còn vọng âm thời gian trong tâm hồn thì sao, hình như chẳng có một xía vô nào của thời gian vật lý, mà là cảm xúc, nó vang lên đánh động ta nỗi bổng trầm của trôi đi. Tiếng chuông reo trong tôi hôm nay là cánh mai vàng ngoài thềm đang rung trong hơi gió se lạnh tan mùa.

Tôi đang tự hỏi có phải ở đây, miền nam Calif., tôi được hưởng hai lần cái tâm trạng đón xuân?

Thế này, hồi tháng 1 vừa rồi, cả Little Saigon bừng lên không khí Tết, mà Tết thì người mình thường gắn với Xuân, trong khi trời đất ở Calif. thì đang đông. Mặc kệ, bên kia đại dương nhà Việt Nam mình đang đón Tết thì triệu đứa con tha phương cũng rộn ràng Tết bất kể đang mùa nào, từ vật chất đến tinh thần để cảm thấy, để mở ra nơi xa xứ, mùa của Tết, với hoa đào rực nở, bánh chưng dưa món, chợ hoa, báo Tết, hội họp tất niên, hương khói cúng đón ông bà tổ tiên trong mỗi mái ấm Việt. Cứ hồn nhiên rủ nhau Xuân ngay giữa buổi đông đang lăm le rét đậm ở xứ người. Mùa xuân của tâm linh, của truyền thống, di sản văn hóa Việt.

Thế rồi khi Tết qua đi, lòng người chưa kịp nguôi vị xuân ấy, thì trong gió lạnh lại có hai loại đào, một là đào màu cánh sen đậm, tên bích đào, hai là đào với ba màu hồng nhạt, đậm và lớt phớt trắng, bừng lên nở, cho người mình ăn dối thêm cái Hậu Tết, và bonus cảm giác Tết thật là hậu hĩ kéo đến tận buổi đông tàn, bắt kịp để hưởng xuân thực sự của đất trời nơi đây, tháng 3, trổ trên lộc non của cây lá hoa, trên dịu lại của gió nắng. Áo mùa lạnh đã mỏng đi để da người rộng đường thở nắng ấm.

Thế có phải là ta được hưởng xuân hai lần không?

ĐÊM QUA SÂN TRƯỚC...,

Đến thềm nhà tôi mà xem, hay nhìn vào đào đang nở bên vườn nhà ai, cây đào 3 màu đang hội tưng bừng. Và đây mới là điều đáng nói, cội mai, được tạo nên thịt da từ đất, nước Calif., đang mách xuân bằng những cánh nở vàng rực, chỉ hơi tiếc là mai nở hướng xuống đất, nhưng không hề gì, nó đúng là đóa mai vàng năm cánh, mỏng manh nhưng mang nét mạnh mẽ.

Sớm khi bước ra thềm, nhìn mai rức nở trên cành, tôi bỗng thốt lên *mạc vị xuân tàn...* ơ hay, sao vậy, *đình tiền tạc dạ nhất chi mai*... những câu thơ cứ vào xuân tôi lại nghe nó khẽ khàng thả dư âm trên những xác hoa. Có gì là mới là cũ trên màu vàng như nhiên của mai vào buổi tàn đông này, thưa thiền sư Mãn Giác? Có phải thời gian cũng lưỡng lự trong những cánh đang hé rung và những cánh rụng trên thềm trong nắng sớm, níu lại cho chúng ta ít nhiều cảm xúc thanh xuân?

Chỉ còn một tí thời gian nữa thôi, sẽ thấy trên tờ lịch tháng 3 những chữ, lấp lánh, Spring begins, luôn luôn, chữ "bắt đầu" kích thích tôi niềm phấn khởi, và nhớ lại đâu đó trên dòng thời gian lung linh nơi bắt đầu một giấc mơ, và cũng từ đó lơ ngơ một giấc mơ xa vắng...

Nói vậy, chắc tưởng tôi là kẻ rất loay hoay. Không, chỉ là mang mang ngắm bọt giấc mơ lửng bay. Đúng y như là, *xuân khứ bách hoa lạc, xuân đáo bách hoa khai*, bạn thử đọc theo âm này (nhớ cái đầu lắc lư của chú tiểu!) xem có cảm giác như tôi không, cái khí an nhiên và cũng rất quí, của trời đất cuộc đời. Nên, tôi ở trong đó mà đi giữa giấc mơ ẩn hiện. Dường như tìm cái mình đã có. Và mất điều chưa tường tận. *Nhất chi mai* kia hiện tiền một niềm vui lay động nhịp đập đang dẫn máu đỏ về tim, nuôi dưỡng từng phút *xuân đáo* trẻ trung. Một tí ti móng tay vừa nhích lên, một tế bào chết đi, *Xuân khứ* có mắc mớ gì trên hiện tại châu báu này.

Đã qua mùa đông rồi. Trong sông biển thời gian, dội long lanh ngọn sóng xuân phân trên mấy tấc vuông tờ lịch. Một điểm rõ ràng trong miên man không nguồn cội. Ngọn sóng bung hoa cho ta một cách tối thiểu để thưởng thức phút giây hoa nở hoa tàn, ta đến, ta đi, cho dẫu đó có là một giấc mộng cuộc đời đi nữa, thì cũng đã lặn lội cùng nó, những vui buồn.

Cuộc sống với những hệ lụy đang mỗi lúc mỗi trơ hóa tình cảm ta, không ngừng xảy ra khắp nơi trên trái đất những cảnh mà cảm xúc ta không biết phải xoay xở thế nào để được tồn tại với cái nghĩa đúng nhất, Con Người. Lẽ nào một trái tim mẫn cảm chỉ còn là cái kén lẻ loi của riêng kẻ đó chui vào trú ngụ. Sao hưởng thụ bình yên lại làm tôi cảm thấy như đang làm điều gì có lỗi?

Trong nỗi thất vọng u buồn ấy, bỗng biết len lách để sống theo cách mềm nhất vừa tầm nhất của mình, và ước mơ một cách thơ mộng rằng, trong cái tổ của suy nghĩ, chữ nghĩa, được ban sơ lại mình để còn cảm xúc, để có thể chịu đựng nhiều hơn, biết cách sống hơn, mà hiệu quả gần nhất là đem đến niềm vui cho những người thân yêu chung quanh. Và, phải chăng, mỗi người biết quí từng niềm vui nhỏ của cuộc sống mình thì sẽ biết trân trọng hạnh phúc của tha nhân?

Đêm qua có sấm rền, gió đông xôn xao đi đi ở ở, năm nào Santa Ana cũng đều bắt đầu mùa xuân bằng những trận mưa, mưa thiệt tình tầm tã, chứ không xuân mưa lay phay, như ở Nha Trang ngày xưa (lại nhớ Nha Trang!) *mưa chẳng đầy tay / mưa lơi đồng mạ / con đường xuân quá / bằng ngày như mây...* tay trời búng đùa những tia nước làm người như đi giữa phiến mỏng của ngày, chiếc cầu lênh đênh, người, xe, mưa xuân, và dòng sông đục, như những phớt màu đậm nhạt trong một bức tranh thủy mặc. Nếu lúc ấy tôi không chan hòa với nó thì bây giờ nhớ lại hẳn sẽ cảm thấy có chút gì mất đi.

Cũng như đêm qua, đã tận hưởng giấc ngủ ngon nhờ tiếng mưa rơi. Và lúc này trên thềm nhà, như cây pháo nắng bung theo bình minh một vòng mùa mới, tâm hồn vút lên hương thơm kỳ ảo của mai cuối đông, nó đi qua sương giá để đưa xuân về, mầu nhiệm của sự sinh nở. Tôi muốn gửi lời chúc mừng cho sinh nhật mùa xuân. Niềm vui người và trời đất gặp nhau.

Bạn thân này, cây nến sinh nhật sẽ là ngọn nắng non nhất, ngọt nhất của ngày khai xuân, những ánh mắt vàng ngân nga… *em thấy anh chờ trên con đường bình minh / nắng tháng 3 anh đem tới / mùa xuân mở vàng daffodil / và em. vừa qua một giấc ngủ đông / mọc lên trái tim thanh khiết…*

Thế thì sợ gì *lão tòng đầu thượng lai?* Tóc bạc ơi nhìn kìa, những cánh daffodil đọng những hạt mưa sót của đêm, vẫn rưng rức vàng. Gió thổi hoa đưa, hạt mưa sẽ rớt. Nắng lên hạt mưa sẽ khô. Vàng của hoa lại ửng nắng. Có phải đó là cái lãng đãng ở ngoài vòng sinh tử?

Thiền sư Chagdud có câu: *thế giới này nhìn có vẻ thật bao nhiêu, đáng tin cậy đến thế nào, nó vẫn không vĩnh cửu, tất cả đều thay đổi cho tới khi không còn gì, giống như trước nữa. Thể xác, lời nói, ý nghĩ của chúng ta biến dịch nhanh như thời gian mũi kim xuyên qua cánh hoa hồng***
Nhiều điều rất nhỏ đang chờ đợi, ngay hôm nay, lúc này, cái phút mũi kim xuyên qua cánh hoa mỏng, mỏng như một giấc mơ…

Santa Ana, 22 tháng 3.2012

---

* *Bài kệ của Thiền sư Mãn Giác (1052-1096): xuân khứ bách hoa lạc / xuân đáo bách hoa khai / Sự trục nhãn tiền quá /Lão tòng đầu thượng lai /Mạc vị xuân tàn hoa lạc tận /Đình tiền tạc dạ nhất chi mai.*

Thích Thanh Từ dịch: Xuân đi trăm hoa rụng / Xuân đến trăm hoa nở / Trước mắt việc đi mãi /Trên đầu, già đến rồi / Chớ bảo xuân tàn hoa rụng hết / Đêm qua - sân trước - một cành mai.(Wikipedia)

** *Theo Phật Giáo Thực Hành Pháp Đại Hoàn Thiện*

BẢO NHAU NGÀY ẤY VU LAN

M is for the million things she gave me
O means only that she's growing old
T is for the tears she shed to save me
H is for her heart of purest gold
E is for her eyes, with love-light shinning,
R mean right, and right she'll always be,
Put them all together, they spell "Mother"
a word that means the world to me.

(Howard Johnson)

Vào ngày Mẹ, cách đây mấy năm, cậu con út 17 tuổi đã mua về cho tôi một tấm gốm trang trí, có hàng chữ *"God could not be everywhere and therefore He made Mothers."* Thằng bé ít biểu lộ cử chỉ trìu mến với mẹ, cũng có cách để lấy trái tim, nước mắt mẹ ra đến thế, làm tôi nhớ mẹ tôi ở quê nhà, nhớ con trai lớn đang xa bên trời Tây. Cảm ơn con trai nhỏ, cho mẹ những hạt nước mắt ấm vui trong Ngày Của Mẹ.

Trong hoan hỷ địa mẫu tử, tôi đọc thầm cho riêng mình,

tận cùng hạt lệ mẹ
là nước mắt con rơi
tận cùng tiếng cười mẹ
là nụ cười con vừa mở
và con ơi
tận cùng hư vô mẹ
sẽ một ánh nhìn theo con. trở lại

... Vào năm 1858, tại West Virginia, Anna Reeves là người phụ nữ đầu tiên tổ chức một buổi lễ Mother's Work Day (kiểu như là Ngày Nhớ Công của Mẹ), mục đích là để nhắc nhở mọi người về vấn đề an toàn vệ sinh...

Năm 1905, Anna Reeves qua đời và con gái của bà, Anna Jarvis, đã thề trước mộ mẹ rằng cô sẽ tiếp tục để hoàn thành ước mơ của mẹ, là tạo ra một ngày quốc lễ để vinh danh Người Mẹ. Năm 1907, Anna đã tổ chức một chiến dịch gửi tặng hoa cẩm chướng trắng cho những người tham gia hội họp ở Nhà thờ ở West Virginia. Năm 1908, nhà thờ đã đồng ý yêu cầu của Anna về việc tổ chức một ngày chủ nhật đặc biệt để vinh danh Người Mẹ. Truyền thống này đã được lan rộng ra nhiều nhà thờ của cả 46 bang...

Năm 1914, Quốc hội Mỹ đã thông qua một Nghị quyết, được ký bởi Tổng Thống Wilson, dành một ngày Quốc lễ cho Mẹ. Từ đó trở đi, ngày lễ Mẹ được nước Mỹ tổ chức hàng năm vào ngày chủ nhật thứ hai của tháng 5.

(hoasaigon.com.vn)

... mỗi ngày đi qua đang cài cho con một bông hồng...

(Đỗ Trung Quân)

Việt Nam mình không có một ngày riêng cho Mẹ. Nhưng có một mùa, gọi là Vu Lan, rằm tháng 7, còn gọi là Mùa Báo Hiếu, vào dịp này, mọi người đến chùa, gắn một bông hồng đỏ cho những ai còn mẹ, và bông hồng trắng để tưởng nhớ mẹ đã khuất.

Tôi nhớ, ở tiền đình chùa An Lạc năm ấy, mẹ mặc áo dài lam, đứng gắn cho tôi một bông hồng đỏ, tôi cười rạng vui. Tôi gắn lên áo mẹ một đóa hồng trắng, mắt mẹ rớm lệ. Tôi cài lên ve áo Khánh Chương một đóa hồng đỏ, bé nói, *con trai mà cài hoa hồng hả mẹ...*

Và lúc này, đang mùa hiếu hạnh, tôi nhớ một bài viết của tôi ngày trước, dùng làm lời dẫn trong một CD thơ về Mẹ của nhà thơ Trụ Vũ, tựa Bảo Nhau Ngày Ấy, Vu Lan...

Giờ xin ghi lại để tặng mẹ, để được thấy hạt lệ hay khóc của mẹ, mẹ với nước mắt không biết ai rủ ai khóc trước? Con mong con làm được một điều vui trong triệu điều nhọc nhằn mẹ đã làm, một hạt lệ hạnh phúc trong tỷ giọt nước mắt lo lắng Mẹ đã rơi. Giờ con đã là người mẹ, con càng thấu được cái ấp ưu của tấm lòng bồ nông, con lại giống như mẹ, như muôn bà mẹ thế gian, con chim bồ nông luôn để dành một bầu cá đem về mớm lại cho con...

*

Từ thuở mà hiếu tâm Mục Kiền Liên nhấn lên dây thời gian một nốt nhạc rúng động, có một ngày tên gọi Vu Lan. Ngày rằm tháng bảy, kỷ niệm Người xuống ngục A Tỳ cứu mẹ, từ ấy người con Phật lấy ngày này làm cái mốc nhắc nhở hiếu tâm, một ngày có sắc có hương, hương của tấm lòng báo hiếu, sắc xanh ấm của ánh nhìn xuống yêu thương.

Âm thanh của muôn triệu trái tim người con mở ra rộn rã để bày tỏ cũng như đón nhận món quà thiêng liêng: Tình Mẹ.

Thử trông lên mẫu xanh của bầu trời, ta thấy có đâu là biên giới? Tình Mẹ đấy.

Thử nhìn ra biển khơi, ta có biết bao giờ vơi? Lòng Mẹ đấy. Ai đã một lần nghe, *Lòng mẹ bao la như biển Thái Bình...* (Y Vân) để thấy lòng đầy theo tiếng dạt dào vô lượng ấy?

Xin lắng lòng lại mà nghe muôn ngày trong chuỗi thời gian là muôn Vu Lan. Để tâm niệm,

Trong mỗi trái tim
Của mỗi con người
Có mẹ trong đó
Hóa sinh đất trời

(Trụ Vũ)

Một tấm tình thương không tính được bằng tháng bằng năm, một tấm tình thương bao la rộng khắp, mỗi mỗi bước ta đi đều chắp lên từ chắt chiu tình mẹ, mỗi bệ phóng cho tầm cao của ta đều bật lên từ đôi cánh của lòng mẹ, cái hạnh phúc ấy được thể hiện từng giây từng phút sống động và do đó mà mọi vật hiện hữu, thì làm sao có thể nói rằng vũ trụ là hư vô, mọi sự gặp gỡ, chia xa chỉ là tình cờ? Và thời gian vĩnh viễn, Ngày Của Mẹ.

ta mê mải trên bàn chân rong ruổi
mắt mẹ già thầm lặng dõi sau lưng

(Đỗ Trung Quân)

Mẹ ơi. Chỉ một lời gọi mà trùng trùng giây tơ cảm xúc bật reo trong ta, như trên đường dài nắng bỏng ta được cho một ngụm nước mát, như trong cô quạnh bóng đêm có một giấc mơ đẹp cầm tay dắt ta đi, như vòng tay mở rộng đỡ ta khi hụt hẫng khổ đau, như trong bung nở niềm vui có nụ cười dõi theo âu yếm, và bao người trong phút giây ngã xuống đã bật lên tiếng gọi "mẹ ơi" như một linh ngữ để nương tựa. *Mẹ ơi,* sao hai tiếng toàn năng đến thế, phổ độ đến thế!

Vũ trụ tàn hơi
Trong nỗi đau đời
Mỗi một tiếng lời
Con gọi: Mẹ ơi!

(Trụ Vũ)

Cung bậc rưng rưng mở tới được vô cùng nơi tiếng gọi ấy là âm thanh đập theo từng nhịp tim hiếu tử. Nó bỗng thành nhạc, thành thơ, chỉ cần nhịp tim ấy reo lên thì trời đất hòa âm, chỉ một hạt lệ trong trẻo ấy nhỏ xuống thì nghìn xanh của đại dương rung động.

Con nhìn mãi giọt lệ khô chan chứa
Biển rền vang, núi đồng vọng mênh mang
Ôi thời gian ôi thời gian
Con ôm mẹ giữa chiều ngân giọng sáo

(Nguyễn Lương Vỵ)

Nói về mẹ là nói đến cái vô cùng, ai có thể tả cái vô cùng? Ai có thể vẽ cái vô cùng? Mọi lời nói về mẹ như thể một tôi bé nhỏ rụt rè đang đối diện với bao la, mỗi giây phút thể hiện tình mẫu tử làm cho vạn vật thấy bình an kỳ diệu, hương cau sau hè quấn quýt bên lời ru ạ ời của mẹ, có trú ẩn nào hơn cõi lòng ấp ưu của mẹ, có từ bi nào đẫm lệ yêu thương và hạnh phúc hơn từ bi tim mẹ, để bước chân con sau bao sóng gió tìm về nương náu?

Mẹ là ngôi chùa nhỏ
Đón con về nương thân
Mẹ là đôi mắt tỏ
Tha cho con lỗi lầm

(Nguyễn Đức Cường)

Cái hiện thực ta đang sống cùng, tận chia sẻ, tận thọ hưởng là chính sinh mệnh ta đấy, mà cha mẹ, người tạo tác ra, chăm chút cho, rồi trao lại cho nó sinh mệnh của mình, thì thử hỏi không đâu trên cõi ta đang hít thở này lại không có lòng chở che cũng như phó thác của mẹ? Và có phải vì thế đã đánh thức được ở mỗi người sự trân trọng sinh mệnh mình, sinh mệnh người, cùng thấy được sinh mệnh muôn loài lấp lánh...?

Sinh mệnh mẹ đâu còn
Chỉ còn sinh mệnh con
Mẹ chuyển giao sinh mệnh
Từ bi hỷ xả tròn

(Trụ Vũ)

Từ nơi không bắt đầu không chấm dứt này, miên man nụ cười nước mắt mẹ, từ bóng cò cô đơn ngoài ruộng đồng, từ ánh sao trên trời đêm, từ bóng tỳ khưu trên đường dài, từ giấc mơ trên cánh biếc ca dao, từ những nỗi oan khiên nơi cõi trầm luân này, đều thấp thoáng bước về của mẹ. Cõi mênh mông của không gian đâu ngoài ánh nhìn của mẹ, chốn vô cùng của thời gian cũng chỉ vừa một nhịp đong đưa dưới bàn tay ru nôi của mẹ.

Con nhìn mãi chiều thu xanh xanh lắm
Tiếng khóc xanh, xanh đất ấm trời êm
Như lá nõn như cành non mướt đêm
Mẹ ấp ngực ru con theo dòng sữa

(Nguyễn Lương Vỵ)

Và Mẹ ơi bao nhiêu trời đất Mẹ, thì bấy nhiêu đất trời ấy tâm con hướng về. Và vì Mẹ đã Quán Thế Âm, cho nên Mẹ, đã là một biểu tượng đầy thuyết phục cho một niềm tin mãnh liệt để con yêu thương, kiêu hãnh, nương tựa, sống còn.

Muôn đêm rằm Mẹ để muôn lời thơ trên thế gian này theo đó, sáng trăng.

Mùa Vu Lan, 8.2012
cùng các con chương chương hạnh kimmy,
nơi, trái tim mẹ biết được nhịp ấm áp của tình mẫu tử...

Mẹ và con, Sài Gòn, 12.1974

ĐƯỜNG MAIN MỘT NGÀY CUỐI HẠ

Tôi nghe, *anh đang chờ mùa thu.* Nhẹ như cơn gió thoảng, hạ nhiệt buổi trưa đang sôi nắng mùa hạ. Âm man mác buồn của "chờ" vẽ ra trong nắng bỏng ánh mắt im, xa vắng, chờ một người quen lâu lắm chưa về, tự nhiên tôi xao xuyến. Thời gian quăng viên cuội xuống mặt hồ. Ánh nhìn theo vòng nước bung tròn, vòng nước tan ra, hư huyễn lời thầm thì, nên ảo ảnh luôn một người, có thể đã ngồi đấy, và nói, *anh đang chờ mùa thu...*

Đường Main, một ngày cuối Hạ.

Mùa hạ bốc khói từ mặt đường, người bạn thả tôi xuống và bảo, *muốn thì chiều, đi dạo một mình đi, nhớ là chỉ đi theo đường thẳng ra biển thôi, đừng đi quanh về, cô thơ không tìm ra bạn đâu, quay lại, cũng chỗ này nhe, nhớ chưa, có cái bảng màu xanh kia kìa, tới đó ngồi rồi gọi cho tui,* ngón tay trỏ của bạn cong lên, ánh mắt thì muốn cưa tôi. Tôi phì cười, cái thành tích đi lạc của tôi làm người thân ngán ngẩm, tôi gật đầu lia lịa, - *biết rồi cái quán Kill... giết giết... kia chứ gì,* - *ừ, lo mà giết ngươi dưới cái nắng lửa này đi nhỏ điên...*

Con đường phố biển. Nồng của nắng, ngát rộng của gió khơi, hợp tấu cùng muôn ánh tươi rói của sắc màu mùa hè làm con đường lềnh đênh như một nhánh sông đang hối hả chạy ra biển. Xanh ngắt trời nối xanh thẫm nước biển đổ tràn mắt tôi. Các cô gái mặc áo tắm đi hai bên đường, nổi làn da đỏ nắng, mắt họ biếc xanh, tiếng cười họ xôn xao những tán lá. Tôi đi như cái bóng giữa dòng nắng thanh xuân của họ. Bóng phất phơ giữa những đường ranh của thời gian.

Đường Main ngời xanh. Có phải cũng xanh ấy nhuộm rực rỡ con đường Duy Tân ở Nha Trang, và bước chân tôi đang men theo một bờ dài cát rất trắng hút cong tầm mắt dương liễu?

Và tôi ngậm tuổi mười sáu hát ca suốt mùa hè như con ve sầu trong một phim họạt hình trẻ con, không màng gì đến thu sang đông tới, để rồi, trong đêm mưa ve vác cây đàn sầu ủ dột trên lưng, đi xin ăn, tới nhà kiến, bị xua đuổi, có lẽ kiến bảo, sao suốt mùa hè chỉ lo đàn ca... phim này tôi xem từ lúc bé lắm chỉ còn nhớ mỗi hình ảnh chú ve đi trong mưa tuyết rơi, trên vai có cây đàn, bước từng bước lẻ loi. Con kiến không thể biết mùa hè đã được no nê thế nào bởi tiếng ve, sầu. Tôi rất thích chữ sầu sau tên ve kia, cộng hưởng mùa hè cái gì đó rất gợi cảm.

Ở đây tôi chưa được nghe tiếng sầu sầu của ve, chỉ có tiếng dế, một chiều chạng vạng, bước lên thềm nhà bỗng nghe tiếng gáy rất nhỏ, như rụt rè, thăm dò, không biết nó ở đâu, tiếng ré nhỏ hơn khi xưa nghe ở nhà nhiều lắm, và đơn độc, không có bạn tình đáp lại?

Tôi nói với chồng đang ngồi nhâm nhi ly rượu vang, anh ấy rất thích với ly vang trong buổi chiều thứ bảy, một mình, hằng giờ. - *Có nghe tiếng dế kêu không? - Người ta nói dế gáy chứ đâu nói kêu - Tại sao là gáy? - Khi gáy hai cái cánh nó phồng căng - Chẳng trúng vào đâu cả!*

Từ buổi chiều nghe tiếng dế đó, tôi đã nghe được mùi mùa hạ quê nhà trong hương gió biển nơi này. Ít ra cũng phải thế. Hai nghệ sĩ đại diện ưu tú nhất của mùa hạ, ve sầu và dế, bù lại cho cái khiếm khuyết nóng của thời tiết.

Nhưng cũng không làm người nguôi nỗi chờ mùa thu. Nỗi chờ khiến tôi bị chìm vào cảm xúc phập phồng của giờ hẹn. Không phải sao, có chờ tức là đã có, dẫu mơ hồ, đâu đó một ước hẹn. Mùa thu đã để rơi quá nhiều lá vàng trên thềm ký ức, anh chờ mùa thu để bước chân được xao xác kỷ niệm chăng?

Và tiếng ve sầu đang khô dần trên xác vỏ…

Mùa thu Ngô Thụy Miên, mùa thu Lưu Trọng Lư, mùa thu Bích Khê mênh mông vàng rơi, mùa thu trong nỗi chờ, đang làm tôi mơ màng một hình ảnh... *trên biển của màu. Và gió / cười / nói với tôi / về một vẻ đẹp. không bao giờ hiện thực...* (Nguyễn Xuân Thiệp)

Tôi nhận ra mình đang ở trong nhộn nhịp một phiên chợ nhỏ, gió thổi những mái lều trắng dập dềnh trên nền xanh xa của đại dương, nom như những mái buồm, âm thanh rạo rực cát biển dưới nắng hè, sắc màu rộn rịp của cây trái, hoa tươi, tất cả đều rất lạ mắt tôi, nhất là cái vẻ chan hòa tận tình với nắng của dân địa phương.

Một nhóm thanh niên mặc đồ tắm đứng vây quanh hai người nghệ sĩ đàn hát, có một đôi ôm nhau, và hôn nhau miên man, trông họ hồn nhiên trong sáng đến nỗi gặt hái ngay thiện cảm tôi ở cái nhìn đầu tiên. Thật tình, xin lỗi, tôi thấy trong phim ảnh mình (ngoài đời nữa chăng?) cách sống, ăn mặc, những cảnh biểu lộ yêu thương không toát lên được cái vẻ văn hóa của trong sáng. Tôi có cảm giác đó, phải chăng là do sự không tương xứng giữa cái giàu có của vật chất và tinh thần, sự khập khiễng giữa cách sống và hoàn cảnh xã hội? Nếu có một nền giáo dục giá trị ngang với tài sản vật chất, và nếu được trang bị một vốn liếng đạo đức cần thiết, được hít thở một không khí không quá chênh lệch giữa dư thừa và khốn cùng, thì cái dáng vẻ, phong thái họ sẽ được hồn nhiên và trong sáng?

Tôi đứng trước một lều bán mũ, đội thử một chiếc mũ rơm màu tím nhạt có kết một chùm hoa lavender tím, ngất ngây luôn, tưởng tượng, đội chiếc mũ tím này mà đi thẳng vào tranh Monet, ngồi xuống bãi cỏ mê man hồ hoa tím... trời ơi, và nghe gió đang thổi tới mùi khơi của biển phố Huntington Beach, cát đang nóng nắng đang rộng...

Và chiếc mũ tím lâng lâng phủ trên tôi một không gian mơ ảo, đằng xa kia, từ phía chân trời, một cánh buồm đỏ đang lướt sóng, cập bờ, và giấc mơ của tôi, với chiếc khăn lụa mùa thu..., ai đó nói, *có phải em đang chờ mùa thu*, tôi lúng búng cát bỏng dưới chân, những mái lều chợ phiên bỗng mờ nhạt lùi xa, dòng cát trôi tôi vào vàng mơ chiếc lá con đường Duy Tân Sài Gòn xưa, lênh đênh hai hàng cây nhạc ngựa, gió thổi bung những trái kiện và tôi áo lụa vàng tuổi hai mươi yêu người như thể ai đặt vào bàn tay chiếc chìa khóa để mở cánh cửa của hạnh phúc, và bước đi chẳng chút ngờ…

Những làn khói nóng của gió biển hắt rát mặt khi tôi đang đi bộ trên một lề đường, tôi nhận ra biển đã ở sau lưng. Tôi là người không lái xe bao giờ. Nên đường sá thấy thảy đều y nhau, phương hướng thì đông tây nam bắc như kẻ đi lạc vào Đào Hoa Trận của lão Đông Tà trong truyện Kim Dung. Có lẽ chiếc mũ rơm tím là cành hoa của ai đó ném chỉ đường cho tôi ra khỏi khu chợ phiên để đến được cái quán với bảng hiệu màu xanh người bạn đã dặn này.

Có con chim bồ câu đậu trên đỉnh một bể nước phun bên kia đường. Chỉ mỗi một con, một mình là hình ảnh dễ đánh động cảm xúc tôi và tôi không để lỡ chụp hình cái bóng lẻ bạn ấy. Cách bồn nước không xa, ngồi sát bên vách tường lối dẫn vào khu restroom, là một người đàn ông không nhà râu tóc buồn bã, bên cạnh một con chó lớn, hình như ông ta phó mặc cái hiếu động cho con chó, còn ông thì bất động, tôi thấy nó gặm một cái mũ rồi để vào bên hông chủ, rồi nó nằm ghếch mõm lên đùi chủ đầu không ngớt quay nhìn người qua lại, lúc này tôi mới thấy người không nhà mở mắt, bàn tay day day cổ con chó, họ líu ríu vào nhau như một tấm bè trôi vô định trên dòng đời. Hình ảnh duy nhất sáng nay làm tôi sầu muộn.

Tôi gọi một ly cà phê, cũng lạ đời, cà phê trong sóng, màu hổ phách, pha sẵn, rót đầy quá ý muốn mình trong một cái ly cũng quá khổ, cho một người thích nhâm nhi cái nóng thơm của cà phê như tôi, có nơi còn để một cái ống để hút cà phê vào miệng nữa mới kinh dị. Rồi cũng thấy bình thường, khi nó mang lại tiện lợi, nhất là khi người ta lái xe vừa thích đồng hành với ly cà phê, may là tôi không thể lái xe, nên còn nuông chiều cho mình cái thích thú hớp bằng môi từng ngụm nhỏ cà phê, cô bạn nói tôi rề rà như người của thế kỷ trước.

Không sao, nhờ thế, bạn sẽ, biết đâu một phút nào đó chợt lòng yên tĩnh, bạn rời bỏ những ồn ào sôi động của hơi thở nhịp sống này, bạn nghe được lời tôi to nhỏ dư âm của nắng mưa, của ánh trăng diễm ảo, của xa vắng giấc mơ từ lâu bạn không nhớ, của mơ hồ một đợi chờ bạn tưởng rằng đã quên, của vẫy gọi không nguôi lời hẹn, rồi bạn sẽ được ngỡ ngàng, sao trái tim của mình non tơ đến thế, biết đâu đấy bạn ơi. *Bất chợt một ngày soi tấm gương ngày cũ…*

Và tôi luôn ước trong chập chùng thời gian, trong chênh vênh thay đổi đất trời, có tôi, con kiến nhỏ miệt mài tha từng mẩu buồn vui, từng hạt lệ, tiếng cười, góp đầy thêm kho báu cảm xúc của con người. Và xin tặng mọi tấm lòng lộng gió.

Có chăng khi tôi ra khỏi con đường Main xanh chói chang của hạ này, lời thì thầm chờ mùa thu của người sẽ dẫn tôi vào một không gian khác, với những giai điệu của lá maple làm con đường nơi tôi ở du dương, du dương *ngô đồng nhất diệp lạc, thiên hạ cộng tri thu…*

Santa Ana, 9 tháng 9.2012

VÂNG, ĐÃ CUỐI THU...

Mưa sụt sùi như cô bé khóc dai suốt hai ngày, màu trời đất xám chì, ngồi đọc lại một bài viết cũ năm trước, khi miền nam Calif. tung trời bởi gió Đông Bắc đến nỗi phải đặt dưới tình trạng khẩn cấp, mới thấy năm nay trời đất bình yên hơn, dù cũng đang có bão ở miền Bắc Calif. Nhưng Một Chút yên bình cũng đủ để tôi tin những lời cầu nguyện... Rồi những tin đồn tận thế nữa, không hề chi, theo tôi đó là cơ hội để nhìn lại, để cảm được trọn vẹn hơn những mối tương quan, Người và Thiên Nhiên. Bạn thì sao, phần tôi, trước những tin như thế tôi thấy mình sống tha thiết hơn, hết thảy mọi điều. Tôi đang gõ tới đây thì vô tình nhìn lên màn hình TV quảng cáo, đang hiện hàng chữ, "Hãy làm gì để cảm ơn trước khi quá muộn." Vâng, tôi muốn nói tôi viết là một lời cảm ơn...

Dưới đây là bài tôi viết vào ngày 1 tháng 12 năm 2011, năm trái đất đầy những thiên tai, nhất là trận động đất lịch sử 11 tháng 3, ở Nhật Bản.

*

Đêm thứ Tư, đêm đầu tiên gió Santa Ana chạm mặt ở đây trên đường đi của nó, gió Đông Bắc thường đến miền nam Calif. mỗi cuối thu, thổi từ đất liền ra biển, trận gió mùa này nghe nói là trận gió lớn nhất kể từ mười năm qua và đã được cảnh báo là tình trạng khẩn cấp, trên TV dặn dò dân chúng đủ điều để đối phó với những nguy hiểm có thể xảy ra.

Tôi ra hiên nhà xếp những tượng Phật nhỏ và những chậu bonsai vào một chỗ an toàn. Trời lạnh lắm, trong cái bóng đêm đang hờm sẵn giông bão, tôi thấy yên lòng khi dừng lại nơi vệt sáng của ánh đèn đọng trên bàn chân tượng Phật ngồi, những ngón chân thanh thản, những ngón tay tạo nên hai vòng ấn quyết trầm lắng, bát phong* chỉ là một hơi nhẹ thoảng qua, lý gì đến ngọn quái phong Santa Ana, tôi cười một mình. Đấy là góc thềm, một góc tối, nơi những nếp áo đá của Phật lay động dưới bàn tay, là chiếc thuyền đưa tôi qua những phút giây chòng chành của tâm lẫn đời sống.

Tôi ở ngoài thềm cho đến khi chồng tôi mở cửa nói, *mình điên không mà đứng ngoài trời tối lạnh vậy, cảm bi giờ…* Gió xộc đến, như một người chạy tốc lên thềm một cách hốt hoảng, làm đám lá hoa vàng rộn lên đập vào nhau loạn xạ, những chiếc lá bé chỉ bằng ngón tay cái thế mà khi nguy nó cũng làm nên một âm thanh xao động cả thềm đêm. Phải chăng, khi có biến, người ta cũng phải xích gần lại nối cho tròn một vòng ôm để có sức mạnh của tình thương mà bảo vệ cho nhau?

Tôi cảm thấy lạnh. Vào giường nằm, bên tai vẫn lào xào tiếng gió, lại nhớ đến một nhân vật trong truyện của F.Mauriac đọc từ hồi sinh viên, đoạn văn ông tả về một người đàn bà sống một mình trong một ngôi nhà giữa rừng thông đêm đêm nằm nghe gió, ám ảnh tôi mãi, đến nỗi hễ đêm có gió, là tôi lại nhớ đến hình ảnh cô đơn ấy, nghe được tiếng lao xao của gió khu rừng ấy… Trong tâm trạng buồn buồn, tôi kéo chăn sát vào người, mình thật hạnh phúc hơn nhân vật ấy nhiều vì được trôi trong tiếng gió đêm, dưới một mái ấm nóng hổi hơi thở gia đình. Rồi tôi ngủ lúc nào, không biết trong đêm đã bị cúp điện.

Tôi đi qua đêm gió dữ cuối thu bằng một giấc ngủ say như thế.

Thứ Năm. Sáng nay con trai nói lúc mất điện nó thức dậy xách đèn đi khắp nhà, *con thấy mẹ ngủ say nên không đánh thức mẹ dậy…*, chưa kịp pha cà phê, tôi vội chạy ra thềm, nhìn xem gió đã làm những gì đêm qua, hiên nhà lung tung như thể cả tuần không được quét dọn, trước cổng, cây bạch lê hầu như bị gió lặt hết lá vứt đầy trước cổng nhà, tràn cả ra đường, nó trơ cành như con búp bê bị một đứa bé giận dữ bứt hết tóc lòi ra cái đầu trọc vậy, cái trơ trọi như một báo hiệu đầu tiên của mùa đông đang đến, là thứ Năm đầu tiên của tháng 12.

Tháng cuối cùng của một năm, chỉ vài tuần nữa thôi, khi nhắc đến hôm nay, đã phải dùng đến chữ năm ngoái. Năm ngoái, năm kia, năm kìa... hồi 30 tuổi, hồi 20 tuổi, hồi bé xưa..., biết bao nhiêu hồi của vở kịch cuộc đời mình đã kéo màn khép lại, nhân vật chính vĩnh viễn không được ra diễn lần thứ hai. Thời gian như cuộn chỉ kéo dài ra mãi, bây giờ trên ống chỉ đã lơi vòng, chẳng mấy chốc chỉ còn cái lõi nhựa.

Nói có vẻ như nuôi nuối năm tháng thanh xuân, nhưng thật ra chỉ đôi lúc lòng chùng xuống theo bão trời như sáng nay, mới thế thôi...

Việc phải làm bây giờ là nhấp một hớp cà phê nóng rồi ra quét lá rụng đầy trước cổng nhà, và hưởng thụ cái phong ba của mùa thu đang dùng dằng chia tay này, khiếp thật, người đẹp có khác, chia tay thiên hạ bằng một trận gió ra trò thế!

Còn hơi sớm, không nắng và dự báo vẫn còn gió mạnh thổi về. Ngõ nhà im ắng, vắng hẳn người đi bộ. Nơi tôi ở sáng sáng người Việt mình, có người đi một mình, có cặp đôi vợ chồng, có hai ba bạn bè, tạo nên một không khí rất thân thiện cho khu nhà mobile homes này, nó toát hơi thanh bình và thời gian thì dường như đi chậm lại theo từng bước của những người đã vào cái tuổi biết quí và hưởng cái vốn thời gian còn lại ít ỏi của mình, lẫn vào đó, có tôi, thích lắm, cái nhịp trôi chậm chậm...

Dường như đã đủ gắn bó để gọi nơi đang ở đây là ngõ nhà, đổi bao nhiêu bước buồn vui trăn trở để quen hơi một ngõ nhà? *Ngõ nhà thân quá, thành quê...*

Bao nụ cười, nước mắt vẽ nên những lối quanh quanh dẫn về một nơi gọi là mái ấm. Mới thấy ngậm ngùi cho những ai không có một con đường quen thuộc để đi, về, và một mái nhà để thao thức với hạnh phúc của mình. (Ghi thêm, để hiểu rõ hơn nỗi homeless ở đây, xin đọc Khách Sạn 22 của Khôi An, giải chung kết Viết Về Nước Mỹ 2013, báo Việt Báo.)

Tôi cầm chổi và cái hốt rác bước ra, ui, không chỉ trước nhà mình, mà lá đầy cả lối xóm. Có tiếng chào trong trẻo của Gloria, ở phía đối diện, *Good morning!* Hai bàn tay giơ lên, nhìn nhau, và miệng thì mở hết diện tích cho nụ cười. Buổi sáng cũng theo đó rộng ra, bay lên..., gặp gió xô tới khiến tôi liêu xiêu, đàn lá như bị dí hốt hoảng bay tung phía trước, tôi rùng mình quay vào, chợt, *Have a nice day!* Gloria lại reo lên, vẫy vẫy tay, tôi giật mình, luýnh quýnh, có lẽ chị ấy không nghe được tiếng đáp chào của tôi.

Người ở đây, tôi thấy tâm tình họ thật mở, chào hỏi rộn ràng, cười thân thiện, có thể sau đó mất hút nhau, nhưng ngay cái phút lời thốt ra, miệng cười, thì đã trao nhau được cái hiện tại quí giá. Còn một cái cúi đầu, một tiếng chào nhỏ nhẹ, một cái mỉm cười, ừ, cũng là chào, nhưng không bật ngay cái sinh khí chào hỏi. Hồi nào đến giờ tôi vẫn thích cái đằm thắm đông phương, giờ, chắc phải thêm vào cái sôi nổi hồn nhiên xứ này, nên, tôi rất thích khi thấy mình đã lây, mỗi lúc gặp, khi tạm biệt Jane hay Gloria, tôi cũng đáp chào một cách sinh động như họ, làm phấn kích một ngày tôi.

Tục ngữ mình có câu, *"lời nói chẳng mất tiền mua, lựa lời mà nói cho vừa lòng nhau."* Vừa lòng nhau, chẳng phải là trao và nhận cùng lúc đấy ư? Tôi đang bị trầy sướt bởi những lời chém đây..., lời nói, xin hãy làm nó như những nhịp cầu để mỗi bước qua mình mỗi đến gần yêu thương hòa ái. Đừng im lặng và cũng đừng chém nhau đau, bạn ơi, rồi ra tình cảm bạn sẽ trở lại hồn nhiên ban sơ như là chiếc lá, gió gọi thì lay…

À, lại nhắc đến gió, như vậy là đã qua một ngày một đêm với gió quỷ Santa Ana. Mới thứ Năm, tin thời tiết nói đến thứ Bảy gió mới thật sự chấm dứt.

Trời xám đục và những cành lá ngoài vườn không ngớt quệt vào cửa sổ kính. Cái khí âm u làm mình dễ bị dụ vào tâm trạng cô đơn, mà một mình thì dễ bạn bầu với xa xôi, có những điều tưởng đã mất hút trong nếp gấp mịt mùng của thời gian lại hiện ra bay bổng trong một không gian rất thực, từ đó mon men đến miền xa mơ của ngày mai, rồi biết đâu lại được mơ mộng.

Mơ mộng, phải chăng là một yếu tính cần thiết để con người làm mới mình, làm hiền hậu lại mình, làm ban sơ lại mình, làm bớt đi sắc cạnh tua tủa của những mảnh tâm hồn đã bị sóng gió khổ đau mài nó bén nhọn?

Để được tung tăng hạt bụi, cục đất ban đầu như người ta thường nói. Hạt bụi, cục đất ấy biết cái gợn chảy một dòng sông, biết rung động một cánh mây tan, biết tiếng cười tin cậy của đứa bé, biết cái đứt tay của người bạn, biết cái nóng hổi của nước mắt, và, biết phẫn nộ…

Mơ mộng để thấu biên giới của nỗi đau. Tôi mơ mộng để tôi còn được tin cậy vào những lời cầu nguyện, tin vào điều tốt đẹp đang tồn tại. Tin thì có sức để mạnh mẽ sống vui. Như trên tôi đã tâm sự, rằng phải nói, phải biểu lộ yêu thương, bây giờ tôi xin được thêm rằng, nên mơ mộng nữa, để mình được là chiếc lá non tơ, cục đất tinh khôi trong cõi bụi bặm này...

Như lời cầu nguyện cho hôm nay, mọi người và cảnh vật được bình yên trong cơn gió chướng, mừng thêm một ngày thấy nhau, và cho cả những ngày mai, dẫu có hay không xảy ra một cơn bão từ đến từ mặt trời - theo dự đoán của NASA vừa rồi - Có hay không một thiên thạch nào đó buồn tình đụng phải làm trái đất tiêu tùng, thì ta cũng đã có được trọn nụ cười với gia đình, bằng hữu, cũng đã thu gọn vào tâm một cách sảng khoái hình ảnh bốn mùa thời gian của cõi ta đã được tới và gọi tên nó là trái đất này.

... Người bạn thân thiết ơi, cho tôi nói nhỏ, Vâng, đã cuối thu rồi, trong khí thu "mặt trời đi ngủ sớm"(Xuân Diệu) nghe nỗi nhớ như đêm, kề cận. Và, bạn ơi, không tình cờ đâu, hương thạch thảo từ trang giấy ép xa xưa đang bay về đậu bên thềm nhà tôi trong những cánh cúc sao tím, rưng rưng những mùa chờ đợi cho dù dòng sông thời gian trôi đi trôi đi... tôi vẫn ở lại, với một giấc mơ...

Vâng, trời đã cuối thu với gió đông bắc đang thổi.

Phải mặc ấm hơn, rồi nhân thể sắp xếp lại ngăn tủ, để trong tầm tay những chiếc áo mùa đông cho dễ lấy khi vội vàng, thành ra, cảm nhận thời gian trôi qua ở đây, đầu tiên đến từ việc sắp lại tủ quần áo theo mùa, mỗi lúc như thế lòng thấy ngùi ngùi vì cái nỗi quá nhanh qua đi một hạn kỳ của thời tiết. Nhưng chúng ta lại sắp có một khoảng thời gian đẹp nhất trong năm. Không khí của đoàn tụ đang nao nức tỏa ra từ những ô cửa sổ...

Và trong cái nguôi dần của Santa Ana Wind, tôi sẽ...

Đi dạo mỗi tối nơi khu nhà này để đếm xem có thêm bao nhiêu nhà nữa trang hoàng đèn Giáng Sinh, thêm lần nữa, thưởng thức gió Đêm Đông vút cao niềm cô lữ trong giọng hát Bạch Yến, mỗi khi se sắt trở mùa, lại nghe bản nhạc này của nhạc sĩ Nguyễn Văn Thương, lời, nhạc được Bạch Yến đẩy đưa tạo nên một khí khoải khoải khiến mình như xa vắng hẳn đi, nao lòng khi mang tâm trạng của kẻ xa nhà đưa ánh nhìn lữ thứ qua những ô cửa sổ sáng ấm, thấp thoáng bóng người quây quần bên bàn ăn, cây Giáng Sinh to nhỏ ánh đèn.

Cái không khí bùa ngải đến thế thì thôi..., mùi thịt nướng quanh quất ngõ nhà, tiếng chân gió khô quào mặt đường, tiếng mùa đông bồi hồi thở trên những ngọn cây. Tôi sẽ lắng mình cho thật nhẹ, để bay lên, kịp với giấc mơ của cô bé bán diêm vừa thắp trong đêm đông giá.**

Theo tin tức, cuối ngày hôm nay, thứ năm, ngày 1 tháng 12 năm 2011, Đệ Nhất Phu Nhân Hoa Kỳ, Michelle Obama sẽ thắp ngọn đèn đầu tiên trên cây Giáng Sinh ở Tòa Bạch Ốc. Tôi tin cây Giáng Sinh sẽ lấp lánh những ngọn đèn mơ ước, mỗi ánh sáng reo chuông một lời cầu nguyện, mỗi nguyện cầu một viên thành. (1.12.2011)

*

Và ngày mai, ngày 1 tháng 12, 2012, không biết Đệ Nhất Phu Nhân Hoa Kỳ có thắp cây nến đầu tiên trên cây giáng sinh ở Tòa Bạch Ốc như năm ngoái không?

Bạn nữa, nếu đang ngồi gần bạn lúc này hẳn là hơi ấm của một lời thì thầm sẽ mở cho tôi cõi thần thoại thời gian, tôi sẽ được chia với bạn ánh sáng nung nấu từ trái tim mãnh liệt của cô bé bán diêm, ngọn que diêm cuối cùng thành tựu một giấc mơ, cho tôi cảm nhận được đó là phút giây hạnh phúc, thời khắc của vĩnh cửu.

Santa Ana, cuối tháng 11.2012

Bát Phong: Tám Ngọn Gió ảnh hưởng tâm thần con người: Lợi, Suy, Vui, Khổ, Vinh, Nhục, Khen và Chê.

**Cô Bé Bán Diêm - Truyện của H.C. Andersen, nhà văn Đan Mạch -*
Vào đêm Giáng Sinh, ngồi ở góc phố, lạnh và đói, cô bé đốt một que diêm để sưởi ấm, cô thấy một lò sưởi rất đẹp, khi que diêm tắt, lò sưởi cũng mất. Cô đốt que thứ hai, que diêm tắt, hình ảnh bàn tiệc với con ngỗng béo vừa hiện ra cũng tan đi, cô đốt một que diêm nữa, bà cô hiện ra, sợ bà biến mất khi que diêm tắt, nên cô đốt cả hộp diêm. Sáng sau, người ta thấy cô chết cóng bên cạnh những que diêm tàn, nhưng trên gương mặt còn in dấu nụ cười, hẳn là cô đã ở với giấc mơ cùng bà trong ánh sáng những que diêm cuối cùng.

NHỊP MÙA LỄ HỘI

Khi những trận gió Đông Bắc rời khỏi đỉnh cao của nó thì mùa thu cũng thẳm xa. Nếu để tâm chạy theo phút chia tay hẳn vẫn còn thấy được bóng áo thu giằng co nơi khúc quanh trên con đường mùa đông vừa mở. Như cái nhìn nuối theo của bác sĩ Zhivago, chạy vội vàng lên tầng lầu để bắt kịp hình ảnh chiếc xe ngựa chở Lara mờ xa trong bụi tuyết… (phim của David Lean dựa trên truyện của B. Pasternak)

Cây maple bên kia đường đã trơ trụi chỉ còn vương đôi ba lá vàng trên cuống mỏng mảnh, mang theo hết cái lao xao vàng của nó, để cho cành cây phô những nét chấm phá khẳng khiu đông, lại càng cô quạnh hơn khi tình cờ có con chim đậu một mình trên cành trong nắng mai lạnh. Khoảnh khắc đẹp của mong manh, dường như nhìn cũng phải hết sức nâng niu, nghe nói trên đường phố ở thủ đô nước Nga vào mùa cây trút lá có những biển đề "tránh đừng động vào cây, mùa lá rụng." Thật lãng mạn.

Cây mùa này đang ốm đấy, gầy trơ xương ra. Người thì như đẫy đà thêm dưới lớp áo ấm…

Cuối năm, là mốc thời gian đặt tôi ở giữa biên giới những buồn vui. Buồn thì không đến nỗi nặng trĩu, vui cũng chẳng đến độ rộn ràng, cứ thế người lùng bùng vui vui buồn buồn. Nếu bạn hỏi tôi sao im lặng thế, sẽ mỉm cười và trả lời nhỏ, có lẽ như *con cá ươn sắp sửa se mình* như Nguyên Sa nói thôi. Vừa nao lòng trước khép lại chóng vánh của một năm, vừa náo nức với khí lễ hội đang mở.

CHUÔNG GIÓ NOEL,

Đó là lúc con đường với những ngôi nhà hiện ra như trong tấm thiệp Noel, ngày còn nhỏ đã ước được sống trong cõi tranh thần thoại với con đường sáng huyền ảo của hoa tuyết, những ngôi nhà thập thò mái ngói đỏ dưới cái lạnh trắng mùa đông. Những muốn ngồi bên bàn tiệc đầy ắp thức ăn được bày biện đẹp đẽ và ánh sáng lễ hội xôn xao chải lên mái tóc.

Chuông gió cuối năm lôi ước mơ thơ trẻ ấy ra khỏi cõi tranh đặt vào con đường hoa đèn tôi đang đi ở thành phố Fountain Valley này, gió mùa đông len vào chiếc khăn quàng cổ, cho tôi cảm thấu cái rét xứ người. Được hít thở hơi thanh bình cổ tích, dễ khiến mình kiếm lại được hồn nhiên, mơ mộng. Đó là đường Heils, con đường chứa những ngôi nhà trang hoàng lộng lẫy, mỗi nhà một cảnh, một gợi mở rất khác để người nhìn vào tha hồ tưởng tượng, bước như đang bước vào tấm thiệp Giáng Sinh năm xưa, và khí lạnh càng làm nồng thêm bàn tay để sâu trong túi áo.

Tiếng cười, tiếng nói gần lại hơn ở bên tai, ấm quá với cái quàng vai của cậu con út, mới đây thôi, bây giờ nó đã dềnh dàng đi bên cạnh, làm mình phải ngước đầu lên khi nói chuyện, đã quàng vai mình một cách gọn gàng, và tay kia, quàng vai cô bạn gái, một dòng sông từ đầu tay kia của con nôn nao chảy theo vòng ôm đến vai bên này của tôi, đập những gợn nhẹ nhàng của sự nối tiếp những thế hệ... Tôi trôi giữa dòng sông ấy, và được hòa nhịp với muôn dòng sông khác, để biết cuối cùng là một điểm xum vầy.

Không khí an bình no đủ làm tôi chạnh lòng đến quê nhà... Con đường Heils nhập nhòa đường Duy Tân dẫn đến nhà thờ Đức Bà Sài Gòn...

... Nhớ một Noel, như vào năm 78, 79, ở Sài Gòn, lúc này đã mang tên mới, nhưng vẫn thích, Sài Gòn, *rằng quen mất nết đi rồi*, người bạn chở tôi bằng xe đạp, phố ngày ấy không đông như bây giờ, sau một biến cố lớn, mọi người còn đói, còn bao lo âu của một cuộc sống quá đỗi ngặt nghèo, thì chẳng ai thiết nghĩ đến trang hoàng nhà cửa, đường phố để mừng ngày Giáng Sinh.

Nhà thờ Đức Bà vào đêm Noel năm đó, chỉ có hai dây đèn treo từ nóc tòa cao đến tượng Đức Mẹ, vậy thôi, hai dây đèn lốm đốm những bóng điện nhỏ lạc lõng cô quạnh, hòa với đêm tối u buồn. Lặng lẽ ánh đèn vàng hoe. Lặng lẽ ánh mắt của người đi lễ. Hai chúng tôi đứng ở đầu đường Nguyễn Du, bên cạnh chiếc xe đạp, ngó lên những ánh đèn mờ nhạt, nó không có cái sáng long lanh của ánh đèn lễ hội, nó có cái sáng rưng rưng. Cảnh vật phố phường toát ra khí đói ảm đạm, thổi bạt mọi ước muốn sống vui, sống đầy đủ cho tinh thần.

Đêm đó, chúng tôi chỉ đủ tiền để ghé vào một quán cà phê cóc bên lề đường nhâm nhi một loại cà phê tạp với mùi gì rang khen khét. Lấp xấp dưới ánh đèn dầu, những chiếc đẩu gỗ lộn xộn, chơ vơ, chia sẻ rất tội nghiệp với không khí xa vắng của đêm Noel, nhưng dù sao quán cóc đèn dầu cũng đem lại chút hơi phố xá, chúng tôi không nói gì, những mơ ước về tương lai đã bị đóng lại, đã bị xếp vào hàng xa xỉ sau cơm áo, nên nếu không nói được về những dự phóng vui vẻ của ngày mai thì tốt hơn, ngồi bên nhau cùng cảm im lặng, người bạn an ủi tôi về một điều không may tôi đang gặp phải, để yên cho tôi khóc, thôi vậy cũng ấm lòng.

Rời khỏi quán cóc bên đường, chúng tôi đạp xe qua nhà thờ Huyện Sĩ, ở đó tương đối vui hơn bên nhà thờ Đức Bà vì người đi xem lễ đông hơn, mãi khi tan lễ, chúng tôi mới chia tay.

Một mình trong đêm, trước giấc ngủ, tôi thấy mình hết sức buồn bã, tôi buồn cảnh nhà, mẹ và các em nhỏ, cả tôi, ngơ ngác, không cha, không anh ở nhà, tôi, đứa con gái vừa tốt nghiệp đại học, bỗng xính vính hốt hoảng khi thấy mình là chị lớn một đàn em, vốn liếng có được từ trường, lại là trường Luật của Việt Nam Cộng Hòa nữa, lúc ấy không giúp ích gì để tôi kiếm sống được giữa một xã hội đang đảo ngược hết tất cả mọi giá trị, như thế.

Đêm nào tôi cũng đi vào giấc ngủ bằng nỗi trăn trở u hoài. Và thảng thốt của một kẻ thức dậy, tiếc nuối một giấc mơ đẹp đang bứt ra khỏi mình, có lẽ, mãi mãi. Chút tình yêu thơ dại, tưởng chỉ dơ tay là chạm được trời xanh, tưởng đã hẹn hò là chung thân hạnh phúc. Nó thành một vết thương, mỗi khi cào lên, lại thấy xót.

Đã chẳng dễ quên vạt âm u của một ngày, ba tôi, hai em trai tôi, bị hút vào đêm tối, thăm thẳm một hơi rất dài của thời gian... Nhớ nước mắt của mẹ khi bới đồ đi thăm nuôi cha. Nhớ những tiêu chuẩn tem phiếu để mua gạo thịt, bỗng trở thành câu chuyện từng ngày. Nhớ những đêm cùng mẹ cặm cụi từng mũi len, mẹ phải choàng cả việc cho cô con gái mới học cầm chiếc que đan. Nhớ cơm độn bo bo. Nhớ cậu em học Thủy Sản, nuôi và bán cá giống trong cái hồ non bộ của cha khi trước, Khuyến thức đêm cho cá ấp trứng, Khuyến khóc khi cá chết. Nhớ cậu em phải dấu thịt cột sát bắp chân, đem từ sở làm ở Hiệp Hòa về Sài Gòn cho mẹ cho chị cho em*, Khương ơi! Nhớ Khuê đi làm tài xế cho cán-bộ, đêm lái xe về nhà, hút trộm xăng ra, em nói *"xăng này cũng là của ăn cắp, ăn cắp đi ăn cắp lại, huề."* Đúng hay sai, lúc đó không còn dũng cảm để phê phán em nữa…

… Những Noel sau này, đâu khoảng những năm 80, cánh cửa ngôi nhà Sài Gòn đã hé mở để lọt vào chút sinh khí ấm no. Gia đình tôi đã dễ thở hơn vì có anh em ở Pháp tiếp tế, lúc ấy ở Sài Gòn, chỉ ở thành phố thôi, người ta được ăn no và ngon hơn, mặc được tươm tất hơn, nên người ta đón Chúa tưng bừng hơn, mặt mũi thành phố sáng loáng hơn nhiều những năm trước.

Người bạn thuở đói kém nay đã là bạn đời của tôi, không còn lọc cọc chiếc xe đạp nữa mà chở tôi bằng chiếc Bridgestone của Nhật, đi lên phố xem lễ Noel, quả là chật vật để len vào những con đường đưa tới nhà thờ lớn, người ta không đi bộ ngắm cảnh Giáng Sinh như ở đường Heils thênh thang có chỗ cho cả gió đi này, mà nườm nượp ngồi trên những chiếc xe Honda nhả khói, chen lấn, đôi khi còn cự nự vì lấn chỗ va quẹt vào nhau, người ta đi đâu? làm gì? ngắm Noel ra sao trong quang cảnh cối xay như thế? Chúng tôi ghé vào một quán cà phê, quán cóc tù mù đèn dầu năm xưa hóa thân thành cafeteria rất sang, tiếng dương cầm phát ra từ dàn máy tân tiến, với ly cà phê đúng mùi cà phê, chúng tôi lại nhắc đến quán cóc năm ngoái năm kia, ơ hay, hoài niệm là tật cố hữu của người ta hay sao ấy.

Năm ấy tôi rất hạnh phúc vì đi đâu cũng có một điều níu kéo để quay về, đó là mái ấm, có tiếng oa oa của đứa con vừa ra đời. Tôi không còn hứng thú len vào dòng người nêm chặt đường phố đêm Giáng Sinh nữa, mà hưởng không khí ngọt lừ của đứa con bé nhỏ mang lại, trang trí cây Noel và cùng ăn một bữa tiệc nhỏ gia đình, *Bin ơi, mỗi Christmas ở đây với bàn đầy thức ăn, mẹ hay nói với con, hồi mình ở Việt Nam, đâu có thức ăn ê hề như ở đây, mẹ nhớ có lần nướng con gà mẹ đã phải chia hai cái đùi cho hai con trước, vì con còn bé hay đòi cả, nên anh hai con so bì.*

Điều đó, khi nghĩ đến, dù có chút rưng rưng, nhưng nó khiến tôi cảm thấy không khí gia đình tôi lúc ấy không thể nói gì khác hơn là, hạnh phúc. Và bây giờ, ở đây, gia đình nhỏ ba người, năm nay lại có thêm cô bạn gái của con, nếu có hỏi tôi tìm chữ biểu tượng cho mái ấm thì vẫn là hai chữ hạnh phúc.

Mà riêng mình, rất lạ, Giáng Sinh nào cũng vẫn sống được cảm giác cũ, đi vào những con đường hoa đèn trong gió cuối năm bằng tấm lòng trẻ trung với dư âm giấc mơ.

Kể ra trời đất cũng độ lượng cho con người chấm hết một năm bằng toàn những lễ hội, để có dịp biết rõ hơn, đầy đủ hơn, rằng, trong hưởng thụ nảy sinh lòng biết ơn.

Quá đủ để cảm thấy như thiêu thiếu. Ôi quả là lòng tham, đong hoài chả thấy đầy. Bập bênh hai đầu, tiếng chạm vào của ấm áp xum vầy, tiếng tịch lặng ôm trọn của cõi riêng thơ. Để chia sẻ được cái cô độc của Voltaire, văn hào Pháp, *niềm hạnh phúc to lớn nhất của mọi cuộc đời là sự cô độc bận rộn.* (tudiendanhngon.vn)...

TRỜI ĐẤT MỚI LÒNG TA CŨNG MỚI...,

Giáng Sinh xong là rộn rịp mùa Tết âm lịch. Thời khắc sửa soạn để đón Tết là lúc tâm tư, cảm xúc phê nhất. Này nhé, những cây anh đào trong ngõ vườn chạy dài theo hiên nhà, bắt đầu tươm nụ xuân thì bên cạnh cây maple đông giá. Và nhóm người Việt trong khu nhà ở này lại họp nhau để làm tiệc tất niên, vẻ tất bật háo hức phân chia nhau làm món ăn làm tôi thấy quí giá quá việc lưu giữ truyền thống Tết dân tộc, cũng vì vậy mà trong nhà tuy không mấy người nhưng tôi cũng bày ra, muối dưa hành, và chắc chắn là hầm một nồi măng chân giò kiểu Hà Nội của mẹ, anh em chúng tôi chẳng đứa nào quên được món này của mẹ vào những dịp Tết, mày mò xôi vị kiểu Nha Trang của ba, và dĩ nhiên không thiếu bánh chưng dưa món (mua, đừng hiểu lầm là làm, mắc cỡ lắm nghe), phải xôn xao thế thì con trai mới thấm được cái khí Tết, vị Tết Việt Nam, không thì con biết lấy gì đem vào mái ấm của nó mai sau? Còn chút đó mà không giữ thì làm sao mà nhìn mặt tổ tiên.

Có ai đi xuống phố Bolsa vào những ngày cận Tết mới cảm thấy hơi nóng mạnh mẽ của truyền thống - qua những cửa hàng bánh chưng bánh tét, mứt, dưa món, - qua những mái che được dựng lên thành một dãy hàng hoa, nơi mà người mình những ngày này thường rủ nhau, *đi chợ hoa*, nghe sao mà nó quê hương quá, Tết quá, - qua những nhịp chân hối hả mua mua sắm sắm, tấu thành một bản giao hưởng với những nốt nhạc reo lên ở cung bậc rộn ràng nhất. Một Việt Nam bé nhỏ trải dài mùa xuân rạo rực quê nhà trên một quãng đường Bolsa ấm lạnh khí đông.

Một lần, Tết năm ngoái, nỗi nao nhớ đã kìm tôi đứng trên hè trước chợ Hòa Bình, đường Westminster, trên tay ôm cái bánh chưng, lòng cảm động nỗi vui và biết ơn những người đã nấu những chiếc bánh truyền thống Tết, đã làm những hũ dưa món (tưởng tượng, thơm nắng Calif.), đã chăm lo để có được hoa cúc hoa lan, và cả một loại hoa từa tựa như mai vàng, cho ngày tết… Tất cả tạo nên một không khí ruột thịt đến mềm lòng. Người bán báo, và cách sắp xếp báo, lịch, trên một cái quầy bên hè đường, khiến tôi mường tượng đường Nguyễn Huệ Sài Gòn. Thấy sao mà thương khi chị cầm cái chổi nhỏ quét quét trên mặt những tờ báo, và mời tôi, *mua báo tết đi chị*, tôi đang ở đâu đây cảm xúc tôi ơi… hình phong pháo vỡ bung tia đỏ, hoa mai dồn dã vàng trên những bìa báo kéo tuột tôi về một miền xa lắc có cái quán tre bày bán những con gà đất màu rực rỡ nắng và phong bao lì xì đỏ treo tòn teng, mình bé lắm theo chân ba mẹ về quê…

Một nét đặc trưng có sức hút mạnh mẽ tôi, là báo Tết, ngày còn ở nhà, tôi thích nhất Tết được đóng cửa, buổi sáng trong căn phòng tinh tươm mùi Tết, bên ly cà phê nóng, nằm đọc báo xuân, cộng thêm niềm vui có bài đăng trong báo nữa, thật là vui, vầy.

Năm nay, trong gió lạnh Sài Gòn Nhỏ, trong không khí gia đình, tôi lại nhâm nhi thú đọc báo tết. Báo giấy, báo mạng, tha hồ, những con chữ mùa xuân ào ạt cái mới mẻ, nạp thêm cho người năng lượng để tiêu pha 365 ngày sắp tới.

Trong bản giao hưởng lễ hội, tôi đang đi (phải nhẩy chứ nhỉ) điệu rộn rã nhất để hòa âm với nhịp Tết, xôn xao cùng nụ đào bụ bẫm đất trời, theo bước đi tới của dòng chảy cuộc sống, và réo rắt nốt xanh nhất một giấc mơ. Tôi mong những tiết tấu vui tươi này được kéo dài mãi trước khi vào nhịp khoan thai chậm rãi của bóng thời gian…

Santa Ana, tháng 1. 2012

---

*Vào thời gian những năm 75, 78, ở Sài Gòn lúc ấy có một chính sách mà người dân gọi là "ngăn sông cấm chợ," mọi lương thực, thực phẩm đều bị cấm đưa về thành phố, và ngược lại.

hình minh họa (nguồn: huffingtonpost.com)

TIẾNG ĐỘNG CUỐI NĂM

Our hearts are broken today...
(Tổng Thống Hoa kỳ, Barack Obama)

Vâng. Đó là tiếng vỡ ra của trái tim. Như lời ngài Tổng Thống của chúng ta vừa nói với ngấn lệ.

Tiếng vô thanh hạt lệ rơi từ mắt mọi người, từ mắt Tổng Thống Obama lúc đọc bài diễn văn, sau khi những tiếng súng chát chúa vừa ngưng ở ngôi trường tiểu học Sandy Hook.

Tiếng im lặng rơi hẫng, của mọi người khi nghe tin thảm sát ngày thứ sáu 14 tháng 12 năm 2012 làm thiệt mạng 20 em chỉ ở độ tuổi 6, 7, và 6 giáo viên ở thành phố NewTown, bang Connecticut, không kể thủ phạm sau đó tự sát.

Tiếng tan nát của nhân tâm, nhân tính.

Tiếng ngừng sững của thời gian.

Tiếng thét đau đớn của những bậc phụ huynh trước mất mát, một mất mát muốn xé trời cao muốn đạp đất sâu để thấu cùng.

Tiếng lắng lặng cúi đầu thảng thốt về một niềm tin vào cuộc sống, vào con người.

Tiếng bay lên ngơ ngác của 20 linh hồn bé nhỏ.

Tiếng hóa thân kỳ diệu của những cô giáo rực chói tấm lòng Bồ Tát.

Tổng Thống ơi, vì sao vậy? Ngài vừa nói là chúng ta phải làm một điều gì có ý nghĩa... Tôi vừa nghe một bình luận viên trên TV ngày 17.12.2012, và tôi đồng ý với ông, trách nhiệm không hẳn là ở bệnh tâm thần của một người nào đó, hay do sự giáo dục đặc thù của đôi ba phụ huynh, mà do phần lớn, ở hậu quả không có một luật nào hạn chế sự xử dụng súng bừa bãi ở Hoa Kỳ, dù đã bao lần xảy ra thảm sát ở trường học, vì sao vậy?

Ôi Hoa Kỳ, một đất nước tự do, một nơi có đầy những bình minh mà người ta vui sướng đón nhận sau mỗi giấc ngủ, ánh sáng mà người ta biết được, giải thích được lý do và giá trị của nó. Một nơi lại cũng có những mảng tối khuất lấp, một bóng tối đầy quyền lực, mà người ta chỉ biết đưa ra câu hỏi phẫn nộ vì sao nó tồn tại, và bất lực không thể xua đuổi chúng đi.

Đó là tiếng động vang sau lưng chúng ta, đến từ bóng tối ấy, đe dọa ánh sáng chúng ta đang bám vào để còn sức sống, để còn niềm tin vào cõi nhân gian này. Chúng ta phải làm gì để gìn giữ cho bóng tối kia không loang dần vào ánh sáng đang bảo vệ chúng ta?

Với trái tim tự nhiên của con người, tôi nghĩ cuộc thảm sát không thể tưởng tượng được như lần này sẽ là một đòn bẩy để ngay bây giờ, không thể chờ đợi thêm, các vị đại diện dân ở Quốc Hội phải ngồi lại để biểu quyết cho một luật kiểm soát súng, thì mới thuận với lẽ trời và lòng người.

Hồi tôi mới tới Mỹ, tôi đã cảm nhận là ở đây súng được bán và dùng gần như là thoải mái, rất nhiều chỗ giải trí có môn bắn súng…, và một điều nữa, không riêng gì ở Mỹ mà khắp nơi, trò chơi cùng phim ảnh bạo lực lan tràn, không có dấu hiệu nào cho thấy phải giảm bớt nó đi, có phải như vậy mà người ta đã quá quen với vũ khí và giết chóc, nhất là ở những con người có tâm lý đặc thù thì hình ảnh đó đã khích động thêm họ? Loài người là một sinh vật có đầy đủ hiền tính và ác tính của Phật và Quý, nếu mặt ác được khơi gợi cổ súy thì nó sẽ thành một điều quen thuộc và tác động còn nguy hiểm hơn n lần cái thú tính.

Tha thiết mong những văn thi sĩ, họa sĩ, những nhà làm phim, hãy viết, hãy vẽ, hãy làm những gì để phổ biến nhiều hơn nữa những tình cảm trong sáng hiền lương, làm bật ra thêm nữa vẻ đẹp của nhân tính, của lòng từ bi...

Thế nên tôi sẽ mãi nói về những điều tốt đẹp, về niềm tin vào bản tính Thiện của con người, mỗi niềm tin nhóm một chút ánh sáng…

Những kẻ sống vì bóng tối, gieo rắc bóng tối sẽ bị khuất bởi bóng tối của chính họ, và những ai có quyền năng tác động giảm thiểu cái tối đen ấy thì xin hãy bắt đầu một hành động cụ thể để hạn chế tối đa những thảm họa, đó không chỉ là lời cầu xin của một mình tôi…

Trong niềm cố gắng nhỏ nhoi, tôi muốn nói đến tiếng động mở ra cánh cửa của nhân tâm, bên cạnh đường bay yên bình của 20 thiên thần trên bầu trời ánh sáng, bên cạnh bóng tối mặc niệm của thành phố NewTown, là tràn đầy ánh sáng từ vòng tay mở rộng của những cô giáo trường tiểu học Sandy Hook bảo vệ học trò của mình, tôi và tôi biết rất nhiều người đã khóc biết ơn, cảm phục, những tâm hồn cao đẹp, tâm Bồ Tát, để khiến chúng ta biết quật cường với bóng tối.

Đó là tiếng động của ánh sáng chói lọi, mở cho chúng ta một con đường nuôi lại ước mơ.

Victoria Soto, cô giáo lớp 1, 27 tuổi, cô đã dùng thân mình để che chắn học trò và cô chết trong tư thế đang cúi xuống như vậy, ôi vòng cong của bầu trời này có phải là vòng lưng nhỏ hào quang ấy? Gọi cô là anh hùng thì dường như cũng thấy thiếu, mà danh xưng nào cho vừa Tâm Bồ Tát… Tôi mường tượng bây giờ cô đang ở trong lớp học với các em một nơi an lành có tiếng chim hót ngoài trời bình minh… Cô giáo thiên thần ơi, cõi đất trời này đang tặng cô vì sao sáng hiền hòa, đẹp như tâm từ bi của cô, vì sao Victoria Soto...

Dawn Hochsprung, 47 tuổi, cô hiệu trưởng của trường, và Mary Sherlach, giáo viên tâm lý, khi thảm kịch bắt đầu, hai cô đã rời phòng họp chạy thẳng về phía tay súng, cuộc đối mặt của họ đã được truyền qua intercom trong trường, điều này đã cứu sống nhiều sinh mạng vì các thầy cô khác có thì giờ đóng cửa phòng học che giấu học trò, theo tin tức thì cô hiệu trưởng đã dùng thân mình trấn giữ trước một lớp học không khóa, và cô đã bị bắn xuyên qua cửa, trong tư thế ấy. Ôi có phải cô đã ngã xuống trong ánh sáng rực rỡ của đôi cánh tay giang ra dũng cảm? Đó là cánh tay mở ra một cõi đẹp vĩnh cửu.

Rachel D'Avino, 29 tuổi, cô giáo viên trẻ này sẽ kết hôn

vào đêm Giáng Sinh, theo cảnh sát kể lại, cô đã hy sinh trong lúc che chắn cho một em nhỏ. Một đám cưới trong đêm Noel đã không đến, cô giáo trẻ trung ơi...

Ngoài những cái chết lẫm liệt trên, còn có một em trai 6 tuổi, Jesse Lewis, khi nghe tiếng súng em đã chạy ra hành lang và đã bị bắn khi đang dẫn các bạn mình chạy trốn, được biết em là một đứa trẻ can đảm, mạnh mẽ, và đầy tự tin.

Còn chỉ 12 ngày nữa là chấm dứt năm, tôi biết rồi tôi sẽ không phai được những tiếng ong ong trong đầu của những ngày cuối năm 2012 này. Ngày hôm nay, trên website của Tòa Bạch Ốc đã có hơn 180.000 chữ ký của người dân Hoa Kỳ đòi chính phủ một luật kiểm soát súng. (Tổng hợp tin)

Đó là tiếng của những hạt máu vô tội nở hoa.

Đó là sức lan tỏa của ánh sáng từ tâm phát đi từ những hành động quả cảm bi thương của các cô giáo anh hùng trường tiểu học Sandy Hook.

Ôi những thiên thần nhỏ. Ôi những Bồ Tát vừa thành. Đêm nay trên trời có thêm những vì sao sáng nhất mang tên Người. Ánh sáng của Chân Thiện Mỹ tỏa ra từ Người sẽ là chiếc thuyền Noah đưa chúng ta thoát khỏi cơn hồng thủy của bóng tối.

Trong đêm tôi, có tiếng động lắt lay của giọt nến cháy, khóc cho giấc mơ nhân tâm, và hướng về lung linh...

Santa Ana, 18 Tháng 12 năm 2012

Rất tình cờ, trong thời gian đang làm việc tôi đọc được bài thơ Hai Mươi Thiên Thần Mỹ của nhà thơ Nguyễn Tiến Đức, trên tôi nói đến cái chết của những cô giáo, bài thơ này nhắc đến 20 em học sinh mà cái chết đã làm rúng động lòng người, lời thơ cảm động, lặng lẽ, xin mượn ghi vào đây cho trọn vẹn cảm xúc trước thảm sát NewTown.

Ô này bạn có thể thấy không
Trong đêm cùng thẳm
Trong đêm an bình
Trong đêm thánh thiện của nước Mỹ

Hai mươi giọt nước mắt
Rơi từ thiên đỉnh
Thay cho 50 ngôi sao lấp lánh
Trên những lá cờ buồn treo rủ
Từ Connecticut
Từ Washington, D.C.
Tới những sa mạc hoang vu
Từ bờ đông sang tây nước Mỹ

Ô này bạn có thể thấy không
Ngón tay trỏ của Tổng Thống Obama
Ngón tay trỏ để chỉ huy cả triệu quân binh
Giờ đây chỉ để chậm nước mắt
Cùng với trái tim vỡ tan của ông

Ô này bạn có thể thấy không
Những ngọn bạch lạp chập chờn
Đang được thắp lên cùng hai mươi cây Noel
Cùng với cánh thiên thần đã gãy treo trên cột
Ở Sandy Hook Elementary School

Những ngọn bạch lạp chập chờn
Đang được thắp lên
Cùng với những vòng hoa tang hồng trắng
Cùng với những hồi chuông chiêu hồn
Trong những giáo đường
Cho những sinh linh
Bé bỏng vô tội và đẹp nhất nước Mỹ
Bị thảm sát ở Thành Phố Mới
Sau bình minh

Nguyễn Tiến Đức
4 tháng 1 năm 2013

VÀ, TIẾNG CHUÔNG REO MÙA XUÂN

Cuối mùa xuân 2013, có một tiếng động, không, tiếng chuông reo, ấm lòng người đang xơ xác trên đống hoang tàn sau cơn lốc ở Oklahoma, tiếng chuông theo một cành hoa mạnh mẽ dũng cảm từ bi tỏa hương bay xa. Như một hạt mầm quí báu trong trời đất này mà mong vô cùng có con gió nhân duyên cho nó sinh sôi lan tỏa để trần gian tràn đầy ánh sáng và như thế con trẻ chúng ta được lớn lên trong sự tin cậy rằng chúng sẽ luôn được bảo vệ.

Cành hoa ấy, tiếng chuông ấy, là Jennifer Đoàn, một cô giáo gốc Việt, đã dùng thân mình, dù đang mang thai, để che chở cho học sinh trong cơn bão lốc kinh hoàng xảy ra ở Oklahoma ngày 20.5.2013 vừa rồi.

Theo tin tức, cô đang cùng 11 em lớp 3 đứng ở hành lang trường tiểu học Plaza Tower, tại thị trấn Moore, ngoại ô thành phố Oklahoma, thì cơn lốc ập tới với sức gió 320km /h, trong khoảnh khắc nguy nan ấy, cô đã ôm lấy học sinh của mình. Sau đó toán cấp cứu đã tìm được cô cùng các em trong đống đổ nát, họ nói đã vô cùng bất ngờ và cảm động khi chứng kiến có hai em sống sót dưới vòng tay và thân che chở của cô. Cô bị rạn xương ức cùng cột sống và may mắn là thai nhi bình yên. Từ đó lan truyền đi, tin tức của một anh hùng. Cô Đoàn đã thuật lại với phóng viên đài CBS News, *"tôi nói lũ trẻ nằm xuống, lúc đó không hề có ánh sáng và chúng đã bắt đầu hoảng sợ, tôi để tay lên những học sinh gần tôi và nhìn lên cửa, trấn an các em rằng chúng sẽ vượt qua..."*

Hiệu trưởng trường Plaza Towers cho biết, 7 trong số học sinh cùng ở chỗ cô Đoàn đã thiệt mạng, và hai em dưới vòng tay cô đã thoát nạn. Một bạn của cô đã nói rằng, việc cô thoát chết là "thần kỳ". Trên trang mạng xã hội facebook, các bạn đã kêu gọi "Praying for Jennifer Doan" và giúp đỡ cô trả những chi phí y tế. (tổng hợp tin)

Nước mắt tôi đang rơi không phải để khóc mà để hân thưởng nhịp tim đẹp đẽ mà những đóa hoa bồ tát kia đã dâng hiến cho cuộc sống này.

Santa Ana, Tháng 6.2013

MÙA XUÂN LÓT Ổ

Mùa xuân không thể thiếu tình yêu,
mùa chim làm tổ mùa người lót ổ...
(Huuluan123-vnphoto.net)

Vào thời gian còn ít ỏi của mùa đông, mưa đến và đi rất nhanh, tôi vẫn thường để hé chút cửa sổ để bất ngờ khi mưa đến có thể nghe tiếng rơi của nó trên mái nhà, nếu nó đến vào ban đêm thì thật là nao núng giấc ngủ, giật mình với cảm khoái mơ màng trong tiếng mưa xa. Một đêm có mưa và lạnh, tôi ngưng làm việc, ngước nhìn tấm lịch, mắt như bị giật ra khỏi cơn buồn ngủ bởi cái chữ Spring equinox trong ô số 20 của tháng 3... Ô, thế cơn mưa ngoài kia là lời chia tay của mùa đông đấy ư. Hay là cái rung chuông nũng nịu của xuân đang mấp mé cuối chân trời?

Tôi khoác áo lạnh bước ra thềm, hương ban đêm ngất trong, mưa vừa rào rào đây thôi, bây giờ đã là tiếng rơi không âm thanh, thềm mưa như tờ giấy thấm loang lổ dưới ánh đèn mờ nhạt trên hiên. Lắng nghe trong khí lạnh ướt xem có chút gì xao động của hơi xuân chăng. Ngày mai nó đã thực sự mở cánh cửa thời gian để bước vào nhịp sống của chúng ta rồi. Và trong thân thể trẻ trung của cây, của người, những mầm tươi lại tiếp tục nẩy chồi kết nụ để tận hưởng được hết tinh túy tử sinh đất trời. Sẽ đồng hành cùng với xuân cái khí hừng hực của những tế bào đang sinh sôi nẩy nở. Hãy sống và thật trọn vẹn nhé, những non tươi.

Đã gần nửa đêm. Uống một ly sữa nóng cho ấm đường dẫn vào giấc ngủ có nhắn nhe tiếng mưa cuối mùa...

Và ngày mai tôi sẽ nhen lửa từ ngọn nắng non nhất để thắp ngọn nến mừng mùa xuân.

Thế mà lại dậy hơi muộn. Ngày đầu tiên của mùa xuân. Nghe nói trời lúc sớm mù mù như muốn mưa. Bây giờ nắng tràn trề màu hổ phách, cũng ngang bằng màu ly nước trà tôi đang cầm trên tay. Sao không gọi tôi thức sớm hơn để được đón bước chân đạp đất của mùa xuân, tôi đang lách chách thế thì người bạn đời bảo, nói nhiều quá làm con chim nó hết hót rồi. Vậy đó, chứ cặp uyên ương nào rủ nhau ngày đầu xuân xây tổ rù rì, và tiếng hót tôi thì chả phải là đã được chắt chiu nghe? Bây giờ thì phải, yên đi, nghe chim nó đang hót kìa. Đã tự bao giờ mình thôi là sơn ca đấy nhỉ.

Thôi nhé, không chết tế bào vui nào mà dòng máu xuân đang chuyên chở trong tôi đâu. Cõi mộng xa đang mở ra những cánh cửa đấy thôi, hồi tưởng, ước mơ, để xem, thuận ý cánh cửa nào. Gió đang thổi và nắng đang sôi…

Lại đến sinh nhật daffodil vàng rồi, có một đóa xa, xưa như tiền kiếp đã nở trong vườn nhà tôi, và nói rằng, mầu vàng ấy bắt đầu một giấc mơ.

Cộng một lần nữa, sống thêm, mùa xuân của tiếng chuông đánh thức mỗi ban mai có mùi cà phê cao nguyên quê cũ, mùa xuân của tiếng đóng nhẹ cánh cửa buổi tối cất riêng lời cầu nguyện. Là chút thời khắc thôi mà khiến mình bỏ nhịp tim vào xao xuyến cùng nó.

Hóa ra mùa xuân là thế. Cả tuần này mọi thứ của trời đất, con người, cứ rạo rực lên theo tiết háo hức xuân phân. Từng đường hoa vẽ lên trước mỗi sân nhà, ong bay rộn rịp, chúng tới ăn rồi "to go" về nữa, tha hồ mà trữ đầy kho. Và bướm. Những cánh trắng nhỏ, nhẹ reo những nốt nhạc nhịp nhàng trên khuông nắng.

Nốt cao nhất là đây, bên thềm nhà tôi có thêm cư dân mới. Cặp chim cu gáy rủ nhau về lót ổ dưới mái cổng, chị chim mẹ nằm im trong tổ, và anh chim bố thì bay tới bay lui tất bật, cái bận rộn của anh chồng biết rõ bổn phận mình, trong từng sợi cỏ khô ngậm trên miệng về lót ổ cho nàng. Thật diễm tình là chuyện uyên ương đôi lứa. Sau những ngày theo dõi, tôi thấy cả đôi chim đều cùng ấp trứng, không riêng gì chim mẹ, vì thấy một con bay về thì con đang nằm ấp trứng trong tổ bay đi.

Thành ra mỗi sáng, trước khi bắt đầu những việc thường ngày, chúng tôi ra thăm chừng tổ chim trước. Từng ngày, bố mẹ chim vẫn thay nhau yên lặng ấp trứng, tôi có chụp hình, nhưng sợ động đến việc ấp trứng của chúng, nên những hình tôi chụp không được rõ nét lắm, mà cũng bởi chiếc máy hình nhỏ, tay chụp lại không nhà nghề. Nhớ không lâu, lần đầu thấy tổ hummingbird, tôi đã kê máy hình sát vào chụp, thế mà con chim mẹ vẫn bất động, giờ nghĩ lại thấy ân hận, chắc lúc ấy có lẽ nó sợ lắm nhưng vì con mà chịu đựng. Nên lần này, dành yên lặng hết mức có thể để bố mẹ chim được yên tâm, chúng tôi không đi phía đó nữa mà đi cổng sau, tưới cây cũng thận trọng, lỡ có đi ngang thì rón rén (như ngày xưa đi ngang giường mẹ vào buổi trưa sợ mẹ thức dậy, thì bị tóm ngay vào để ngủ trưa).

Thềm mobile home, vừa đủ rộng để chúng tôi tận hưởng không gian riêng mình và trời đất chung quanh, cùng gia đình chim bên mái thềm.

Lúc này trong nhà tôi lại xảy ra vụ mối. Phải chùm mền cái nhà để diệt mối. *Không được đâu*, tôi la lên, *chim con chưa nở*. Vì cái tổ ở dưới cổng dính vào khối nhà nên chùm là phải phủ cả mái cổng. Mọi người trong nhà đều đồng ý hoãn lại, cậu con út cũng rất vui vì điều ấy, mỗi khi đi đâu về, lại hỏi tôi, *chim con nở chưa mẹ*. Mà hình như tôi muốn điều đó kéo dài, vì nỗi đợi một tin vui chắc chắn sẽ đến làm lòng mình nôn nả khác thường. Như thể chiếc bánh ngon, giữ mãi không muốn ăn. Để ngâm ngắm cảm giác chờ.

Ngày đã sang tháng 4. Trời đã ấm lên nhiều. Không nhớ chính xác là chim ấp trứng bao lâu. Chắc hơn hai tuần rồi. Một đêm có mưa. Tôi ra thăm, cặp chim chọn nơi nằm cứ thật chính xác, lá phủ kín thế chắc mưa không tạt vào được. Yên lòng, tôi vào ngủ. Nghĩ cũng vui, cả nhà đang cùng có một quan tâm, và rất ý hợp tâm đầu về chuyện liên quan đến nhà chim. Manh nha một nỗi buồn trong tôi, nếu chim non nở rồi chúng sẽ bỏ đi, đâu biết để lại nơi này nỗi trống vắng khi nhìn chiếc tổ nhỏ đã một lúc ấm hơi thở của tình gia đình, không riêng gì của chúng.

Một tối, chưa khuya lắm, tôi nghe tiếng chim ú...ú ngoài thềm, tôi vội chạy ra, đêm rồi sao nó còn kêu vậy. Có tiếng soạt soạt nhỏ phía tổ chim, như tiếng lá quệt nhau. Yên tâm, tôi vào ngủ. Sáng hôm sau, lại thăm chừng, tôi nhìn lên, thấy chim mẹ đang xoay xoay liên tục. Chồng tôi nhìn lên, và nói nhỏ - *có chim con rồi! hai con!- - bắc dùm mình cái ghế, mau lên* - tôi nói cuống quít, và, ô tôi thấy cái đầu màu xám ướt..., sợ làm ồn chúng, tôi rón rén đi xa cái tổ. Tiếng cười lúc ấy là vui sướng nhẹ nhõm. Sự sinh nở, là thông điệp tuyệt nhất về sự mới mẻ của điều đầu tiên. Một tiếng khóc vừa lọt lòng mẹ. Một chồi non vừa nhú. Một mặt trời nõn hồng vừa trồi lên mặt biển đầu ngày.

Chồng tôi cũng đã canh chụp được hình bố mẹ con nhà chim. Khi chúng tôi đang mải mê xem cái hình thì nhận được điện thoại bên nhà, báo tin con dâu tôi vừa mổ, sinh một bé trai! Chúng tôi cười vang, tuyệt vời quá. Muốn nhảy cẫng lên. Cùng ngày với hai con chim non vừa nở bên mái cổng. Ngay lúc đó con trai ở Los cũng gọi, - *mẹ, chị Hạnh sinh rồi đó.* - *mẹ vừa biết đây, mà con biết không hai con chim non nhà mình cũng ra đời đấy.* - *Vậy ạ, vui thiệt há.* Tôi nghe tiếng cười của con trai. Chia sẻ làm sao! Cái khí lạnh đông tan ra, ngọn núi xanh mềm dưới nắng hứng trọn mùa xuân vừa đến. Tôi những muốn bế đôi chim non kia vào bàn tay ấm.

Đêm, kéo chăn lên ngang miệng, thấy mình tràn đầy xúc cảm. Tôi muốn hát một lời ru. Ru cháu bé trai giấc ngủ đầu tiên, giấc ngủ lòng mẹ ấp ưu. Ru cho những cánh chim thân yêu bên mái thềm sẽ ở mãi trong tổ ấm hương gia đình ấy. Ru nồng nàn mùa xuân về lót ổ những lời thơ hạnh phúc. Cho mái ấm kia...

Lót ổ xây tổ ấm, lót ổ để chào con ra đời của mọi động vật, người nữa, tôi cũng muốn dùng hình ảnh ấy tượng trưng cho bất cứ sửa soạn nào với ý đón chờ một điềm lành. Thiêng liêng nào hơn sự sinh nở. Cái gì quấn quít hơn đôi bạn tình rủ nhau xây mái ấm. Và còn ơn huệ nào hơn mùa xuân là tổ nuôi muôn ý thơ trên đời? Hình ảnh ấy đối với tôi, đáng giá đến thế, nên thơ biết là chừng nào, mà khi tôi nói cùng Vy, tôi đang viết một tản văn Mùa Xuân Lót Ổ, bạn cười bảo, *cái tựa cải lương*. Không sao, chả phải các bạn trẻ khi tán tỉnh nhau đã đùa, có cải lương nó mới tới, đó sao.

Nhân đây, tôi trích một đoạn rất cảm động về chuyện lót ổ của một loài chim, chuyện thần thoại trong sách học sinh lớp 3 ở Việt Nam, bạn xem thử có cải lương không nghe,

...“Chim Thiên Đường bắt đầu lót ổ cho mùa đông sắp đến. Mỗi khi tìm được chiếc lá đẹp, các bạn... ngỏ lời xin, Thiên Đường đều vui vẻ tặng lại. Lâu lắm, Thiên Đường mới tìm được cụm cỏ mật khô vàng như màu nắng, về qua tổ Mai Hoa, thấy bạn ốm, tổ tuềnh toàng, Thiên Đường gài cụm cỏ che gió cho bạn. Rồi Thiên Đường lấy mỏ rứt từng túm lông mịn trên ngực mình, lót ổ cho Mai Hoa (việc này làm tôi ưng ức cả tim).
... Mùa đông đã đến. Những cơn gió lạnh buốt thổi vào chiếc tổ sơ sài của Thiên Đường. Nó loay hoay sửa lại tổ, che kín được mặt này thì mặt kia lại trống hoác. Bộ lông màu nâu nhạt của Thiên Đường xơ xác...
Chèo Bẻo bay ngang trông thấy thế vội báo cho bạn bè biết. Sáo Đen, Gõ Kiến, Mai Hoa, Bói Cá... bay ngay đến sửa lại tổ giúp Thiên Đường... chẳng mấy chốc Thiên Đường đã có một chiếc tổ rất đẹp. Chèo Bẻo chợt nảy ra một ý định và đem bàn với các bạn, ...và được tán thưởng.
Lập tức, mỗi chú chim rứt trên bộ lông của mình một chiếc lông quý: chiếc màu đỏ thắm, chiếc màu xanh cánh trả, chiếc màu vàng tươi, chiếc đen tuyền..., gom lại thành một chiếc áo đem tặng Thiên Đường. Từ đó, chim Thiên Đường có một bộ lông nhiều màu rực rỡ, vật kỷ niệm đầy ý nghĩa của tình bè bạn.”
(Trần Hoài Dương.Violet.vn)

Tôi tin vào cái Đẹp trong chuyện thần thoại, những lý giải trong cổ tích, thần thoại luôn hợp với "ở hiền gặp lành" nói lên khát khao của con người vươn tới cái đẹp, cái thiện, để cuộc sống tốt lành hơn. Xin các bà mẹ trẻ, mỗi tối nhớ đọc cho con mình nghe những chuyện cổ tích, hát ru những lời ca đẹp, đó là hạt mầm nuôi tâm hồn hướng về Chân Thiện Mỹ. Tôi nghĩ thế.

Hai bé chim vừa mở mắt trong tổ rơm dưới mái cổng nhà tôi để thấy bầu trời xanh trong hơi ấm của lòng mẹ, và, *Khánh ơi, cháu cũng đang ngủ no trong ổ rơm chắt chiu của bố mẹ, những sợi rơm vàng tươm mật chúc phúc của bà mụ mùa xuân, từ nơi đó cháu sẽ được cấy từng ngày lớn lên, tin yêu và mạnh mẽ.*

Tôi mơ màng những cọng gió đang kết thành những sợi tơ lót ổ một mùa non xanh giấc mơ trong dòng thời gian. Và không có cơn bão nào làm kinh động giấc mơ đang cắn vỏ để sống với mặt trời mùa xuân...

*

Bạn ơi, biết không, chừng tuần sau đó, thật lạ lùng, bố mẹ chim mỗi sáng thường đem hai đứa con để lên bàn nơi tôi ngồi uống cà phê sáng rồi chúng bay đi, hai con chim non nằm yên mãi tới khi bố hay mẹ chúng quay về, và đem trở lại tổ. Tôi chụp rất nhiều hình cảnh này. Không phải một lần đâu, gần như là cho tới khi hai con chim non tự lộp độp nhảy trên thềm và chập chững bay, tôi mắc cười quá khi nghĩ mình đang baby-sit cho cặp chim bố mẹ "thông minh" biết là không phải giao trứng cho ác này, lúc ấy luôn có một con mèo to đứng dưới bực thềm và ngóng mắt về phía tổ chim, tôi cứ phải trông chừng và dọa đuổi con mèo đi.

Mãi tới khi chúng thực sự bỏ tổ, thì nhà chúng tôi mới chùm mền diệt mối. Chúng tôi buồn như một gia đình láng giềng thân thiết vừa dọn đi xa.

Santa Ana, Tháng 4.2013
Viết cho Quý Khánh

BẤT CHỢT
THƠ NGUYỄN XUÂN THIỆP. VÀ GIÓ...

... Gió thổi chiều xanh trôi với nắng...

(Nguyễn Xuân Thiệp)

Gió, hiểu theo hiện tượng của thiên nhiên, là sự chuyển động của không khí. Chim nhờ gió mà bay, lượn. Biển kia nếu không có gió sẽ chẳng có sóng. Sóng xanh non làm nên đường viền đẹp đẽ cho những bờ cát, sóng bạc đầu để con người biết cái bé nhỏ của mình trước bao la. Hoa nhờ gió mà biết chỗ đa tình gieo phấn. Diều nương gió mà cao, càng cao vẽ tầm nhìn càng bay bổng. Và kia, bóng bay trong gió. Nó đã mang theo bao ước mơ thơ dại?

Gió cũng tung ra những cơn bão. Và sự tàn phá của nó thật khủng khiếp. Dường như cho cân xứng với những ích lợi, đẹp đẽ mà nó đã mang lại.

Tôi nói về mặt khoa học của gió một chút chỉ vì tôi muốn chạm đến mặt kia, mặt dội lên tâm linh con người, từ gió. Những tai ương trong đời người được ẩn dụ bằng hình ảnh của sóng và gió, phong ba, phong trần, phong sương... tất tất đều có âm thanh của gió. Phết lên hình ảnh của gió, của bụi là thấy ngay những trôi dạt, oán khúc kiếp người, những phai phôi của thời gian.

Trong văn chương, gió là cung đàn ảo diệu. Tùy theo sự cảm thụ và nhắn gửi của tác giả thế nào thì gió lộng lẫy âm thanh tâm cảnh thế ấy. Thật là vi vu huyễn mộng. Cũng từ ảo hóa gió tôi như được thổi vào, cuốn theo, thơ Nguyễn Xuân

Thiệp (NXT). Cứ đọc lên những câu thơ, văn của ông, là nghe như có tiếng gió thổi giữa những con chữ, hắt vào lòng nỗi cô liêu. Thổi và thổi, thăm thẳm, cô đơn. Chan hòa nỗi một mình tôi nhìn ra những sắc màu tâm tư phản chiếu từ lăng kính cảm xúc trầm lặng ấy cùng với tiếng thâm u oan khốc của phận người trải qua những mùa gió tang thương của lịch sử. Những con chữ từ sâu thẳm trái tim bi cảm ấy nối vào nhau thành thơ. Tôi gọi thơ NXT là thơ Tình.

"Nếu chúng ta không có chữ tình thì ở đời không có việc gì để làm cả. Tình là linh hồn của đời sống, là ánh sáng của tinh tú, là nhịp điệu trong âm nhạc, thi ca, là cái tươi đẹp của hoa, là màu sắc của lông chim, là cái duyên dáng của đàn bà, và là sinh khí trong học vấn. Nhờ có tình mà lòng ta mới ấm áp, mới có đủ sinh lực để vui vẻ đối phó với cuộc đời... Tức cái tình của các tâm hồn nồng nàn, đại lượng và nghệ sĩ.*"(Lâm Ngữ Đường - LNĐ)

Tình, tôi muốn được hiểu theo nghĩa của LNĐ khi ông luận về 3 đức của *đại nhân*: theo Mạnh Tử đó là: Nhân, Trí, Dũng, LNĐ đã đổi thành: Tình, Trí, Dũng, và *"Một chữ Tình để duy trì thế giới, một chữ Tài để tô điểm càn khôn"* (Trương Trào**) và phải chăng Tài, - Thưa, Tài Hoa ấy - đã phổ được Tình vào văn chương chữ nghĩa của ông để bảng màu của Trời Đất Nhân Gian rực rỡ màu nhân ái, đẹp đẽ, lương thiện, điều mà con người trong thế giới ngày nay dần dần đánh mất nó, coi nhẹ nó? Thế nên.

Chúng ta quá cần thiết văn chương nghệ thuật trữ tình để phục sinh Chân Thiện Mỹ, để chói lọi cái đẹp của nhân tính xua tan đi bóng tối quỷ ma. Điều ấy tôi đã tìm được mỗi lần tôi đọc thơ NXT. Với cảm nhận riêng, thơ văn của NXT đã toát ra xán lạn một trong ba mỹ đức trên: Tình. Có Tình và, có Trí mới biện biệt được thiện ác nhân gian để sống chan hòa Tình. Có Dũng, mới can đảm bảo vệ, rao giảng Tình, và được sống có Tình. Phải hội đủ Tình Trí Dũng mới có thể làm thơ, được, như thế, trong cõi đời nhiều nhương vô cảm này.

Thưa Nhà Thơ, vậy là tôi có thể kết luận, cho tôi, để gọi ông, thưa đại nhân, (hay đại gia, như nhà nghiên cứu văn học

Vương Khải Vận nói *"chỉ một thiên tuyệt diệu, đủ xứng gọi là đại gia"****) ông phó thác cảm xúc mình ra sao để hòa âm nhịp đập đa cảm trái tim cùng chữ để có Thơ, thơ lai láng Tình?

Mạch ngầm dòng lặng buồn dội tiếng vực sâu. Sương móc gieo dưới mái hiên khuya nhẹ nhẹ mà làm đêm dằng dặc. Chậm chậm những hạt cát đong vô lượng thời gian. Tiếng chuông đã miên du sao còn mấp máy mấy tầng ngọn cỏ. Một thở dài ngọn gió tây mà chân mây cuối trời linh cảm. Dưới cái nhìn, nghe, thấy, cảm, chữ bật ra đẫm Tình, NXT đã tượng nên phong cách đẹp nhất của nghệ sĩ, của Thơ, phong cách Trữ Tình.

Thơ văn Trữ Tình, tôi lại rất thích hiểu theo LNĐ là: biểu hiện những quan niệm hoàn toàn cá nhân. Với trữ tình NXT, hình ảnh và chữ mang hồn phách của Đẹp, không, tôi muốn dùng chữ diễm lệ, đẹp, buồn và thơ.

Gió nghe được giữa những con chữ ấy là gió mùa thu, tôi cho thế, vì gió mùa thu là gió chuyên chở được tâm khí hiu hắt, nùng diễm, nồng nàn nhất của nghệ sĩ. Nó vây phủ quanh ta cõi tự do cần thiết gọi là cô đơn, nạp thêm năng lượng cho ta bương chải cõi tồn sinh.

Khí thơ NXT là khí của tịch lặng, thâm viễn u u (chữ ai tự nhiên đến với tôi?) Ý thơ uyên áo, nhịp thơ không bổng trầm lối cũ, tất cả, là hấp lực của dòng thơ này, theo tôi. Và để cảm thụ cho hết nỗi tịch tĩnh trong thơ ấy, cũng phải có lòng và cảnh (tôi không nói đến trí thức) tương ứng. Muốn đọc thơ NXT dường như phải giống như người xưa chơi đàn cầm, nghe nói muốn gảy đàn cổ này, tâm phải thật lặng tiếng đàn mới tỏ. Lại cũng thấy rất hợp với câu nói của Trương Trào, *"Thơ và văn được như cái khí mùa thu thì là hay."*

Nghe được hết cái khí mùa thu: ... *tiếng mùa. hốt gió. rắc ly tan,* trước cơn lốc thời đại, hốt gió, một thảng thốt, mà con chữ thì lại nối vào nhau bởi âm điệu lắng buồn như tiếng thở dài. Con người trước những biến cố của lịch sử, như bèo bọt, chúng ta dường như chỉ nghe được hết những số phận bé mọn ấy qua thơ văn, tranh ảnh thuần khí trữ tình của những tác giả thời đại đó, chúng có giá trị hiện thực và nhân bản gấp nhiều lần những trang giáo khoa sử. Bạn sẽ thử hỏi, tại sao, nương cày, và mặt đất lại hoang vu?

thời đại xây trên lòng quá khứ
tiếng mùa. hốt gió. rắc ly tan
này em. nhìn lại nương cày cũ
mặt đất. âm u. bặt tiếng đàn

(Nhịp Bước Mùa Thu, 1954)

Tâm tôi đang thu, nhịp tim tôi đang đập theo vọng âm những chấm đèn lay lắt bước chân người tù xa xứ, hút vào tấm màn mưa, trong đêm (thời gian hôn ám?) như thể đang tan vào đường chỉ biên giới của sống chết,

đêm đưa ta lên miền bắc
với những chấm đèn trong mưa
một đi. bóng nhà xa khuất
còn nghe đôi ngọn gió thu

bạn có bị bối rối trước khí nhạc buồn áo não đẹp thê lương của 4 câu thơ trên? Tôi thì, thúc thủ. Nên tôi, *mệt quá đôi chân này, tìm đến chiếc ghế nghỉ ngơi…* (TCS)

Thì tình cờ xem được bài viết của tác giả Phan thị Như Ngọc, Tôi Cùng Gió Mùa Đã Về Cố Thổ, trong đó có câu làm tôi giật mình *"gió trời là sự chuyển động của không khí,"* chết cha, mình bị giống rồi, vậy là mình phải bỏ đoạn vô bài sao, khó cho mình, cái bắt đầu bài văn bài thơ mà nó đúng ý đúng nhịp trơn tru thì viết sẽ như dòng sông chảy. Tôi đắn đo mãi, chưa tìm được cái nhập đề nào thích ý hơn, phần cũng muốn giữ cái tình cảm tức thì của mình lúc đó nên không muốn sửa lại, dù có thể sửa lại biết đâu hay hơn (nội chuyện này đã làm tôi khựng viết bao ngày). Nên đành phải đôi lời phân bua với tác giả Phan Thị Như Ngọc.

Nếu bạn biết Thơ đối với tôi là đền đài, mỗi con chữ thơ là mỗi hành hương để yết bái nó, thì tôi xin thề trên những con chữ tôi đã viết, rằng thì là, ... dặm dài chữ nghĩa ơi, ngẫm ra cũng vì, tiếng chuông trên núi của ông nhà văn nhà thơ NXT gióng lên kia đã gặp giờ duyên nợ tiếng gió hòa âm, và tiếng gió hai ta va nhau ở một giai điệu tình cờ. Thế nhé. Ở cõi văn chương có thêm, hơn một, tri âm thì đã chẳng diễm phúc hơn Bá Nha Tử Kỳ, thưa Phan Thị Như Ngọc?

Gió thổi chiều xanh trôi với nắng... câu thơ theo tôi suốt mấy chiều, câu thơ đẩy tôi lửng lơ mấy chiều. Mới chợt thấy sức mạnh của chữ thơ, hai động-từ-thơ *thổi* và *trôi* trong 7 chữ mà dựng nên một cõi phiêu diêu trời đất, thổi trôi đi đâu, vô cùng hay đáy con ngươi buồn thẳm của người thơ? Nghe như va chạm, mong manh và vĩnh cửu. Chao ôi, huyết mạch của thiên thu đấy ư?

Nhớ, nhà thơ Joseph Huỳnh Văn có nói đại ý, có rất nhiều chữ, nhưng rất khó để có chữ thành thơ, tôi nói, gần như mỗi chữ trong thơ NXT là chữ thơ, chữ tình. Nhạc trong thơ ấy là giao thoa giữa âm thanh tâm tư và nhịp đi bốn mùa trời đất, gió bụi trần gian. Và là châu báu, vì Chữ Thơ ấy được bung ra từ bệ phóng của Cảm Xúc Thực.

Tôi lấy được tinh túy cảm-xúc-thơ từ thơ NXT như thế nào tùy theo cảm xúc, kinh nghiệm chủ quan của tôi, mà thưa thốt cùng người đồng điệu, như thế cũng dễ mà cười xòa cho tấm lòng ngưỡng mộ của tôi với Thơ, phải không, thưa bạn đang đọc những lời này? Cũng với cảm tính ấy, tôi thấy mình là con gió nhỏ mơ màng giữa mùa gió, gió thu, gió thơ, ấy.

Tiếng ai trên thềm nhà cố xứ?... nhà ai. phơi áo. ngoài hiên gió / nắng tắt trưa qua. lạnh bến chờ..., mọi người thì sao chứ tôi biết chắc nhà thơ, và cả tôi, ngọn gió thổi qua tấm áo phơi (của mẹ, của vợ, của chồng, của người yêu) bên hiên nhà hiu nắng là ngọn gió níu hoài bước chân người ly hương. Bảy tiếng nhẹ, chậm, rất cần những dấu chấm này, nó là những dấu chấm của cảm xúc, tôi cũng đồng ý với nhà thơ Trần Văn Nam khi nói " thơ của NXT áp dụng nhiều - dấu chấm thêm lượng thời gian - của Âm Nhạc làm cho thơ tự do của NXT huyền ảo mênh mang… " (Tạp Chí Thơ số 22)

Hiên gió nhà ai áo phơi kia… đẩy tôi về một buổi trưa nào xưa, hồi tôi ở tuổi 20, nằm võng, dưới gốc cau trong vườn nhà văn Lê Văn Siêu, có một tấm áo nâu bay trên dây phơi và tiếng chim tu hú trong nắng trưa thiu buồn tiếng gió, như tiếng về của người vợ nhà văn nằm dưới nấm mộ trong vườn…

Và đây nữa,… *hương tóc bay sang. chiều vời vợi…* một chấp chới hương thế thôi mà vô hạn chiều của vô biên thời gian, tấm khiên che chắn người qua những cơn giông rền mặt đất…? Theo gió u hoài, lọt vào "song the" một mùa sương phụ, chăng?

này em. chưa đan xong chiếc khăn quàng cổ
thì gió mùa đêm nay đã đến đầy phòng
thổi rung liếp cửa...

chữ *rung* nghe đến lao chao. Có gì lay động theo con gió, phải bóng đợi chờ? sao tôi cứ nghĩ sau đó là biệt ly…

giữa khuya. nằm nghe tiếng ếch
trôi về từ một bãi sông
gió thu. thổi bùng liếp cửa
bên tai ngỡ giục trống đồng

bùng, cơn gió thốc của thời cuộc đã chọc thủng những cánh liếp đang khép bình yên? Hai chữ *rung* và *bùng* này thiệt là đắc địa trong cảnh của nó, tôi đã thốt lên như thế, khi con gió Santa Ana đang giật liên hồi những cành cây ngoài cửa sổ. Trời đang đông. Và tôi đang có một chỗ yên ấm đọc những lời thơ đem tôi về một thời quá khứ đầy biến động của tác giả. Đó là niềm vui trong ngày (có thể thêm vào 33 lúc vui của Kim Thánh Thán đời xưa).

GIÓ-TÂM-TƯ NGƯỜI TÙ XA XỨ,

Trong hoài vọng, *"gọi đêm về / cơn gió đêm. nồng mùi đậu phụng rang. và phở nóng"* nghe muốn thở dài… gió đêm mang mùi đậu phụng rang và phở nóng. Và thương khó một nỗi là

hương no ấm ấy người tù đói nhớ cồn cào qua gió, trên chiếc
võng mơ, trên cành ảo tưởng,

... chiều nay vác cây củi ướt. đi trong mưa. về qua xóm nhỏ mơ
ngọn lửa bếp nghèo...
... câu chuyện thần tiên bên bếp lửa
đâu ngờ. trở lại. chiều nay. với tôi. người tù xa xứ...
... qua mưa. thấy đời như miếng kẹo gương
qua mưa. thấy đời. như mâm xôi chín ủng...

giữa bao tử và cái đầu cũng có sự đổi trao gieo cấy nhân quả
để chữ nghĩa được mùa, tôi rất thích hình ảnh tỉ dụ trong hai
câu thơ này, hiện thực cái nhìn của kẻ tù đói thấy đời là miếng
kẹo gương dòn rụm, là mâm xôi chín ủng, *chắc là xôi gấc*, lại
gặp gỡ một triết lý xót xa, mưa tan và miếng kẹo gương đời
cũng vỡ, mộng tưởng mà thôi, cuộc đời ta, và chín ủng mâm
xôi kia có phải cũng là ảo ảnh mặt trời tự do cuối chân trời?
Dẫu sao, mộng tưởng, ảo ảnh, đôi khi là chiếc cánh giúp ta đỡ
mòn mỏi tuyệt vọng.

Có nơi như vầy trong trần gian. Ai, khúc gỗ mục nằm dưới
đất sâu nghe vọng buồn tiếng trời sụp mưa dâng, tiếng đưa
tang buồn vó ngựa? Sao tác giả lại có thể hòa âm được chữ,
hình ảnh, nhạc và tâm tư thê lương đến vậy,

có đêm. sụp trời. mưa lớn
nghe trăm cổ ngựa qua cầu
tưởng như những loài nấm đỏ
mọc trên thớ gỗ mục sầu

4 câu, vẽ tận cùng cảnh, kẻ đang *"lưu thân đi trong trời đất /*
áo quần như gã hề điên / tóc râu dựng bờm cổ thụ / cõi người.
chợt lạ. chợt quen" hào sảng hình ảnh gã hề điên dựng bờm
cổ thụ.

Và có phải, nhờ những chiếc cầu này mà người tù đã đi
qua cơn lưu đày,

... mai về
tắm mát dưới trận mưa quê nhà

ăn bát canh hoa lý
... nhắm mắt. thấy sông hằng. trải lụa...
... mưa ở đây. như mưa. trong rừng trúc
mưa ở đây. như mưa ở quê nhà...
... sao cái chết vẫn gần bên sự sống
bát canh chiều. thoang thoảng vị chiêm bao...

nghe hiền nhân nhắm mắt thấy sông hằng trải lụa. Quả là những chiếc cầu tình người. Mỗi hiền giả, nghệ sĩ, nói chung, đều có những điểm tựa dịu dàng riêng của mình để vượt qua kiếp nạn, nếu không, hẳn là chúng ta đã không được đọc A. Solzhenitsyn, B.Pasternak, ... những con người đã trải tận cùng số phận.

Chả vậy mà suốt cánh đồng đời người mỏi mắt mỏi lòng một chân trời bình yên, theo nhà thơ, đó là cõi tim nhân ái,

... xin hỏi đất. và hỏi thầm hoa cỏ
hỏi giọt mưa. đã rớt xuống khu vườn
trong gỗ mục. có chồi lên đọt lá
trong tim người. có tiếng nói nào không...

... ta đi bao năm không hề gặp
đời quạnh hiu. tiếng gió qua đồng

đi trong chiều gió ngược
nhìn lại ta
người cùng khổ. kẻ cùng đường.
trên mặt đất mênh mông

thấy miết miết đi. Thấy ngác ngơ một cõi đồng không. Bước độc hành ngược gió. Chạm vào nỗi riêng của tôi, trên con đường hò hẹn còn tội quá sợi tóc quay lại hoài mong... ôi, ai...

Có ngọn đồi nào giữ được cánh mây này đừng trôi đi? *những ngọn buồn. gió thổi / anh làm mây. trên đồi...*
Và Anh làm cuộc hành hương, qua đời mình, qua những con đường quê hương thăng trầm sử lịch.

... trong cuộc hành hương. về nơi bình minh ẩn náu. cuộc đi nối tiếp những con đường từ bóng tối...

... hỡi gió mùa. đã đến trong cây
đã nói cùng với lá
rằng ta yêu nỗi cùng khổ của kiếp người
cả những điều tuyệt vọng
rằng khắp nơi. trên mặt đất. mùa đông này thiếu lửa...
... hỡi gió mùa. đã thổi từ cội nguồn xa. tới cửa hiện thời thổi qua
những rặng núi. những dòng sông
những xóm làng. thành phố. quê hương tôi. đã đến đây chiều
nay gặp lại
trong ký ức âm u của đời tôi...
... đã có những cơn gió mùa thổi qua thành quách cũ
thấp thoáng bóng ngọn cờ
đã có cơn gió mùa thổi qua hàng hàng bia mộ
những mặt người thiên thu...

Cái tương ngộ trầm thống của gió đời thổi vào cõi rỗng rang tang thương của số phận con người. Ngậm ngùi là máu đã đổ quá nhiều vì niềm tin bị giành giật, cưỡng đoạt, áp chế.

... thổi qua những biên thùy. rào cản. những ước định của người.
những tâm hồn mê sảng. những mẩu da. những dòng nước mắt...

... hỡi gió mùa
giữa những bình minh. những hoàng hôn cười khóc ngươi đã
nghe gì thấy gì
từ trong thánh kinh và nam hoa kinh
và triệu triệu những trang kinh vàng óng
trên cây vô ưu. và cành nhân sinh
có con chim nào hót...

... gió mùa. thổi qua
thổi từ lịch sử của từng chủng tộc
tới nỗi riêng của mỗi phận người
trong cơn oan khốc...

Nếu có, xin bạn mở trang 35 đọc cho hết bài Tôi Cùng Gió Mùa của tập thơ cùng tên, để có thể cảm nhận hết bằng cảm xúc riêng. Cho tôi được trở về trong chiếc kén của mình và trả lời một cách ngây thơ mơ mộng theo cách của tôi, câu hỏi của nhà thơ... *có không một chỗ dừng chân / cho loài người. suốt cuộc hành trình. về nơi tĩnh lặng.* - Có đấy. Đó là nơi trái tim bao dung của con người. Và, hình như cũng là nơi người thốt lên lời hẹn, sau bao nhiêu tao tát trôi giạt của gió nhân thế,

... và anh. anh mang trái tim em
 trong trái tim đau. của mình. trên cành. gió...
... và anh sẽ tìm được bình yên trong bão tố
trong cánh tay em...,

dường như kim cổ, nơi xum vầy nhất, là nơi trú ngụ thương cảm ấy, cho dù có là đôi chút bình yên trong bão tố của cánh buồm Lermontov cũng đủ để nhà thơ nhìn mọi điều thăng trầm trong cõi gió mình là giấc mộng (bài Hồ Sơ Một Giấc Mộng- Thơ Nguyễn Xuân Thiệp).

Điều gì đưa nhà thơ đi qua đi qua, để cuối cùng, về... *một dốc sương. đỏ / của mầu đá ong / bia mộ khắc đề tên tôi?* và tôi chắc rằng sẽ có tri kỷ đem đến đấy một cây quỳ đẫm nắng gió quê nhà ngồi nghe thơ ru...

VÀ TRĂNG,

Không có ai dẫn đường, tôi nhờ vầng trăng chỉ lối. Và cứ như thế, đi qua đi qua những dặm trường... (NXT)

A. Vầng trăng. Trương Trào bàn *"dưới trăng nghe tiếng tụng kinh (hay chuông chùa) thì cái thú càng sâu xa; dưới trăng mà bàn về kiếm thuật thì can đảm càng tăng; dưới trăng mà bàn về thi thơ thì phong thái càng tĩnh; dưới trăng mà đối diện mĩ nhân thì tình ý càng nồng,... trăng tỏ nên ngửng nhìn trăng mờ nên cúi nhìn..."*

Thương cho cái thời của chúng ta, không còn được dưới ánh trăng thơ mộng của Trương Trào nữa rồi, nàng trăng bây giờ không được cái phần số bình yên đa tình huyền ảo cho Lý Bạch đối ẩm hay là một *"đóa hồng trăng /rào rạt nở khắp đồng khuya"* của Joseph Huỳnh Văn nữa, mà đã dọc đường gió bụi cùng, ít ra là với nhà thơ NXT.

Trên dặm trường ánh trăng ấy, bỗng rền âm u một vũng nước trời đất lộn nhào

về đâu. về đâu
ô. những câu thơ
đã đưa anh qua chiến tranh
và tù rạc
để tới đây
đêm nay. ngồi nghe tiếng sấm
vầng trăng. nhúng đầu trong vũng nước

Ngài Trương Trào, xin hãy nghe trăng của nhà thơ thời đại chúng tôi,

băng cánh đồng. trăng chết
tháng ba. về trên thành phố xưa
như lời ngụ ngôn. buồn. của gió
nắng tháng ba. vàng bạt mui xe
hành nhân. tóc râu. chín rộ
biển xa. sâu. như mây tần
thùy dương dậy. chiều tà. hung hãn

... ta đi trên đường biệt xứ
mang trong hồn. chút bóng đêm. và lửa nến xanh. của thành phố quê nhà
qua đây
như vệt trăng. qua miền đồng cỏ
nghe vi vu. biển gọi nguồn về
trùng khơi. ì ầm con nước động
lưng trời. lượng lượng. mưa sa

người đi mang vạt bóng đêm, hiu lạnh lửa nến xanh quê nhà, chỉ đủ làm nên một vệt trăng áo não trên đồng cỏ lưu đày.

Làm sao và hiếm hoi đến tội nghiệp ánh trăng cổ tích của người xưa, đáng lý có, để người thơ đời nay nối dài ánh trăng của nhịp sống thong thả, bình yên. Nhưng, với thiệt thời ấy, NXT đã làm ánh trăng hiện thực hơn.

... tất cả
đã theo anh
trên những chặng đường oan khốc
qua chiến tranh. máu. pha bùn lầy
qua tù rạc. những đói khổ.
của đồi vác đá. con đường đẩy xe cây
nhưng em ơi. những ngày rách rưới ấy. may thay.

thỉnh thoảng còn vầng trăng mọc sớm. sau đồi cỏ tía...

may thay. Đúng may thay, trời đất đã sinh ra nhà thơ, kẻ sĩ, nghệ sĩ và, trẻ thơ. Để chống đỡ với trục bên kia, trục ác.

Có phải bằng trái tim nghệ sĩ, nhà thơ NXT nhìn mọi điều qua tấm gương lọc ánh trăng (hay ngược lại?) để có được phong thái điềm tĩnh như người xưa đã nói? Đấy là chút công dụng của ánh trăng sót lại cho thời mà tất cả cửa địa ngục đều mở này, và nhà thơ của chúng ta nhờ có một trái tim mẫn cảm và cái nhìn của dòng sông im, đã hóa thân nó - dù là mảnh bóng soi đầm nước đi nữa - thành ánh sáng giữa cõi bụi bặm, tiếng của trăng, vừa hiện thực vừa trữ tình.

Vầng trăng thời biệt xứ... không ở trên trời, trăng bước đi phản ánh bước lưu đầy

ta thấy trăng soi đầm nước rộng
mùa thu. muà thu. im cành trơ
đêm tù. bạn đọc thơ đầu núi
tưởng chim rừng động ánh trăng xưa
... ta thấy vầng trăng quầng khóe mắt
chiêm khê. mùa thối. cánh đồng thưa

... vầng trăng nào đứng trên đầu dốc
dậy tiếng tù đóng ván giữa khuya
... nhìn qua đất rạn ta còn thấy
mảnh trăng trên đồi Golgotha

tôi thấy chập chùng những bóng người đang vác thập tự trong đêm, những bóng ma lùi lũi gùi bóng trăng khổ lụy để tìm một bóng mai.

Ánh trăng không phải là một thứ đồ chơi để ngẩng mặt hay cúi đầu ngắm, giờ ánh trăng xé ra lẫn vào cát bụi nghe những hồn thi thể nhập vào mình trôi buồn sông thu. Nước mắt tôi đọc những câu thơ khi vệt trăng lạnh này rùng xuyên qua cơ thể:

lều vắng. vệt trăng tìm lửa ấm
chốn hoang lang thang qua mổ gai
bằng hữu đem thân vùi cát bụi
tiếng tù và. động giấc bi ai
này nghe. nếp áo sông thu vỗ
hồn ơi hồn. nhập khúc trăng trôi

Ánh-Trăng-Quê-Nhà là Lá-Cờ mà nhà thơ đã phủ trên những nấm mồ gai ấy để vinh danh Người, ơi Người Tù đang ngủ giấc bi ai.

Xa hơn hoang liêu là cảnh gì? hơi nổi ốc khi liên tưởng vệt trăng lạnh đi tìm hơi ấm trong những thi thể vùi bụi cát, cõi ấm lạnh mồ gai,

đời rộng. ta nằm nghe hiu quạnh
tiếng tắc kè. gõ xuống ngói hư
tù trở giấc. đèn chong ngọn đỏ
thuở trăng qua trên nóc nhà mồ

vầng trăng đứng cuối đường ray. gió
những toa tầu. qua. khuất. lau thưa
thức trong cây. trái tim sầu úa
như trăng. người của thuở không nhà

nay dẫu đường đi đôi dặm khuất
trăng treo đầu ngõ. thấy quê nhà

Và. Tôi hiểu. Ánh trăng dẫn đường Người thơ đi qua con đường khổ nạn.

từ trong động ấy. giờ trăng mọc
ánh trăng. chảy vàng trăm cửa sông

ôi trời, tôi thấy mình chảy dài hoan lạc theo dải ánh sáng vàng trên dòng sông nhân ái này. Đẹp quá, chữ nhạc ảnh hình rung, lay, trì, níu, tâm tư ta. *ánh trăng chảy vàng trăm cửa sông,* cho tôi mường tưởng một hẹn hò rực rỡ sum vầy biển, ấm lòng mẹ, yên che vòng tay cha, và dịu dàng cánh tay người yêu… Ai là người yêu, hãy nghe,

này em. biết không
hiển hiện trong vùng tối
khung cửa sổ nhà em
nơi cư ngụ của một ý thơ trong suốt...

yêu chi mà đẹp mà thơ mà ân cần lãng mạn mà phó thác đến vậy. Bạn yêu kiều, nếu biết khung cửa sổ nhà bạn là nơi cư ngụ một ý thơ trong suốt của ai, thì bạn sẽ yêu như thế nào? đây là ánh trăng hồn nhiên mạnh mẽ nhất để bầu bạn người thơ trên những dặm trường.

mai về
tắm mát. dưới trận mưa quê nhà

... hết rồi. thời quỷ mị
đời hân hoan. gió gọi ta
hài cỏ. nón mơ. tay nải biếc
mai về
dưới trăng. hái một bông trà

... trăng cẩm thạch. biển trời chợt hiện
mây lìa đàn. bay đi. mây trôi
hạo ca. biển rạng ngời tan hợp
trăng bỏ neo thôi. hải phận người

hình ảnh rất lạ rất riêng và khơi gợi cảm xúc vừa đầm ấm vừa lẻ loi. Tôi biết vầng trăng bỏ neo nơi hải phận nồng nàn, nghệ sĩ, đại lượng ấy thì người có thêm sức mạnh đến thế nào để phổ những nỗi khổ đau cùng hạnh phúc con người vào thơ, cho dẫu,

ôi. giả sử mai đây. ta về lại. bên đời
dẫu chẳng còn ai biết đến ta. chẳng còn ai đợi cửa
thì trọn kiếp ta xin làm người nghệ sĩ rong chơi
đi đọc thơ ta. giữa những vùng bụi đỏ

Và phải chăng, cũng còn vì một lời hẹn, đốt ngọn lửa hồng, trong căn nhà gỗ, của giấc mơ thi sĩ... ? Nên, Thưa Nhà Thơ, tôi không cho ông (xin lỗi) *anh làm thơ. cho ngọn gió điên. cuốn bay đi. bay đi.* đâu, nó phải thổi tới nơi tối tăm nhất của tâm hồn con người để đánh thức những rung động con người. Tôi biết. Tôi tin. Nhờ đó, bên những khủng khiếp mà nhân loại đang gieo ra cho nhau, còn có thể cứu vãn thế giới này thoát khỏi hơi hôi tanh của ác tâm.

Thưa Nhà Thơ, còn thập tự để vác giữa cuộc rong chơi ấy, vì còn bên đời, vì bụi đỏ trần gian, và trên hết, vì là nghệ sĩ. Nghệ sĩ với tất cả yếu tính Tình Trí Dũng, thì còn phải rao giảng nhiều nhiều lần hơn để cho bóng ma quỷ ở thời đại này phải thối lui trước Nhân Tính, trước Chân Thiện Mỹ, để kiến tạo một Cõi Đẹp. Nghệ Sĩ và Nhà Thơ trên trần gian ơi, hãy để lời của Người bay đi với niềm tin đẹp đẽ ấy.

lệ sẽ khô. trong nắng tàn đông
máu sẽ khô. bên bờ tường cũ
người sẽ vui vì người đã đông
ta làm thơ. thơ đầy nắng sáng...

Và, Làm Thơ, như Nhà Thơ đã nói, ... *ôi tôi viết. như một thách đố trước định mệnh. và sự lãng quên...*

*

Những chữ nghiêng trong bài hầu hết được trích từ thi phẩm Tôi Cùng Gió Mùa. Tôi ghi chép bất chợt một câu thơ, một đoạn thơ mà tôi thích. Nên có thể những đoạn có khác mạch đi, và thơ trích chỉ là cảm xúc duyên nợ riêng tôi với Thơ, không phải là nhận định gì về văn thơ tác giả cùng tư tưởng của ông. Tôi chợt nghĩ vẩn vơ, phải mà được trở lại mái trường Văn Khoa, tôi sẽ lấy bài thơ Ánh Trăng trong tập thơ Tôi Cùng Gió Mùa này viết một tiểu luận về văn chương, để nghiên cứu nó một cách chuyên môn hơn, nhưng đó hình như lậm qua lý trí mất rồi, thì chưa chắc nói được cảm xúc người đọc, như tôi viết một cách bắt chụp như lúc này. Bởi viết với rung động tức thì, nên xin bạn nghe bằng cảm xúc, không bằng trí biện biệt, tôi sẽ nói nhỏ cùng bạn, cảm ơn.

*Lâm Ngữ Đường (1895-1976) nhà văn Trung Hoa. Được mệnh danh là U Mặc Đại Vương.

**Trương Trào (1650-?) nhà văn Trung Hoa, tác giả U Mộng Ảnh. Những câu trích của LNĐ và TT, do Nguyễn Hiến Lê dịch trong Sống Đẹp.

***Nhà nghiên cứu văn học đời Thanh, Vương Khải Vận khi đọc bài thơ trữ tình Xuân Giang Hoa Nguyệt Dạ của Trương Nhược Hư đã nói "cô thiên hoành tuyệt, cánh vi đại gia" - chỉ một thiên tuyệt diệu, đủ xứng đáng là đại gia (Nguyễn thị Bích Hải dịch)

THÊM MỘT ĐỀ TẶNG,

"Trên trái đất này có bước chân em qua / nên tình yêu anh là vô hạn." Có phải qua lăng kính tình yêu, người thơ yêu chan hòa trần gian, con người?

ĐOẢN CA NGUYỄN XUÂN THIỆP

Người thơ ơi
Chỉ riêng Người mới chất chứa được nỗi mong manh
những phẩm vật này.

Với nắng mùa xuân, người khơi lửa ấm áp
gọi thầm hoa phù dung* trong vườn thơ mộng mị.
Kia cánh chim cổ tích bay ngược thời gian
ngậm đóa hồng xanh*. cùng người đường chiều. Trở lại.
Mầu hoa vông* khóc cùng người hạt lệ đỏ
tiễn anh em vào xa vắng.
Mầu đá xanh* mở đêm xanh ngục tối
hát cùng người lời của tự do.
Để một chốn đi về
Rưng rưng đóa quỳ vàng* mặt trời thơ dại.
Và mùa hạ thắp hồng cánh phượng
sẽ rung lên ngàn tơ ve sầu
đưa người về
trên con đường xưa bé con cánh phồng tiếng dế.
Heo hắt quê người
lòng ly hương đang đi tìm
một bếp lửa mùa đông, tí tách lá bàng nhóm đỏ.
Ánh sáng những vì sao sẽ vỡ ngàn mơ ước
một mảnh riêng người
thầm lặng trên đồi nghe cỏ hát
đổi bình yên cho sợi tóc ngủ trên vai.
Biết nơi người
lời tình yêu là tiếng nói duy nhất của con người.
Phải chăng
Trái tim bi cảm Người đã riêng dành quà tặng?
(*những hình ảnh trong thơ NXT)

Santa Ana, 2013

LỄ NGHI HỌC SĨ NGUYỄN THỊ LỘ, NHÂN VẬT LỊCH SỬ, VĂN HỌC, VÀ CÂY TRÂM CÀI TÓC TRONG CŨI TÙ

Cảm ơn Nhà Giáo Hoàng Đạo Chúc, Hà Nội,
đã gửi cho tôi tài liệu về Lễ Nghi Học Sĩ.

Học sĩ cung vàng hương phấn dậy
Lệ Chi vườn cũ gió mưa dồn
Xe loan một tới ngàn thu hận
Quốc sử âm thầm với nước non

(Nữ sĩ Ngân Giang)

Ngày 2 tháng 10 năm 2001, tại công viên trung tâm thủ đô Québec, Canada, đã xảy ra một sự kiện làm cho người Việt Nam ai cũng hân hoan, là khánh thành tượng đài Nguyễn Trãi (NT, 1380-1442), ngôi sao Khuê lộng lẫy trong lịch sử, văn học Việt Nam, một kẻ sĩ, một nhà tư tưởng, chính trị, quân sự tài ba với Bình Ngô Đại Cáo. Trên hết, một thi nhân lỗi lạc với Quốc Âm Thi Tập. Và là một danh nhân văn hóa thế giới, được thừa nhận năm 1980 bởi Tổ Chức Văn Hóa Khoa Học và Giáo Dục của Liên Hiệp Quốc (UNESCO). Một danh nhân mà cuộc đời đã gắn bó với một bậc nữ lưu tài sắc, Lễ Nghi Học Sĩ Nguyễn Thị Lộ (NTL). Cả hai đã bị bức tử trong bản án tru di tam tộc, ngày 19.9.1442, một áng mây ảm đạm bay hoài trên bầu trời lịch sử Việt Nam, treo lửng nỗi oan khuất của NTL, đã hơn 600 năm qua...

Từ năm 2002 đến nay, ở Việt Nam, một số nhà sử học, văn thi sĩ, cùng hậu duệ may mắn sót lại của hai bậc tiền nhân này đã tổ chức những cuộc hội thảo về NTL, và đã gặt hái được kết quả đầu tiên là miếu thờ kỷ niệm bà được xây dựng lại tại thôn Khuyến Lương (xã Cổ Mai xưa), huyện Thanh Trì, ngoại thành Hà Nội, nơi duy nhất có miếu thờ riêng bà ở Hà Nội. Miếu này, cả một thời gian rất dài bị bỏ hoang, tệ bạc đến nỗi biến nó thành một nơi giữ dê, (ôi!?) xưa, được xây lên từ nền nhà của NT-NTL lúc sinh tiền ở và dạy học.

Theo Gs Vũ Khiêu,

"... chúng ta không khỏi ngậm ngùi thấy rằng trên toàn cõi Việt Nam chỉ còn một ngôi đền tàn tạ này là riêng dành cho việc thờ cúng Bà. Phải chăng nỗi oan ức làm tối đen cả trời đất cách đây gần 600 năm, vẫn chưa được xóa sạch đối với con người trong sáng này..." (Tham luận Nỗi Oan Nguyễn Thị Lộ, hội thảo NTL 19.12.2002, Khuyến Lương)

Một bài viết của tác giả Đinh Công Vỹ và Hoàng Đạo Chúc năm 2002 ở báo Người Cao Tuổi, VN, số 218 ngày 2.9.2002, có chi tiết làm tôi rất xúc động, xin ghi lại:

"... trước đây sát miếu là một khu ruộng cấy lúa, rồi nhà thờ công giáo dựng lên gần đấy, lấn vào khu vực thờ cúng, người ta đào ao, vật đất lên làm trại chăn nuôi dê, rồi đã phát hiện thấy một khối gỗ xếp theo hình cũi lợn, mộng rất khít không tra đinh, kích thước 4m x 4m, các thanh gỗ kích thước không giống nhau: 4m x 0,20m x 0,40m. Lúc mới đào gỗ mềm như bún, để một lúc thì khô cứng như đá. Anh Nguyễn Văn Hải*, cháu cụ Nguyễn Đăng Nông, nhặt được một chiếc trâm cài búi tóc phụ nữ dài 15cm ở trong cũi. Dư luận người ta cho đấy là trâm của bà Lộ, sau khi bị chém, tử thi chôn cùng cũi... Vậy mà những di vật cực quý ấy nay cũng không còn..."

Đọc thấy ngùi, giận. Một tài nữ, là Lễ Nghi Học Sĩ đầu tiên trong nền giáo dục Việt Nam, bị kết tội oan và chết thảm, để lại một dấu vết quá là thơ mộng, mong manh, một cây trâm cài tóc trong cũi tử tội, thế mà định mệnh khắt khe còn theo đuổi để nó mất dấu! Nghĩ đến xứ người, những kỷ vật của các nạn nhân trong thủy nạn Titanic được quan tâm cất giữ cho đời nhỏ lệ thương cảm, trong khi di vật của một con người mà sắc và tài cùng sự đóng góp cho nước nhà như thế lại không được trân trọng, ơi là cao xanh, giờ ở đâu, trâm cài và... hương tóc?

Thiết tưởng ngày nay phải viết lại một cách trung thực án Lệ Chi, đưa bà vào vị trí xứng đáng cùng tội ác bọn thủ phạm ra trước lịch sử. Đó là nhiệm vụ của các nhà viết quốc sử, văn học. Để hình ảnh một cây trâm thôi cô liêu trong cũi tù... Nó là một kỷ vật của quốc gia.

Nhà văn Hoàng Quốc Hải nói rằng,

"... Tôi đề nghị giới văn học và sử học nước ta đuổi truyền thuyết 'rắn báo oán' ra khỏi lịch sử và văn học nước nhà, trả lại danh dự vốn có cho nữ học sĩ... Tôi kiến nghị Tòa Án Nhân Dân Tối Cao nên ra một phán quyết đặc biệt phủ định án quyết Lệ Chi Viên năm Nhâm Tuất 1442 trả lại sự trong sáng cho bà đồng thời làm sáng tỏ tính nghiêm minh của lịch sử, cũng trong tình cảm ấy nhà văn đã lên án thói kỳ thị nữ giới, lờ đi công lao của những phụ nữ đã cống hiến và hy sinh đời mình cho nước nhà, như NTL, như hai công chúa An Tư và Huyền Trân." (Trắng Án Nguyễn Thị Lộ, Văn Nghệ số 7, 2003)

Tôi thích nhất bài này trong số các bài tham luận của hội thảo. Xin chia sẻ sự đồng ý của tôi đến nhà văn.

Nên, tôi thu thập ít tài liệu có trong tay để tổng hợp vào bài viết này, cũng với chủ ý trên, để giúp ai có quan tâm về NTL, chia sẻ với tôi một hạt nước mắt, rơi trên mặt hồ sáng trong của tâm hồn một phụ nữ tài hoa.

Theo Đại Việt Sử Ký Toàn Thư, chính sử của triều Lê: *"Nguyễn Thị Lộ, người rất đẹp, văn chương rất hay... "*

Bà người làng Hải Hồ (tục gọi làng Hới) nổi tiếng với nghề làm chiếu, xã Hải Triều, huyện Ngự Thiên, nay là xã Tân Lễ, tỉnh Thái Bình. Xuất thân từ gia đình Nho giáo, cha là Nguyễn Mỗ, là nhà nho dạy học, vì thế, bà đã được học chữ từ bé, sau lại thêm cả y, dược, lý số. Cha mất sớm, cô Lộ phải chuyển đến nhà cậu ở phường Tây Hồ và dệt chiếu đem vào thành Thăng Long bán. (Tham luận của Như Hiên, Hội Thảo NTL, Khuyến Lương, 2002)

Vào thời Nhuận Hồ, Nguyễn Trãi, lúc này đang cùng Trần Nguyên Hãn tìm đường khởi nghĩa chống giặc Minh. Theo gia phả họ Nguyễn, con cháu của người vợ thứ Nguyễn Phi Khanh, ở Thanh Hóa, bản của ông Nguyễn Quang Thự 1868, Tự Đức thứ 21, có nói rõ NTL sinh năm 1396, gặp NT vào thời nhà Hồ, và về làm thiếp ông vào năm 1410. Ông 30 tuổi và bà 14 tuổi (nếu căn cứ từ giai thoại bài thơ chữ nôm về cuộc gặp gỡ của ông bà "xuân xanh vừa độ trăng tròn lẻ" thì bà khoảng 14 hay 16).

Từ đó, cuộc sống ông bà gắn liền với đất Khuyến Lương, là một mảnh đất thuộc thái ấp xưa của Thượng Tướng Trần Khắc Chân, bên bờ sông Hồng, cách Hà Nội bây giờ khoảng 10 km. Khuyến Lương với nghĩa "khuyến khích làm việc lương thiện," là tên của Nguyễn Trãi đặt cho làng Mui (tên xưa) khi ông đến đây dạy chữ, dạy đức, ông bà đã sống trong cảnh "Góc thành nam, lều một gian" là ở đây, và thai nghén Bình Ngô Sách. (Theo Khánh Thiện - Tạp chí Quê Hương số 301 ngày 3.1.2003)

Năm 1420, ông bà dâng Bình Ngô Sách, phò Lê Lợi chống giặc Minh. Năm 1427, NT viết Bình Ngô Đại Cáo, một thiên cổ hùng văn, thay lời Lê Lợi tuyên cáo chấm dứt cuộc kháng chiến chống Minh, được coi như Bản Tuyên Ngôn Độc Lập thứ hai của Việt Nam, sau bài thơ Thần, Nam Quốc Sơn Hà mà Lý Thường Kiệt đã dùng để đuổi ngoại xâm (lichsuvietnam.net)

Năm 1433, Lê Thái Tông (sinh 1423) lên ngôi vua, chỉ mới 10 tuổi, quyền bính tập trung vào tay Lê Sát, Lê Ngân và bọn hoạn quan, NT đã có lần dâng sớ phê phán nạn hoạn quan này. *Đây là sợi dây oán thù đầu tiên buộc vào số phận của ông bà cái án tru di.*

Năm 1437, vua Thái Tông, 15 tuổi, thân chính, bà được triệu vào cung làm Học Sĩ, được xem là phụ nữ đầu tiên làm chức này, một chức quan xếp hàng thứ hai, sau Đông Các Đại Học Sĩ trong Viện Hàn Lâm xưa, dạy công chúa và cung nhân, và nhạc công về nghi thức tế tự, đánh trống hòa nhạc trong dịp lễ tết hội hè, giúp Vua Thái Tông trong việc nhuận sắc các chiếu thư. (Tham luận của TS Đinh Công Vỹ, 2002)

Dưới triều Thái Tông, xảy ra việc Thần Phi Nguyễn Thị Anh vu cáo Hoàng Phi Ngô Thị Ngọc Giao, khiến vua đã xử tội voi giày Hoàng phi cùng với bào thai trong bụng (là vua Lê Thánh Tông sau này) nhưng nhờ NT, NTL can gián nên thoát chết và đưa Hoàng Phi ra náu ở chùa Huy Văn. *Đây là việc thứ hai, thắt chặt thêm sợi dây thù hận với Thần Phi và đồng bọn.* Và cũng là điểm then chốt để sử gia Trần Huy Liệu trong cuốn sách Nguyễn Trãi, 1969, cho rằng chính họ là thủ phạm vụ án Lệ Chi Viên.

Vào năm 1438, 39 Nguyễn Trãi lui về ẩn ở Côn Sơn. Năm Nhâm Tuất, tháng 3.1442, Vua vời ông về triều đình để chấm thi Hội, lúc trở lại Côn Sơn, bà NTL đã về theo chồng.

Tháng 7.1442 Lê Thái Tông đi tuần Chí Linh, gần Côn Sơn, nên đã ghé vào nhà của ông bà. Ngày 4.8 (âm lịch) vua hồi cung, phái Nguyễn Thị Lộ theo hầu với tư cách Lễ Nghi Học Sĩ. Đến Gia Định, trú tại vườn Lệ Chi. (Tổng hợp tài liệu)

THẢM ÁN LỆ CHI VIÊN

Lệ Chi Viên, còn gọi là Trại Vải, là một khu vườn của Nguyễn Trãi, ở huyện Gia Bình, tỉnh Bắc Ninh.

Theo chính sử triều Lê, Đại Việt Sử Ký Toàn Thư do Ngô Sĩ Liên biên soạn, đã ghi sự kiện như sau: *"Tháng 8, ngày mồng 4 (năm Nhâm Tuất, tức năm 1442 Dương Lịch)... Khi đi tuần miền Đông, về đến vườn Lệ Chi, xã Đại Lại trên sông Thiên Đức, vua thức suốt đêm với Nguyễn Thị Lộ, rồi băng. Các quan bí mật đưa về... Mọi người đều nói là Nguyễn Thị Lộ giết vua... Ngày 16 (tức ngày 19.9.1442) giết Hành Khiển Nguyễn Trãi và vợ là Nguyễn Thị Lộ, giết đến ba đời."*

Lúc việc xảy ra, Nguyễn Trãi đang ở ẩn ở Côn Sơn, ông 62 tuổi. Vua Thái Tông 19 tuổi, bà vào khoảng 47,48.

Nguyễn Thị Anh đã phê chuẩn bản án tru di tam tộc với tội: *"Nguyễn Trãi và Nguyễn Thị Lộ đầu độc nhà vua."*

Chỉ 12 ngày sau vua băng, mà án đã tuyên và thi hành.

Thử đọc lại những dòng sử ghi một cách úp mở của sử gia Ngô Sĩ Liên, có phải đó là lời khiến ai cũng phải hiểu rằng bà bị kết tội dùng nữ sắc hại vua? rồi bằng một kết luận hết sức mơ hồ, "mọi người đều nói là Nguyễn Thị Lộ giết vua!" Không những bị bôi nhọ phẩm cách, bọn chủ mưu sau đó còn khoác cho bà một thứ "lốt rắn" bằng chuyện rắn báo oán, đánh vào lòng mê tín của dân chúng mà quên đi sự chống đối một bản án giết hại khai quốc công thần. Một bản án che mờ trời đất Đại Việt, mãi không quang để mặt trời soi rực rỡ lên cái chết của hai người, nhất là cho Lễ Nghi Học Sĩ.

Người đâu tìm đâu để nói
Khấu đầu tứa máu nỗi đau
Thương nỗi độc hành lắng lặng...

Người đời sau đã làm những gì để minh oan cho Người?

Cho đến nay vấn đề minh oan cho Nguyễn Trãi đã được ưu tiên hơn và Người đã có vị trí xứng đáng trong lịch sử và văn học, thì vấn đề Nguyễn Thị Lộ vẫn chưa thỏa đáng. Tôi xin trích ra đây những ý kiến của các học giả, sử gia, nhà văn nhà giáo trong Kỷ Yếu Hội Thảo Khoa Học Về Lễ Nghi Học Sĩ Nguyễn Thị Lộ, tổ chức vào ngày 19.12.2002 tại Khuyến Lương - được in lại trong sách Lễ Nghi Học Sĩ Nguyễn Thị Lộ Với Thảm Án Lệ Chi Viên của nhà giáo Hoàng Đạo Chúc, NXB Văn Hóa Thông Tin Hà Nội 2004.

Đọc từ sách trên, theo tôi, tiếng trống đầu tiên đánh lên kêu oan cho NT-NTL là của Ngô Thị Chi Lan, bút danh Kim Hoa nữ sĩ (cháu gái Thượng Tướng Ngô Từ). Theo GS Trần Bá Chí, Bút Ký Về Nguyễn Thị Lộ, 2002, bà là học trò yêu và là con gái nuôi của vợ chồng NT, khi xảy ra tai họa, được họ Phù ở đất Kim Hoa che chở. Bà nổi danh tài sắc, được triệu vào tòa Kinh Diên năm 1461 để soạn thơ văn. Một lần, khi đi thăm núi Vệ Linh bà có làm bài thơ tưởng nhớ bố mẹ nuôi:

Vệ Linh xuân thụ bạch vân nhàn
Vạn thử thiên hồng diễm thế gian
Thiết mã tại thiên, danh tại sử
Anh uy lẫm lẫm mãn giang san

Trúc Khê dịch:

Vệ Linh mây trắng tỏa cây xuân
Hồng tía muôn hoa đẹp cảnh trần
Ngựa sắt về trời, danh ở sử
Oai thanh còn dậy khắp xa gần

Bài thơ được vua Lê Thánh Tông chú ý, nhất là hỏi lại ý *bạch vân nhàn*. Từ bài thơ này, nữ sĩ Ngô Thị Chi Lan đã kêu oan cho bố mẹ nuôi, vì thế mà Lê Thánh Tông, và cũng nhờ có sự quan tâm của Hoàng Thái Hậu Ngô Thị Ngọc Dao, đã xuống chiếu tẩy oan cho NT: "Ức Trai tâm thượng quang khuê tảo" - Tâm Ức Trai rực sáng như sao Khuê - và NTL: "Tiền triều nữ sĩ bất can thí tội" - Nữ sĩ triều trước không liên quan đến tội giết vua -, và ban chức Tri Huyện cho người con còn sót lại của NT là Nguyễn Anh Vũ (đã đổi họ Phạm mai danh ẩn tích ở Quảng Yên).

Miếu ở Khuyến Lương được lập vào lúc này.

Như thế, 22 năm sau thảm án, đã có Chế Tẩy Oan (Quang Thuận thứ 5, 1464).

Nhưng theo Nhà Giáo Hoàng Đạo Chúc, sự minh oan này chỉ có tính cách nửa vời, vì truy phong chức tước cho NT là chức Bá, lại kém hơn chức Hầu của ông khi còn làm quan! Và cũng né tránh không chỉ ra chính danh kẻ chủ mưu là Thần Phi Nguyễn Thị Anh, chỉ vì muốn bảo vệ thanh danh triều Lê. Như thế thì cũng chẳng chứng minh được sự trong sáng cho Lễ Nghi Học Sĩ.

Ngô Sĩ Liên chép sử cũng không dám viết trái với kết luận của người đàn bà đang buông rèm nhiếp chính Nguyễn Thị Anh. Thậm chí đến đời Nguyễn, bộ quốc sử Khâm Định Việt Sử Thông Giám Cương Mục cũng vẫn còn ghi chép theo kiểu của triều Lê 1442: *"Trãi phải tội liên lụy vì người vợ lẽ là Nguyễn Thị Lộ"* kèm theo lời phê của Vua Tự Đức rất nặng nề *"… Trãi nếu là người hiền thì nên sớm liệu rút lui, ẩn náu tung tích để cho danh tiếng được toàn vẹn. Thế mà lại đi đón rước ngự giá thả lỏng cho vợ làm việc hoang dâm. Vậy thì cái vạ tru di cũng là tự Trãi chuốc lấy… "*

Tôi cho rằng lời phê của vị vua này thật hồ đồ và kết luận

một cách nhẫn tâm, phong kiến. Theo Tiến sĩ Hán Nôm Mai Hồng, căn cứ vào hai cuốn phả họ Đinh và Nhị Khê, đều ghi rõ, khi vời bà vào cung, Lê Thái Tông đã bái bà làm Lễ Nghi Học Sĩ. Dùng nghi lễ "bái" nói lên mối quan hệ giữa vua và nữ Học Sĩ, ngoài Vua-Tôi, là Thầy-Trò, hơn nữa, bà hơn Vua khoảng 30 tuổi, thì "việc vu khống kia thật là khiên cưỡng." Để bản án vùi dập thanh danh một phụ nữ tài hoa thông tuệ đã gần 600 năm…

Theo Lê Quý Đôn, Đại Việt Thông Sử, *"phò giá Thái Tông duyệt binh ở Chí Linh còn có tướng Trịnh Khả, khi vua Thái Tông đi tuần phía Đông, mắc bệnh nguy kịch, ông hầu hạ thuốc men không rời lúc nào."* Như vậy, không phải vua đột tử đêm mồng 4.8 năm Nhâm Tuất vì *"ở suốt đêm với Thị Lộ rồi băng"* như sử của Ngô Sĩ Liên. Trịnh Khả biết rõ vua bệnh rồi chết tại sao ông im lặng và đồng tình với việc kết tội NTL? Trịnh Khả và con trai sau này cũng chẳng thoát được sự thanh trừng của tập đoàn phong kiến Thần Phi lấy tay che trời này. Thử hỏi tại sao phải giết Trịnh Khả. Tức đã trả lời rồi.

Tưởng cũng nên nói qua về nhân cách người chép quốc sử triều Lê là Ngô Sĩ Liên, khi ông phục vụ triều Lê Thánh Tông, đã ăn hối lộ để tiến cử người vào làm quan trong triều, và đã bị vua Thánh Tông mắng nhiếc: *"ngươi bảo nước ta là hàng phiên bang đời xưa, thế là ngươi theo đạo chết, mang lòng không vua. Vả lại khi Lệ Đức Hầu (Lê Nghi Dân) cướp ngôi, Sĩ Liên không giữ chức Ngự Sử đấy sao? Ưu đãi long trọng lắm. Nhân Thọ không dự triều chính đấy sao? Chức nhiệm cao lắm. Nay Lệ Đức Hầu bị tay ta mà mất nước, ngươi không biết mà chết theo, lại đi thờ ta. Nếu ta không nói ra, trong lòng ngươi không tự xấu hổ mà chết ư?"* (Hoàng Quốc Hải, Trắng Án Nguyễn Thị Lộ)

Tư cách của quan Ngự Sử là thế!

Chả trách nhà văn Hoàng Quốc Hải, trong bài viết Trắng Án Nguyễn Thị Lộ, báo Văn Nghệ số 7 năm 2003, đã viết bằng giọng đanh thép:

"... trong vụ án Vườn Lệ Chi, tôi không tin một dòng, một chữ nào mà sử gia Ngô Sĩ Liên chép vào chính sử... Nguyễn Thị Lộ trước sau vẫn là nạn nhân của một giai đoạn lịch sử ghê tởm. Thế mà gần 600 trăm năm qua chưa một sử gia nào chiêu tuyết cho bà. Chẳng lẽ tất cả đều bị Ngô Sĩ Liên mê hoặc hay sao? Tôi không tin như vậy. Nhưng tôi tin là họ vô tâm. Một sự vô tâm còn lớn hơn cả sự vô trách nhiệm... May thay, trên văn đàn vào khoảng hơn nửa thế kỷ trở lại đây, nhiều người đã quan tâm phanh phui vụ án vườn Lệ Chi..."

Theo Tiến sĩ Đinh Công Vĩ, Đại Học Quốc Gia Hà Nội, (Điểm Qua Từ Quốc Sử Đến Ký Truyện và Tiểu Thuyết, 2002) suốt một thời gian dài, sau Đại Việt Sử Ký Toàn Thư của Ngô Sĩ Liên, sau Chế Tẩy Oan có lệ của vua Lê Thánh Tông, những Công Dư Tiệp Ký 1755, Lịch Triều Hiến Chương Loại Chí 1819, Tang Thương Ngẫu Lục 1896, tiểu thuyết Việt Lam Tiểu Sử 1908 của Vũ Xuân Mai, Nam Thiên Trân Dị Tập 1917. Tất cả những sách này đều nhìn thảm án Lệ Chi y như luận điệu của pho sử Ngô Sĩ Liên và vẫn vô ý thức khoác lên nữ học sĩ lốt rắn báo oán!

Chỉ đến những năm 20,30 đầu thế kỷ 20, báo Nam Phong số 140, năm 1929, lần đầu đã nói được thực chất vụ án Lệ Chi Viên, sau đó là Lệ Chi Viên do Tiểu Thuyết Tuần San in 1932-34, vở kịch lịch sử của Vi Huyền Đắc, và tiểu thuyết lịch sử Rắn Báo Oán của Nguyễn Triệu Luật, 1955 với 12 chương viết về Lệ Chi Viên với mục đích chiêu oan cho Nguyễn Thị Lộ.

Bài viết của tác giả Lê Thước và Trương Chính (Văn Sử Địa số 24, 1957) nêu lên thủ phạm chính trong thảm án là Thần Phi Nguyễn Thị Anh, đây cũng là ý kiến của sử gia Trần Huy Liệu trong tác phẩm Nguyễn Trãi, 1966, nhấn mạnh ý phải minh oan cho Nữ Học Sĩ, đã làm tiền đề cho những tác phẩm lịch sử sau này liên quan đến Lệ Chi Án như tập truyện Nguyễn Trãi của GS Bùi Văn Nguyên, GS đã dựa trên những bộ quốc sử triều Lê, Nguyễn, những bộ sách cận chính sử như Đại Việt Thông Sử (Lê Quí Đôn) những gia phả của những dòng họ liên quan, do đó, sách của GS có giá trị đáng kể để bênh vực cho giả thuyết bàn tay trực tiếp thấm máu Khai Quốc Công Thần và Lễ Nghi Học Sĩ là Nguyễn Thị Anh và đồng bọn.

Cùng quan điểm này là Lệ Chi Hận Sử, truyện thơ, 2002 của Tiến Sĩ Khoa Học Nguyễn Gia Linh, Giám Đốc Nghiên Cứu Khoa Học tại trung tâm Paul Pascal Bordeaux, Pháp.

TS Sử Học Đinh Công Vĩ cũng tha thiết:

"làm sao có một hình tượng Nguyễn Thị Lộ xứng đáng trong văn học nghệ thuật, ... từ Sử học đến Văn học."
Và ông đã kết luận, rất đáng để suy gẫm: *"Không phải cứ đúc tượng vàng, cố ý dùng quyền uy bắt người dưới xây lăng tẩm đồ sộ tốn kém của dân, tự những sáng tác đó đã là những tượng vàng, những lăng tẩm bất tử vĩnh viễn trong lòng dân... Xã hội Việt Nam,... hy vọng sẽ là một xã hội của những con người lễ nghi, học vấn, tự do dân chủ, xứng đáng với Nguyễn Trãi, Nguyễn Thị Lộ, không còn tái diễn những Lệ Chi Viên."*

Trong bài tham luận của nhà văn Hoàng Hữu Đản tại hội nghị 2002:

"... vụ án Vườn Lệ Chi năm 1442 tru di ba họ Nguyễn Trãi và Nguyễn Thị Lộ thực chất không phải là một vụ án đơn thuần, hơn nữa nó còn là một vụ đảo chính đẫm máu kéo dài trên hai mươi năm, do chính Thần Phi Nguyễn Thị Anh chủ trương với sự đồng lõa của bọn hoạn quan... Lê Thánh Tông cũng chỉ mới làm cái việc nên làm của một ông vua đối với vị khai quốc công thần, chứ chưa làm đúng với tinh thần đạo lý của một người đối với những kẻ đã hy sinh mạng sống để cứu mẹ mình và chính mình đang trong trứng nước khỏi cái tội voi dày ngựa xé..."

Tại sao Thần Phi Nguyễn Thị Anh hãm hại NT, NTL?

Đa số những bài nghiên cứu đều đồng quan điểm kẻ chủ mưu trong thảm án này là Nguyễn Thị Anh, chỉ vì muốn ém nhẹm cái hoang thai 3 tháng trước khi trở thành Thần Phi của Thái Tông. Dĩ nhiên, việc như thế không qua mắt nổi NT, NTL. Lại thêm chính ông bà đã cứu Hoàng Phi Ngọc Dao đang mang thai -là Lê Thánh Tông sau này- điều đó dễ hiểu vì sao ông bà là cái gai họ muốn nhổ đi, để bảo vệ ngôi hoàng thái tử Bang Cơ, con hoang thai, của Thần Phi. Giết vua, hay lợi dụng vua bất đắc kỳ tử để trút tội cho hai trung thần? Nhà văn Hoàng

Hữu Đản gọi đây là một âm mưu đảo chánh là thế.

Về hoang thai của Thần Phi có một chi tiết rất thuyết phục mà Tiến sĩ Sử Học Đinh Công Vĩ đã ghi trong bài Xé Bức Màn Dối Trá Trong Vụ Thảm Án Lệ Chi Viên, năm 2002: "Trong Ngọc Phả họ Đinh, phần Bút Ký Hồng Mai, Thái sư Lân Quốc Công Đinh Liệt có bài thơ:

Nhung tân lục cá nguyệt khai hoa
Bất thức hà nhân chúng bảo đa?
Chủ khảo Tống Thai vi linh dược
Cựu bình tân tửu thịnh y khoa

Nhung Tân đọc lái là Nhân Tông (tức Bang Cơ, con Nguyễn Thị Anh) *Thịnh Y* ý nói là Thị Anh.

Bài dịch:

Nhân Tông sáu tháng đã ra hoa
Dòng máu ai đây quí báu à?
Núp bóng Thái Tông làm linh dược
Thị Anh dùng ngón đổi dòng cha?

Bài thơ cho biết từ khi Thái Tông nhập phòng với Thị Anh tới lúc sinh Bang Cơ, chỉ có 6 tháng. Nền y học Việt Nam thế kỷ 15 không thể cứu được trẻ đẻ non 6 tháng trở thành đứa trẻ khỏe mạnh như Bang Cơ lúc sinh ra."

Người ghi sổ việc nhập phòng của vua là hai hoạn quan Đinh Phúc và Đinh Thắng. Sau khi xử tử vợ chồng Nguyễn Trãi thì hai hoạn quan này cũng bị giết chết. Việc này đủ rõ. Lại thêm, sau, Lê Nghi Dân giết Bang Cơ, lên ngôi, đã ban bài đại xá thiên hạ, có câu: *"… Diên Ninh tự biết mình không phải con của Tiên Đế (Thái Tông)…"* (Diên Ninh là Lê Nhân Tông, tức Bang Cơ do Nguyễn Thị Anh sinh).

Lê Quý Đôn trong Đại Việt Thông Sử cũng khẳng định lại việc Nguyễn Thị Anh cùng bọn nội quan Tạ Thanh dựng Bang Cơ làm vua: *"khi Tạ Thanh tiết lộ việc ấy, việc lây đến Thái Úy Trịnh Khả, Tư Khấu Lê Khắc Phục, họ đều đem giết cả đi để hết người nói ra… Diên Ninh tự biết mình không phải con của Tiên Đế."*

Như thế thì bài thơ trong Ngọc Phả của nhà Lân Quốc Công Đinh Liệt là chính xác, và âm mưu cùng tội ác của Nguyễn Thị Anh thực đã rõ ràng, mà nay hơn 6 thế kỷ rồi Lễ Nghi Học Sĩ NTL vẫn chưa được lịch sử trả lại sự trong sạch một cách chính thức.

Từ lúc bị xử chết oan, cho đến mãi về sau, trong quốc sử chỉ vỏn vẹn câu kết luận mơ hồ "Mọi người đều nói là Nguyễn Thị Lộ giết vua" cùng là những lời phê vô trách nhiệm.

Chỉ vì *"Quốc Sử Âm Thầm"* mà riêng NTL phải *"ngàn thu hận..."* (thơ Ngân Giang)

Theo bài tham luận của Luật Sư Nguyễn Thành Vĩnh, ông cũng đồng ý với nhà văn Hoàng Quốc Hải, đề nghị một Tòa Án Tối Cao Nên Thụ Lý Vụ Án Lệ Chi Viên Năm 1442 (tựa bài tham luận):

"... mà theo pháp luật hiện hành, sau 30 năm các sự kiện xảy ra, không còn hiệu lực tranh tụng nữa. Nhưng vấn đề đặt ra ở đây là vấn đề của Lương Tri. Theo tôi, trên góc độ lịch sử và cả trên bình diện luật pháp, nhà nước nên chính thức giải tỏa. Bởi tới nay, chúng ta đã đủ căn cứ bác bỏ tính áp đặt, tính phi pháp, phi nhân văn của án tích Lệ Chi Viên năm 1442... Đương nhiên, nếu được chấp thuận, thì đây cũng chỉ là một loại tòa án đặc biệt -TÒA ÁN LƯƠNG TÂM- nhằm trả lại công bằng cho lịch sử, dù đã quá muộn mằn. Làm được như vậy, sẽ ghi dấu đáng tự hào cho nền công lý hiện đại... tôn vinh tính nhân văn của pháp luật được thể hiện trên lĩnh vực bảo vệ QUYỀN CON NGƯỜI. Mặt khác, nó còn cảnh tỉnh cho những kẻ có dã tâm, muốn dùng cường quyền để áp chế hoặc bưng bít sự thật... "

Nhưng, mặt hồ lịch sử vẫn khép lặng sau khi những viên cuội này ném xuống. Biết bao giờ sử học mới trả được món nợ này cho lịch sử? Ở đâu, hỡi người viết sử có tài, có tâm?

Dù sao, cũng ghi nhận rằng 560 năm sau thảm án Lệ Chi Viên, qua cuộc Hội Thảo Nguyễn Thị Lộ ngày 19.12.2002 tại Khuyến Lương, xem như việc minh oan cho Lễ Nghi Học Sĩ đã được thực hiện bởi các nhà văn, nhà giáo, luật sư, cùng các nhà nghiên cứu sử. Chỉ còn đợi một sự minh bạch bằng văn bản của pháp luật, và của chính sử, như GS Vũ Khiêu đã viết :

"... mong các nhà lãnh đạo cấp cao vào cuộc để trả lại cho Nguyễn Thị Lộ những giá trị đích thực của bà trong Quốc Sử và trong Nhân Tâm... "

Nhà Sử Học Dương Trung Quốc, trong bài bế mạc buổi hội thảo trên đã nói rằng:

"... Có điều gì mà chúng ta tập trung ở đây với tất cả trí tuệ và tấm lòng của các nhà khoa học...? Đó là vì chúng ta cần đến đây để nhắc nhở tới một con người đã chịu oan khuất từ hơn nửa thiên kỷ... cố gắng làm sáng tỏ quá khứ... để thiết thực tôn vinh nhân vật này... để cho các thế hệ trẻ nhìn nhận đúng đắn về Đức Bà Nguyễn Thị Lộ..."

Sau cuộc hội thảo, miếu thờ hoang phế của bà ở Khuyến Lương đã được trùng tu**. Vậy là đã có nơi người sau đến nhỏ những hạt nước mắt chiêu tuyết minh oan, và nếu chứa được thì đó sẽ là một hồ lệ long lanh, phản chiếu tâm hồn trong sáng diễm lệ thơ ngây của Người. Một tâm hồn mà tôi thấy nhà văn Mai Trực đã nhìn ra một cách rất đẹp, cô đơn và chung thủy, trong truyện ngắn Trò Chuyện Với Chim Sâm Cầm, xin cùng nghe với tôi, nhà văn Mai Trực nói những lời của Nguyễn Thị Lộ với người quân tử:

"... Chim sâm cầm ơi! Tình của ta với Nguyễn là như vậy đó - Hư ảo-Mong manh-Ẩn hiện- Bất ngờ. Nhưng nó lại có sức sống vượt ngoài mong muốn của ta, vượt không gian, thời gian. Tình yêu của Nguyễn giúp ta cảm nhận được thời gian, không gian và cả nhân loại. Không gian đó, thời gian đó, nhân loại đó nằm trong cõi suy tư huyền ảo của Nguyễn... Và chính Nguyễn đã dạy ta biết sống, biết yêu và biết chết... Ta muốn nói với đời lời cảm tạ rằng ta đã sống trọn kiếp người và cái chết lại bừng lên sự sống..."

Xin cảm ơn nhà văn Mai Trực với những lời văn đẹp, nên thơ hóa cái sức mạnh tiềm tàng trong trái tim một nữ học sĩ tài hoa mệnh mỏng, có một không hai trong lịch sử Việt Nam.

Nghe như trong nắng gió miền Nam Calif. lung linh những trang sử bi thương từ cái chết ai oán kia, có phải là hương tóc theo về từ chiếc trâm lay động màn bụi thời gian? Và trong gió trời tự do, tôi sẽ lần theo hương tóc ấy để tìm dấu chiếc trâm cài, thưa Người.

Học sĩ cung vàng hương phấn dậy... (Ngân Giang)

Santa Ana, Tháng 9. 2013

*Muốn hỏi ông Nguyễn Văn Hải, ông để ở đâu chiếc trâm cài nhặt được trong cũi tù nằm dưới đất của miếu thờ ở Khuyến Lương? Tôi tin là của Người.

**Năm 2009 tượng Lễ nghi học sĩ NTL bằng đồng được dựng tại Tân Lễ (Hưng Hà, Thái Bình) quê hương của Đức Bà... Năm nay [2011] vào đầu những ngày của tháng 9, tại Lệ Chi Viên, đã long trọng khánh thành tượng Lễ Nghi học sĩ NTL. Tượng được tạc bằng đá trắng nguyên khối, trang trọng ngự bên trái ngôi đền thờ Nguyễn Trãi và Nguyễn Thị Lộ, tay Lễ nghi học sĩ cầm bút như đang viết lên trời xanh... Sau lưng là dãy núi Thiên Thai hình rồng chín khúc, ... bên trái là sông Thiên Đức, xưa là con đường giao thông huyết mạch toàn vùng đông bắc và tưới nước cho những cánh đồng... Phía trước, xa xa là Côn Sơn (Chí Linh, Hải Dương), quê ngoại của Nguyễn Trãi... Bên phải ngôi đền là tượng đài "Giọt lệ" bằng đá hoa cương đỏ được đặt trên một cuốn sách mở, tượng trưng cho tri thức. Đế là ba vòng tròn đồng tâm tạo thành tam cấp, tượng trưng cho bầu trời, cho sự giao hòa Thiên-Địa-Nhân... đồng thời cũng là sự ngầm ý ba họ bị tru di. Trụ vuông nâng cuốn sách như bầu trời trong quan niệm cổ. Tượng đài như một giọt lệ đang rơi trên cuốn sách - giọt lệ của nhân dân xót thương cho nỗi oan khiên dậy cả đất trời của những người con Trung-Hiếu-Tiết-Nghĩa. (Trần Vân Hạc-Trannhuong.com)

DU TỬ LÊ,
DÒNG SÔNG HẸN HÒ BIỂN CẢ

tôi bắt đầu làm thơ
tôi bắt đầu sống - bắt đầu đời tôi
như con sông bắt đầu ra biển
(Tôi, Du Tử Lê)

Không biết vì cớ nào, hay là trời đất, vì chỉ có càn khôn mới có đủ quyền năng, khiến xui, mà con sông là một hình ảnh, gần như là của riêng, cho những người được se duyên với hồn cốt nghệ sĩ. Nó là một thỏi nam châm xanh huyền bí. Nó rộng lòng chuyên chở những hạt lệ nhân gian. Nó cất giữ ký ức con người. Nó là nơi khởi đầu và cũng là chỗ dừng ngơi nghỉ cho những bước đi của tâm linh, trái tim nghệ sĩ.

Trong đó cái nhìn đầy cảm xúc thơ mộng và trao gửi, có lẽ là của các nhà thơ. Với họ, sông là óng ả dịu dàng lòng mẹ, lòng trăng, lòng quê nhà, lòng tin cậy, nên cung cách họ nhìn sông đầy nương tựa. Từ đó mà sông ảo hóa cao cả. Trùng điệp trong thơ thế gian, dòng sông cuộn chảy không biết bao nhiêu là ẩn dụ, một chín một mười với ma lực gió.

Sông, là biểu tượng thiết tha nhất của quê nhà. Là hình ảnh chung thủy theo bước người phiêu bạt. Tiếng lách tách con nước vỗ triền sông mãi là vọng âm trong mỗi thao thức nhớ nhà. Lạ lắm như con sông là nguồn cội vậy.

Nét u buồn đậm nhất trong bức tranh chia ly cũng là sông cùng hình ảnh trôi đi của dòng, làm người ta cảm ngay tức thì nỗi thẳm xa.

Dòng luôn trôi đi. Vì sự trôi đi này, lặng lẽ an nhiên kia, mà sông lại được phó thác một ý nghĩa triết học, ẩn dụ sự kiếm tìm đạt đạo. Hình ảnh của nhân vật Siddhartha trong Câu Chuyện Dòng Sông của Hermann Hesse, trong cơn tuyệt vọng toan trầm mình thì nghe tiếng sông gợn lên âm thanh Om Om, chàng hốt rung động tỉnh ngộ. Từ đó ở lại bên dòng sông làm người lái đò, để từng ngày nghe được nhiều hơn tiếng nói dòng sông. Trong âm thanh linh thiêng từ dòng trôi và tĩnh lặng ấy. Chàng được khai sáng.

Hình ảnh trở về và tìm thấy mình trong dòng sông, tôi thấy thấp thoáng khi đọc thơ Du Tử Lê.

Bước thư sinh khởi đi, đến mấp mé hoàng hôn. Một dòng sông dài. Một chặng tâm thức riêng người. Cất bước bắt đầu hay chợt dừng, cũng chỉ vì một lời hẹn, với mênh mông. Gần 60 năm đong đưa với nhịp chảy dòng sông thơ. Trong đó có những gập ghềnh, đương nhiên, của cuộc kiếm tìm. Thôi thì thử trôi theo, xem sao. Những con chữ những gợn sóng những nhịp đập của dòng sông chiêm nghiệm.

Năm mười sáu tuổi tôi chính thức khai sinh tên tôi lần thứ hai
sau lần khai sinh của bố mẹ
từ đó tôi bắt đầu làm thơ
tôi bắt đầu sống - bắt đầu đời tôi
như con sông bắt đầu ra biển

(Tôi, Du Tử Lê)

A. Vừa bắt đầu là có điểm hẹn với bao la rồi. Biển. Nhưng người thơ ơi. Bước hăm hở ấy qua mấy ghềnh thác?

Khởi đầu lại là chia ly. Như đã nói ở trên, thì đây, cái nỗi đeo đẳng ảnh hình nguồn cội dòng sông,

Lênh đênh hồn phủ phương này
Thương mưa Hà Nội nhớ mây Hồng Hà
Mười năm dài những xót xa
Bờ hoang bến quạnh thiết tha ngọn nguồn...

Và, ... *trôi từ chinh chiến trôi qua điêu tàn*... trong nỗi nhớ cánh mây phủ trên cuồn cuộn nước sông Hồng...

Lênh đênh hồn cắm sào ngang
Năm ô tuổi nhỏ buồn hoang ngọn cờ
(Bến Tâm Hồn)

Người đi một thôi đằng đẵng trong chinh chiến trong điêu tàn và điều gì ẩn hiện khi người ngồi trong đêm,

đêm có sông
có đồng cát lở
đêm có khăn tang
quấn phủ đầu mình
đêm vuốt mặt anh - đêm ủ mặt em
đêm có một mình - có một mình em
đêm có một mình - có một mình anh

Cả hai, Đêm và Sông đồng hóa nhau ư? Cô đơn phản chiếu từ ánh nhìn dòng sông của đêm tĩnh lặng. Dù là có Em. Có Anh. Có cả một *"khởi đầu của một kiếp người"* mà sao,

Năm hai mươi tuổi tôi chính thức khai sinh tên tôi lần thứ hai
sau lần khai sinh của bố mẹ
từ đó tôi bắt đầu kiêu hãnh, bắt đầu tủi hổ
tôi viết tên tôi như những dòng an ủi
như những dòng buộc tội
như những dòng trối trăn
du tử lê ơi du tử lê ơi
(Tôi, Du Tử Lê)

Lại thấy ở đây dáng ngồi ưu khổ của nhân vật của Hermann Hess ngó xuống dòng sông tra vấn. Trong những kiếm tìm, người trai trẻ ấy đã thấy trên dòng đời là những chia tan của những trôi qua và cả những gì sẽ tới… Phải đến lúc nào thì mới qua được nỗi *"thù ghét tên tôi"* *"nhàm chán tên tôi"* và cái *"dấu mốc thời gian ảm đạm / khi bắt đầu của tuổi ba mươi"* trên hành trình tâm linh, để cuối cùng dòng sông khai sáng sẽ mở cho người điểm hẹn rực rỡ, biển xanh?
Và lắm gian nan.

khi đêm dài chưa sang
ta không thể nói rằng trời sắp sáng

củi chưa đun
hồ dễ có than hồng
tôi sống như thạch sùng
đêm chép miệng từng hồi kiếm bóng
Khi hàm răng chưa một lần cắn vỡ
chính hạt lệ mình lúc chảy ngang môi
hãy cố sống đời ta
đừng vẽ lầm chân dung kẻ khác

(Thạch Sùng)

Tôi chọn đứng hai chân
trên dao đời xóc ngược
... Tôi không là tượng gỗ rỗng thân
nên thở bằng tim thật

(Khởi Đầu Một Kiếp)

dòng nước soi, khuôn mặt người, rất trong. Chính xác thế. Tôi
tin thế. Ở một người đã thốt lên *thở bằng tim thật* bên dòng
sông nhìn mình thầm lặng.

Và đã bao lần mấy bận người ta thấy bóng người đi người
về. Đi. Về. Phải chăng, phản hồi nội tâm để nhìn thấu ra ảo
mộng? Dường như, tường tận nó thì mới vỡ chân tướng. Khổ
đau cùng hạnh phúc, cũng như cuộc đời. Những trăn trở của
người thơ cũng không ngoại lệ. Và cuối cùng người thơ giữ
(hay không giữ) cái gì? Ồ mà hình như buông cả.

khi người về tôi không nhìn không trông
lòng tôi sông nước đủ trăm dòng
quanh co một nỗi buồn vô hạn
qua suốt một đời vẫn nhớ nhung

(Khi Người Về)

tôi có gì?
tôi có được gì đâu
ngoài một sự thực

(Tôi, Du Tử Lê)

người về như bụi
vàng trang sách xưa
người về như mưa

soi tìm dấu cũ
người về như sương
ẩn sau hang động
người về trong gương
thấy mình mất tích

(Một Bài Thơ Nhỏ)

đời trào xuống bút lao đao
xé tôi gan ruột máu nào đẫm tươi

đứng. đi. tôi đó. nói. cười
lúc quay lưng lại tôi ngùi, ngậm tôi...

bút lao đao ngậm người để hóa giải niềm đau?

Và, trời ơi tôi nổi ốc cái hình ảnh cô đơn côi cút của chiếc nhau lạnh này, khi người trên đường ly hương nhớ mẹ,

gọi ai gió nổi bốn trời
chiếc nhau tôi lạnh phía đời bên kia...

(Thấy Bình Minh Trên Sa Mạc Utah, Nhớ Mẹ Già)

Khi nhìn ra được đồng nhất của muôn sắc hương khổ luy cùng hoan lạc cuộc sống mong manh, thì hồn lục bình và mối sầu ta tan vào nguồn cội. Đã đến lúc rồi chăng?

người về như sông
tràn tôi lụt lội
hồn tôi thả nổi
như khóm lục bình
sầu ai về cội

(Một Bài Thơ Nhỏ)

Cuối cùng, nghe hồn thu bãi đời hoang vu vô thủy, nghe một lòng không tiếp xanh trời vô chung,

cuối cùng đời xuống mênh mông
hồn đi thu bãi, lòng không, tiếp trời

(Mưa, Hình Dung H.T)

Và đây, bên dòng sông của H.Hesse, người thơ soi thời gian của đời mình,

cúi xuống một dòng sông
nhớ gì không bé dại?
nghe tự hồn lược gương
tuổi thơ quành bước lại...

Hóa nhi. Hành trình đã đến hồi thơ mộng. Dòng sông chiếc gương trong đã lắng xuống những gió bụi, để chỉ còn một điều giản dị, hồn gương lược -một vầng trăng- biểu tượng của muôn trạng thái tâm thức, tùy theo sự trải nghiệm và lắng nghe... *cúi xuống một dòng sông / nghe đầu nguồn thác dội... giữ lấy một vầng trăng...* Vầng trăng ấy, lúc mà, *tôi đi xuyên qua đêm mưa... tôi đi xuyên qua mùi nhang... tôi đi xuyên qua đời sau... tôi đi xuyên qua giấc mơ... tôi đi xuyên qua cuộc đời...,*

Thưa Nhà Thơ, tôi thấy bằng nhịp tim mơ mộng của tôi, đó là Trái Tim Người. Bởi không ít lần trong thơ, ông đã vinh danh Trái Tim. Áo nghĩa của Vầng Trăng là nhịp đập Trái Tim Người. Đó là điều ông giữ lại và rao giảng.

... trái tim từ đó như gương mới
chỉ giữ dùm ta nguồn hạnh hương...

... hãy lên đường bằng những mông muội của mình
bởi trái tim là gò mộ cuối cùng...

Tôi đã trôi theo dòng sông thơ đầy những trực ngộ tâm linh của Thi Sĩ. Để cuối đường gian nan gặp gỡ một gò mộ xinh tươi yêu đời, Trái Tim.

Một hành trình thật ảo trần gian. *tôi bắt đầu làm thơ / tôi bắt đầu sống - bắt đầu đời tôi / như con sông bắt đầu ra biển.*

Tôi lại suy ra vẩn vơ, Biển, phải chăng cũng là gò mộ nên thơ ấy? Giờ thì tôi Nghe Thơ Du Tử Lê như nghe những tiếng vọng của tôi-con-sông...

Và tôi biết con sông đó có một điểm hẹn rực rỡ. Như Thế. Phải không biển ơi.

Santa Ana, Tháng 11.2013

*Thơ được trích từ Tuyển Tập Thơ Du Tử Lê 1957- 2013.

THÊM MỘT ĐỀ TẶNG

... thôi cũng cho anh một lần nhắc lại / chỉ tình yêu làm nên giá trị con người

(Khởi Đầu Một Kiếp)

Tôi quá là đồng ý với sự khẳng định nhân bản nên thơ này. Và xin tặng cái nhìn Chân Thiện Mỹ ấy bằng lời.

ĐOẢN CA DU TỬ LÊ

Người Thơ ơi
Mùa Tình Yêu đã đơm hoa kết trái
Cuộc đời kia, dẫu người có ra đi
một trống vắng người đem theo cũng đủ một không gian bay
những lời tình tự cho những kẻ yêu nhau dắt díu về quanh
Ru nhau. Nuôi dài giấc mộng

Khúc ca buồn
con dế đêm hè nhỏ lệ lời thơ tình bất tuyệt,
bóng tình nhân sẽ về từ bức tranh đôi bím tóc
đong đưa hai bờ sinh tử*

Nỗi buồn, rất riêng, người phổ vào giai điệu
âm thanh và sắc mầu của trái tim. Gò mộ cuối cùng*

Có bình minh khai sinh
có trưa mặt trời ngất nắng
có tà huy buông tím, ngồi nghe,
người rao giảng kinh tình cấy lại niềm tin
vào tình yêu vĩnh cửu.

Có phải Người,
Trái tim xanh. Tình yêu chan hòa nhịp gọi nhau gần lại?

(* thơ, tranh DTL)

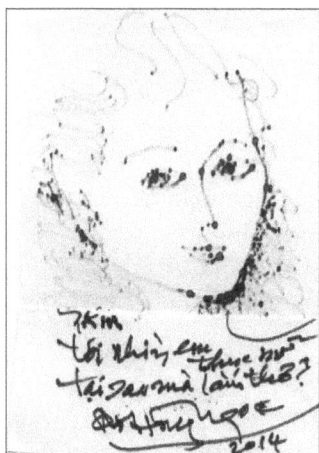

ntkm, phác thảo bởi Đỗ Hồng Ngọc,
... tôi nhìn em thục nữ. tại sao mà làm thơ...

Như
Nắng vừa mở cửa
thinh không
Bằng câu thần chú riêng
Kết từ mật
hoa hướng dương
Tặng phẩm của mặt trời
Mỗi sáng

Như
Mưa hát bằng giai điệu
thinh không
Tiếng reo trong suốt
thủy tinh
Tiếng va chạm lung linh
những sắc mầu
Cầu vồng hư ảo

Như
Hạt sương nhỏ
Vừa ngân lại pha lê
Trong mắt ai rơi xuống

Hạt lệ ấy vô cùng
mong manh
Như nắng rồi sẽ tàn
Mưa sẽ vỡ
Nên em chỉ có thể.
Làm thơ

ntkm

LỮ QUỲNH,
THƠ. VÀ CON MẮT CỦA GIẤC MƠ

Một buổi sáng tháng 7 của mùa hè này, tôi được gặp gỡ ba người anh trong cõi văn chương.

Một đến từ Virgina, nơi quanh năm rét mướt, nên hơi cọ đầy lửa, lửa xanh khơi từ trái tim phết lên tranh sắc mầu của hy vọng, họa sĩ Đinh Cường.

Một đến từ miền bắc Calif. miền đất nở ra một thung lũng hoa vàng thơ mộng, nên thi sĩ đi trong thời gian của mình những bước thao thức của giấc mơ, người thơ Lữ Quỳnh.

Một, ở ngay đây, lần đầu tôi được diện kiến dù từ lâu đã *văn kỳ thanh*, nhà thơ Thành Tôn, nhớ nhất câu thơ của anh, *buổi sáng soi gương và đội mũ / lòng đã hồ nghi khuôn mặt quen*. Đôi khi soi gương tôi cũng có cái nhìn ngờ ngợ mình như thế.

Nhưng sáng nay thì khuôn mặt mùa hè thấy được niềm vui rất rỡ ràng từ những tình thân. Tôi đang thời gian dưỡng thương, cũng hơi e ngại khi phải xuất hiện với một dung nhan sau cuộc mổ và đi đứng với cái walker, nhưng kinh nghiệm đã cho tôi biết rằng, những phút giây quí, có thể sẽ không trở lại trong đời, lần nữa. Nên sau đó tôi có được tự nhiên chuyện trò, nhìn anh Đinh Cường ngồi xem world cup với nhà tôi với phong thái của các ông say mê bóng đá. Thật thú vị khi tôi chợt nghĩ rằng, tôi biết một hình ảnh khác của họa sĩ khi không cầm cây cọ. Còn anh Lữ Quỳnh thì đã vội vã đi công việc cùng anh Thành Tôn.

Mà lạ ghê, lần nào gặp anh Lữ Quỳnh cũng chớp nhoáng như thế. Nhớ lại, lần đầu tiên, là nghe anh LQ nói, hôm ở Viện Y Dược Học Dân Tộc, *nghe anh Trương Thìn gọi tên khánh minh, thì biết đó là KM.* Vậy cũng như không, coi như chưa quen nhau. Lần thứ hai nơi đám cưới con anh Lữ Kiều, tôi ngồi với Ngọc Sương, Quý Loan và Trần Lê Sơn Ý, cô nhà thơ trẻ măng, thơ rất hay, được anh Lữ Kiều vô cùng hâm mộ, anh Lữ Quỳnh ngồi đối diện tôi, đó là lần tôi gặp và được nói đôi ba câu với anh. Lần thứ ba, gặp anh ở tòa soạn Việt Báo, Little Saigon, cũng vội vã, anh em chụp với nhau tấm hình rồi chia tay, vì rằng tôi không lái xe, nên có người đến đón thì phải đi về. Lần này, cũng như mây xẹt ngang, rồi đi.

Trong nhóm Ý Thức, chỉ có anh Nguyên Minh, Lữ Kiều, Lê Ký Thương là tôi được gặp và nói chuyện nhiều, còn anh Lữ Quỳnh thì chỉ, như thế. Những nhân vật này luôn cho tôi cái nhìn rất quý về một thế hệ của những chàng lãng tử.

Thế hệ được thời gian trao tặng rất nhiều và cũng lấy đi của họ không ít, có khi keo kiệt đòi trả lãi. Tặng phẩm đẹp nhất là họ có được thời gian để sống cho giấc mơ, và cũng nghiệt thay đó cũng là điều đầu tiên bị tước đoạt. Cái chông chênh giữa được và mất ấy đã để lại trong thơ văn tranh của họ những nét đặc biệt, vừa thơ mộng vừa bi thương.

Thơ mộng ở chỗ họ theo đuổi rất quyết liệt niềm đam mê văn chương nghệ thuật, trong một không gian vốn vô cùng trắc trở của cuộc sống còn, lại lọt vào quãng thời gian khắc nghiệt của lịch sử.

Chính vì vậy mà bi thương. Trong kề cận sinh tử, những chàng nghệ sĩ có tâm hồn như mây ấy đã nương tựa vào sự gắn bó của tình bạn, có phải vì ý thức được sẽ có những ra đi bất ngờ mà họ hết mình hơn trong những lúc còn bên nhau với ly rượu đầy vơi? Họ phổ những nét đẹp đau thương ấy vào câu thơ lời văn tranh vẽ.

Và họ đã khắc họa được một dòng văn chương nghệ thuật thơ-mộng-bi-thương.

Cho nên khi đọc họ tôi luôn thấy lòng mềm theo những lãng mạn kiêu bạt cùng ngậm ngùi cho những mất mát mà họ chỉ đủ sức buồn trong phẫn nộ, hay đôi khi là tiếng cười, vì tận cùng của nỗi đau không phải là hạt lệ. Tôi thấy rõ hơn những điều mà tôi đã không thấy hết vào lúc điêu linh ấy. Cái thời mà Lữ Quỳnh đã buông câu cười nhạt *"Cánh vừa mọc nhưng thiên đường đã mất"* (Hôm Nay, Ngàn Sau). Ôi! Như Thi Sĩ Du Tử Lê ở lời tựa trong thi phẩm Sinh Nhật Của Một Người Không Còn Trẻ: *"hôm nay, đọc những trang văn của Lữ Quỳnh tôi vẫn còn nghe được tiếng reo vui, hân hoan của những con chữ búng mình trên mặt sông máu / xương gập ghềnh nghiệt, oan vận nước."*

Đọc thơ Lữ Quỳnh, cái ánh sáng pha lê choáng mắt tôi, là của tình bạn. Không chỉ mình tôi thấy như vậy, thi sĩ Du Tử Lê cũng nói *"… tôi cũng còn nghe được tiếng gọi rộn rã thanh niên, đi ra từ trái tim sóng sánh nhiệt-hứng-trẻ-thơ tình bằng hữu."*

Kể với quê hương
Chuyện núi rừng - máu xương
Và rất nhiều anh em đã chết
... Mỗi lần ước ao cầu nguyện
Chỉ cần giơ hai cánh tay lên
Mà nói với Trời
Niềm vui sẽ nở ra trên nụ cười trắng dã
Nhưng anh biết đã muộn rồi
Khi đất là da thịt anh em
Khi mùa xuân bắt đầu hồng lên sắt máu
Nên em ơi anh phải cúi đầu
Nhận số phận quê hương
Ánh vinh quang trong mắt chúng ta
Những người còn sống
Cũng là của bùn đất các anh
Những người đã chết

(Nỗi Nhớ Từ Cao Nguyên - tập thơ Sinh Nhật Của Một Người Không Còn Trẻ - 2009)

Anh hãy nằm yên đó
Chờ lũ bạn thân này
Chiến trường đang lửa đỏ
Máu còn xanh cho cây

(Sân Bay Buổi Chiều - Sinh Nhật Của Một Người Không Còn Trẻ - 2009)

Đường địa cầu thấp thoáng vành nôi
Vạn dặm không dài hơn tiếng khóc
(Đường Vạn Dặm - Sinh Nhật Của Một Người Không Còn Trẻ - 2009)

Hôm nay thì tôi biết thêm cái muôn trùng khác của tiếng khóc, cái thăm thẳm của hạt lệ vành nôi.

Và cái tràn đầy của chiếc ly không, khi người một mình vắng bạn.

Đường thuốc lá chiều nay vắng bạn
Một ly mình. Và một ly không
Điếu thuốc lá ngậm hoài thấy nhạt
Khói lang thang khói cũng ngập ngừng

Quán hoa giấy chiều nay lãng đãng
Uống ngụm nắng tàn trong chiếc ly không
(Chiều Tân Định - Sinh Nhật Của Một Người Không Còn Trẻ - 2009)

Tuổi trẻ không quê hương
Chúng tôi nghèo đủ thứ
Năm tháng thèm quê hương
Như khát lời ru ngọt
(Tuổi Đời - Sinh Nhật Của Một Người Không Còn Trẻ - 2009)

Nghèo đủ thứ nên nhà thơ lãng mạn của chúng ta giàu những giấc mơ, một ánh sáng, mầu sắc khác trong thơ Lữ Quỳnh.

trắng như những giấc mơ
có bạn bè khuất núi kéo nhau về
(Thêm Một Năm Xa Tiếng Nói Cười - Những Giấc Mơ Tôi - 2013)

lòng ta quanh năm chỉ một mùa vàng lạnh
giấu bạn bè trong những giấc mơ
(Một Lần Rồi Xóa Tan - Những Giấc Mơ Tôi - 2013)

... giấu bạn bè trong những giấc mơ... Đẹp và cảm động quá.

Và, để có được giấc mơ, chắc cũng không ít lần, nơi ấy, nhà thơ phải chịu giá rất đắt. Cũng cam. Đêm nào dài hơn đêm nằm canh giấc mơ?

chiều về nặng trĩu vai
vác cây đời thánh giá
đêm nằm canh giấc mơ
sợ những điều trả giá

(Tiếng Chim Lạ Ở Trại Tù Côn Tiên - Những Giấc Mơ Tôi - 2013)

Cũng vì, bất cứ giá nào cũng không để tắt ánh sáng của giấc mơ, nên trái tim dẫu có héo hon, cũng nhờ ánh lung linh ấy cấy lại niềm khát khao cuộc sống, và nhà thơ đã thu gặt được mùa màng đầy những *mùa thu chín trái.*

những ngọn nến thắp bằng ánh sao
soi trái tim khô
đang nẩy mầm bất tử

(Giấc Mơ - Những Giấc Mơ Tôi - 2013)

Lúc mở mắt gặp mùa thu chín trái
Nên lời anh vi vút tiếng chim rừng
Nên hồn nhiên như những lứa nam trân
Và hơi thở thơm mùi hoang dạ thảo

(Bài Tình Trăng Sao - Sinh Nhật Của Một Người Không Còn Trẻ - 2009)

Ánh sáng nhất trong dòng thơ Lữ Quỳnh là tình bạn. Và ẩn chìm trong ánh sáng ấy là con mắt của giấc mơ. Vì, trong những giờ phút đẹp, thực của cuộc sống Lữ Quỳnh cũng dùng con mắt giấc mơ để hưởng thụ nó, để cảm xúc vui buồn cùng nó. Như một nghệ thuật (hay kinh nghiệm?) để trộn lẫn giữa thực và phi thực. Cái phi thực là áo khoác của thơ mộng lên tất cả những niềm vui lẫn đau buồn, trong thơ Lữ Quỳnh. Tôi có được cảm giác ấy từ bài thơ này,

thường có những giấc mơ
gặp gỡ bạn bè
những người bạn ra đi đã nhiều năm
nay kéo về
nói cười ấm áp
tôi rất vui
rất vui trong từng đêm như thế
để lúc tỉnh ra
ngồi một mình trong bóng tối
quạnh hiu.

(Giấc Mơ - Những Giấc Mơ Tôi - 2013)

Tôi nghĩ, anh quí thương bạn bè, và anh đã được hạnh phúc chia cùng họ, rất thực, những phút giây đẹp đẽ, đẹp đến nỗi anh cho nó là giấc mơ. Mơ trong lúc sống thực nhé. Rồi khi một mình anh lại sống thêm một lần nữa thời khắc ấy, bằng giấc mơ. Trời ạ, người thơ sao biết sống quá vậy! Bởi vì lúc tỉnh hay mơ anh đều mơ cả… Cho nên, cái lúc tỉnh ra thấy quạnh hiu kia, tôi nghĩ, chắc nó chỉ xảy ra ở vào giấc ngủ cuối cùng, cho đến khi anh nhắm con mắt của giấc mơ.

Nhà Thơ Lữ Quỳnh đã giải thích hiện thực cuộc sống bằng giấc mơ. Đã hóa giải những buồn đau của hợp tan bằng giấc mơ. Con mắt của giấc mơ ấy là Mật Ngôn, mà tôi thấy trong tranh Họa Sĩ Đinh Cường, con mắt cá không bao giờ ngủ. Bởi tỉnh thức, và mơ.

Tôi muốn chấm hết bài bằng một ý vui. Đọc thơ Lữ Quỳnh tôi ngộ ra một điều rất giản dị

Tôi không còn trẻ để cầm tay em nữa
Nhưng lòng luôn sẵn lửa để cho em
(Chiều Mưa Trên Thành Phố Nhỏ - Sinh Nhật Của Một Người Không Còn Trẻ - 2009)

Ra người ta không cầm tay mình chỉ vì người ta nghĩ không còn trẻ nữa nên ngượng, chứ không phải vì giảm lòng yêu thương. Mà chuyện cầm tay chỉ để dành cho tuổi trẻ thôi ư, lạ thiệt, thế nào thì được xem trẻ, bị coi già? Thưa nhà Thơ? Vậy thì, bây giờ tôi sẽ chủ động cầm tay người thương trước, để chứng tỏ mình còn trẻ, biết đâu sẽ được thấy *lửa để cho em*, và để anh bước qua nỗi tự coi mình già, như nhà thơ Lữ Quỳnh kia. Có đồng ý với tôi không? Và nếu vậy thì phải cảm ơn Nhà Thơ Lữ Quỳnh.

Santa Ana, Tháng 7.2014

LỮ KIỀU,
CHÀNG LÃNG TỬ CỦA THỜI GIAN

Lữ Kiều thuộc thế hệ những chàng lãng tử... Thế hệ sinh ra và lớn lên, trưởng thành, lọt hẳn vào chiếc võng đu đưa với điệu ru buồn nhất của mẹ Việt Nam.

Từ cách sống-với để thích ứng và chịu đựng số phận, đôi khi rất nghiệt ngã, mà *một lứa bên trời lận đận* ấy đã khắc họa được nét riêng trong nền văn chương nghệ thuật Việt Nam một thời.

So với lứa tuổi chúng tôi, chỉ thua họ chừng mươi năm thôi, mà chúng tôi không kịp hưởng, kịp sống cho giấc mơ của tuổi hai mươi. Họ thì dường như được sống nhiều hơn, phong phú hơn về đau buồn lẫn hạnh phúc -dẫu một hạnh phúc rơi ra từ đau thương- (Đâu ai lựa chọn đoạn trường mà đi, phải không. Định mệnh thôi).

Bất hạnh ấy, lại như đặt vào tay họ chiếc chìa khóa để mở cánh cửa của văn chương nghệ thuật. Cách đẹp nhất để hoá giải thân phận. Và vì vậy, mà văn chương nghệ thuật từ họ toả ra khí u buồn khắc khoải, từ họ vẽ nên một bức tranh thơ-mộng-bi-thương, ý này tôi đã nói đến khi viết về nhà thơ Lữ Quỳnh. Những kinh nghiệm -không thể chọn lựa ấy- vô hình chung làm cuộc sống họ có chút gì quyến rũ và trong tình cờ của số phận đã chắt chiu được những hoa thơm thương khó.

Cộng trừ nhân chia xem. Định Mệnh đâu lấy của họ tất cả. Họ cũng gặt hái ít nhiều hoa màu từ đau thương ấy đó chứ. Có tang thương nào không kích thích cảm xúc?

Nhờ vậy, mà Lữ Kiều có Lãng Ca. Chàng lãng tử vừa đi

vừa hát khúc ca buồn…

Lãng Ca, thời gian ơi, những bước thao thức của hai mươi năm.

Tôi không viết. Tôi đang là người đọc thơ. Trong chiều mưa tầm tã ở thành phố Santa Ana, cơn mưa cùng với gió đông bắc se sắt cuối thu, tôi đi theo những thì thầm của thơ Lữ Kiều.

"… Thời nhỏ, tôi sống bên một dòng sông thơm ngát -dòng Hương Giang- Có những ngày xuân, tơ hồng bay khắp trời, những ngày mùa Thu mùa Hạ bất tuyệt, những ngày Đông mưa dầm co ro đến trường. Và nhất là những mùa trăng, cùng đôi người bạn đi dạo chơi trên những lối cổ thành trăng khuya. Đúng là một thời nhỏ mơ mộng. - Đó là cái thời còn tin ở ngôn từ, tin vào cái Đẹp trong mọi dạng thức của cuộc sống, đó là cái thời xao xuyến, quả tim như cây đàn rung lên từng thanh âm tế nhị nhất. Đó là thời ngợi ca. Những bài thơ như những trang nhật ký, viết ra trong những phút lòng mềm như lụa, trong ấy có khuôn mặt của thiên nhiên, của bằng hữu. Và dĩ nhiên, của tình yêu. Và cả của lòng Vọng Tưởng." (Lữ Kiều, lời bạt tập Lãng Ca)

Vâng, cái thời rất đẹp, đến nỗi người: *bước nhẹ như là chưa bước qua*, Mong manh. Và đẹp đến nỗi bước chân không dám động. Đọc câu thơ này thấy lòng chàng sao đẹp như tơ, của gió.

Lối cũ rất êm người bước nhẹ
Bước nhẹ như là chưa bước qua
(Niệm Hạ, 1960, Lãng Ca)

Thời tuổi trẻ chỉ một lần thơ dại
Mùa thu qua sương khói cũng xa bay
Con hươu xưa đã lạc về trong phố
Hơi rừng sâu chừng còn dấu trên vai
(Bài Áo Lụa, 1962, Lãng Ca)

con hươu ngây thơ ơi, hơi rừng sâu còn bám trên vai, một lần bỏ rừng tìm về mộng tưởng phố xá. Chàng có đi đâu đến đâu thì cũng không dứt được quê hương của hoài niệm. Ngôn từ chàng mang thông điệp đẹp đẽ vậy sao còn nghi ngờ chi, mà lòng giận mình đã thúc thủ trước những điều quá Đẹp?

... Tôi mọc thêm ngàn tay với mênh mông... Đúng là với tuổi trẻ thì cái gì cũng có thể. Cả giấc mơ. Thử tưởng tượng trên con đường chàng đi, nghe hoài đâu đó một ánh mắt níu chân,

Con mắt em thắm thiết
Như ngọn nến khuya
Bên thành cửa sổ

hình ảnh đẹp và lãng mạn nên thơ quá sức. Ngọn nến diễm lệ ấy là một mong chờ. Và tại sao ra đi?

... Giận cho tôi đã mang giày vạn dặm
Để sau lưng từng tiếng gọi với theo
...
Một lời ru một tiếng cười dạo nhỏ
Rồi bước chân dài băng khỏi tuổi thơ
(Bài Áo Lụa, 1962, Lăng Ca)

Vậy chứ mà vẫn nghe bước chân đứa trẻ khúc khích theo hòn bi lăn,

... Giọt nến tàn đêm khuya
Rơi trên bàn tôi lặng lẽ
Đứa trẻ trong ta vẫn cuồng ngông
Hồn nhiên lăn theo hòn bi đỏ

... Con thạch sùng sau cánh tủ
Tắc lưỡi tiếc thương
Ròng rã trong đêm khuya
Ngọn nến thức cùng ta cay đắng
(Từ Biệt, 1985, Lữ Kiều 2)

... Thuyền dong buồm khi gió nổi thì xuôi
Có bến hoang vu cho lòng lãng mạn?
(Tâm Sự, 1962, Lăng Ca)

Ôi mai sau còn có xứ con người
Còn có anh có em ta hãy còn vụng dại...

(Đêm Về Mùa Xuân, 1964, Lãng Ca)

nghe vậy thì biết chàng vẫn còn tin, yêu thiết tha vào cái đẹp của cuộc đời chàng đã từng sống, vì nếu cho trở lại, chàng vẫn sống như đã.

Đó là niềm Thơ Mộng để chàng sống còn, trong giờ khắc mà giấc mơ lãng tử bị thời gian đánh động,

Một tiếng cười giữa phố đông
Mà nghe sấm dậy bon bon chuyến tàu

(Khi Nhận Ra, 1962, Lãng Ca)

Ở Phú Nhuận có những đêm
không ngủ được
máy bay rì rầm
và tiếng động trong tim ta

...

Ở một nơi nào trên quê hương ta
Đứa trẻ lồng ngực mỏng
Dội từng tiếng đạn bom

Ở một nơi nào
Trên quê hương chúng ta
Người con trai chưa có tình nhân
Môi chưa hái nụ đời
Gục chết

Ở Phú Nhuận có những đêm
Mọi người đều thức
Ôi đêm sâu như hỏa châu
Như hố thẳm
Như lòng vĩnh biệt
Phải không?

(Ở Phú Nhuận, 1964, Lãng Ca)

Đêm sâu trôi qua thế hệ này là hố thẳm, là lòng vĩnh biệt ẩn hiện ma trơi hỏa châu. Đôi mắt của thế hệ này, là ngập

ngừng lửa… Bạn ơi, có nghe tiếng Bi Thương của nước mắt
ngân tức tưởi trong đáy con ngươi?

Hãy cho anh xin tờ báo chiều em đọc
Để anh giấu em tin chiến sự trong ngày
Bạn bè anh từng đứa chết trong rừng
Từng đôi mắt ngập ngừng cơn lửa đỏ
...
Quê hương ơi
Hay tôi gửi cho người lòng tôi đầy ước vọng
Người đem thanh bình chia khắp non sông
Hay tôi gửi cho người cây cờ phất phơ
Cho người đắp lên bia tàn đá lạnh
Hay tôi gửi cho người bàn chân đen du mục
Mai sớm lên đường tìm dấu tương lai

(Thư Quê Hương, 1964, Lăng Ca)

... Ta muốn nhạc cao hơn niềm yên lặng
Hỡi chim xanh hãy hát nỗi ngọt ngào
Mắt bạn ta bây giờ không mở nữa
Tay đã xuôi và trán đã bình an...

... Những sớm hư vô những chiều bè bạn
Những đêm về khu phố nhỏ có nhau
Vỉa hè bâng quơ tiếng giày gõ nhịp
Những ngậm ngùi tan cuộc rượu chia tay...

(Đêm Ở Sài Gòn Nghe Tin Bạn Chết, 1966, Lăng Ca)

Cô giáo đừng buồn
Từ nay trường đóng cửa
Vùng đất này bạch hóa
Cho hàng rào Mac Namara

(Người Bạn Gái Vùng Giới Tuyến, 1964, Lăng Ca)

... Ta đã sống qua những ngày biển lửa
Có chút vui nào không đượm nỗi đao binh?
... Còn gặp mặt, thôi, yên tâm còn sống
Kẻ vắng tin? đành chép miệng thở dài...

(Mậu Thân, 1968, Lăng Ca)

Cứ thế, song hành với u buồn, bóng chàng lãng tử hút đi từng nỗi đường dài. Đem Thơ Mộng hòa lên Bi Thương,

... Còn một chút rêu xanh nằm trên ngói
... Một tiếng gọi xưa, một lời năm cũ
Trong mắt kia hòn cuội nhỏ vô tình...
(Đóa Hoa Trong Vườn Cũ, 1970, Lãng Ca)

... Huống hồ chi một mảnh trời trăng lạnh
Mỗi ngôi sao là một hạt lệ em...
(Bài Xuân Hoài Cảm, 1970)

Hạt lệ ấy là ánh sáng chỉ đường thì hỏi sao mà không thắp đời chàng nỗi hy vọng? Xin bạn cùng hòa vào niềm lạc quan Thơ Mộng này,

Bởi tôi có những đứa con
Nên lòng đầy ước vọng
... Nên lòng tôi không ngớt lạc quan
Xây dựng tương lai...
(Bài Thơ Ở Trại Cải Tạo Trảng Lớn, 1976)

Giờ thì đã sắp chiều tàn, khoảng thời gian rất đồng tình với tâm sự,

"... Và giờ đây, tôi đã sống thêm cả khoảng thời gian dài của nửa đời về sau. Những gì đã đến cho đời ta vậy? Những tai ương của phận người giữa cái biến động của cả một thế hệ. Chiến tranh. Ý thức hệ. Cuộc sống. Cuộc sống hiện thực không dấu che, rộng lớn vô cùng mà thi ca không bắt kịp được. Bèn bỏ làm thơ. Quả thật, ngoài hai mươi tuổi, còn làm thơ được là một hạnh phúc." (Lữ Kiều, Lời Bạt Lãng Ca)
...
Những người chết đã đầy trong trí nhớ
Sớm hôm nay soi mặt bên sông này
Ta bỗng thấy viên đạn chì đầu đỏ
Nằm bình yên bên cạnh lũ đá đen

(Mậu Thân, 1968, Lãng Ca)

Nghe con nước nấc một mình
Sóng vu vơ vỗ vào kinh đêm dài
Nỗi niềm còn nặng hai vai
Này em có tiếng thở dài hay không

(Tặng Lữ Quỳnh, 1961, Lăng Ca)

"... Đời sống đã đưa tôi đến những chân trời cách biệt, nhưng
bao giờ trong lòng tôi cũng vang vọng tiếng sóng vỗ của dòng
sông tuổi nhỏ. Và mỗi lần như thế là mỗi lần thấy lòng nghèo
đi những xúc động cũ. Mới hoảng hốt thấy mình đã đi quá xa
đường hẹn ước, bèn làm một bài thơ, như ghi dấu một cái mốc
của đời mình." (Lữ Kiều, Lời Bạt Lăng Ca)

Hình như ta đã tin vào điều Thiện
Ngày nhỏ cùng mẹ vô chùa
Cổng tam quan thơm ngát hương ngâu
Đã nửa thế kỷ
Mùi thơm ấy theo ta ray rứt

(Thời 50 tuổi, 1993, Lữ Kiều 2)

"... Những điều tưởng như rất cũ xưa kia, giờ đây đã khác. Đã
có sự giả hình, lòng khinh bạc, có cả sự thù hận lẫn trong tình
thương yêu. Nghĩa là đã có những sợi tóc bạc len vào câu thơ
đen." (Lữ Kiều, Bạt Lăng Ca)

Trong nỗi buồn của ta
Đã có chút gì mật đắng
Những thất vọng của một thời
Như bóng con ruồi đen
Bay hoài trong mắt đau

Hình như ta không còn trẻ
Một góc đời khép cửa
Tất cả đều qua đi
Đã qua đi những vùng xanh sẹo cũ

(Thời 50 Tuổi, 1993, Lữ Kiều 2)

"... Phải, tôi đã biết học tập để hiểu đời sống này hơn... Dù ra
đi, hay trở về, cho hay là nhận, quả tim của chúng ta cũng biết
giữ im lặng. Đó là sự vô ngôn của Đất Trời. Của Thời Gian. Của
sự sống trôi đi, của sự chết không rời. Làm thơ, để bày tỏ nỗi im

lặng hùng vĩ kia, quả thật là một cái gì vượt cao hơn ngôn ngữ.
Mới hiểu ra cái bất lực của thi ca. Kẻ làm thơ nhìn thấy giới hạn
của mình.Trong tình trạng ấy, làm thơ cũng là một cách vác thập
tự mà đi. Nhưng đường lên núi Sọ thì không tới." (Lữ Kiều, Lời
Bạt Lãng Ca)

Tôi nghĩ khác. Với những điều đã được đọc từ thơ của
Lữ Kiều, Thi Ca của chàng lãng tử này chí ít nó đã đóng góp
vào kho cảm xúc con người những nhịp đập trái tim thiết tha
yêu cuộc sống, để biết trong cõi - dẫu cô đơn, im lặng - vẫn
có những người vác thập tự Thơ Ca tìm đường cứu rỗi, đường
lên núi Sọ có tới hay không, không cần thiết, chỉ biết chàng
đã đặt xuống con đường những bước đi. Có gì quan trọng
hơn thế?

... để nhận ra chân tướng mình là gã lang bạt kỳ hồ trong ngôn
ngữ cũng như trong cuộc đời... Hỡi ơi đời đã nặng / Ta ngã đầu
được chăng. (Tự Thán, 1965, Lãng Ca)

Giờ trở lại xin ngồi bên mộ mẹ
Con chim già đậu xuống mái chùa xưa
Mở lòng tay, vẫn đường vòng viễn mộng
Mới hay con phiêu bạt đã nửa đời

(Ngồi Bên Mộ Mẹ, 1983, Lữ Kiều 3)

Cánh cửa màu tím than
Của một thời lãng mạn
Ta vịn lên, lạnh ngắt nỗi đau
Dòng nước mắt lặng lẽ
Và đêm đen trên đầu chúng ta

(Lữ Kiều 2, 1989)

Không còn ảo tưởng
Bầy ruồi vo ve bên tai
Tiếng chim ngàn kêu thương
Cay nghiệt
Vết sẹo khi mặt trời lên
Trần trụi bức tranh Không

(Triển Lãm,1987, Lữ Kiều 2)

Tôi thấy những hình ảnh như tan trong sương. Lặng lẽ phai. Chàng là người cuối cùng đóng cánh cửa.

Vậy là phòng tranh đã đóng cửa
Những bức tranh đã ra đi
(Triển Lãm, 1987, Lữ Kiều 2)

May mắn, là còn một điều lặn lội trôi theo,

Lòng ta ơi, xót vô cùng
Bóng riêng giọt lệ thủy chung theo mình.
(Lòng Ta Ơi, 2000, Lữ Kiều 3)

Bạn cũ gọi về trong trí nhớ
Lá vẫn bay và ta cuối năm
Đôi mắt nhung đen, hàng lệ nhỏ
Thì thôi, lá chọn đất ân cần.
(Những Chiếc Lá Cuối Năm , 2003- Lữ Kiều 3)

Hình như con phố vừa xôn xao đấy mà giờ quạnh quẽ, như lòng người, như bài thơ vừa viết những chữ cuối. Tôi cũng đang… *Lòng hư vô mà chiều cuối năm…*

Trong ngực ấm tim vẫn đều nhịp cũ
Kề tai nghe như vỗ gõ áo quan
(Từ Biệt, 1981, Lăng Ca)

nhịp tim mà nghe như tiếng gõ áo quan, Chàng đang khói sương của sầu buồn và đơn độc?

Tôi xin trích ra đây định nghĩa về Hạnh Phúc của Lữ Kiều trong vở kịch *Những Người Đi Một Mình* (1967) để hiểu điều gì vẫy gọi phía trước con đường lãng tử.

Cuộc đối đáp của đôi thanh niên nam nữ:

"Thiếu Nữ: Anh, em hạnh phúc.
Thanh Niên: Em hãy đọc chữ hạnh phúc.
Thiếu Nữ: Hạnh... phúc...
Thanh Niên: Là gì hở em?

Thiếu Nữ: Là tình yêu.

Thanh Niên: Thật ư?

Thiếu Nữ: Là anh hôn em.

Thanh Niên: Thật ư?

Thiếu Nữ: Là chính anh. Anh của em.

Thanh Niên (riễu cợt): Là hư vô.

Thiếu Nữ (giận dỗi): Anh riễu em rồi. Anh biết em ngu ngốc, em không hiểu, sao anh không cắt nghĩa cho em.

Thanh Niên: Hạnh phúc chính là điều không hiểu ấy.

Im lặng, một lát...

Thiếu Nữ: Chiều nào cũng có tiếng chim ríu rít dưới mái ngói nhà ta... Có phải đó cũng là hạnh phúc ... cảm giác mỗi lần em gặp anh. Em cho đó là hạnh phúc.

Thanh Niên (thương hại): Mỗi lần đến với nhau, chúng ta mỗi khác. Có khi đó là hạnh phúc. Có khi không phải. Hạnh phúc giống như một người quen lẫn trong đoàn người đông đảo diễn hành qua trước mặt, khi ta nhận ra thì người quen đã đi mất, ta chỉ còn thấy cái lưng.

Thiếu Nữ: Cái gì?

Thanh Niên: Cái lưng"

Hạnh Phúc. Rốt cuộc. Ta chỉ còn thấy cái lưng của nó. A. Đó là đòn bẩy khiến cho chàng lãng tử miệt mài đi.

Lãng Ca, như một ghé chân bên dòng suối, vốc một ngụm nước trong, sau những lãng du buồn bã. Có thể, không, chắc chắn, chàng sẽ đi tiếp, ai biết được trên con đường dong ruổi ấy...

Chàng lãng tử của thời gian, thì chỉ có thời gian mới biết...

Santa Ana, 30 tháng 11.2014

NHỮNG MIỂNG THỦY TINH

Người rùng mình hỏi vì sao...
Trái đất cũng đang rùng mình tự hỏi vì sao...
... Đất rùng mình phận đất...
Người rùng mình phận người...
(Đỗ Hồng Ngọc)

Những miểng thủy tinh, động đất sóng thần tại miền Đông Nhật Bản 2011, siêu bão Sandy 2012 tàn phá các tiểu bang bờ đông Hoa Kỳ…, vẫn còn cứa buốt trong lòng nhân loại, chưa và chắc sẽ khó mà tiệp nổi một mẩu trên da, mãi nó là vết sẹo non đỏ.

Chưa kịp thời gian để nguôi đau thì một miểng thủy tinh sắc nhọn khác lại cắm vào với tốc độ của một cơn siêu bão, khiến vết thương lại toạc ra chảy máu. Cơn bão Haiyan, vào ngày 8 tháng 11 đã tàn phá như toàn thể tỉnh Tacloban, Phi Luật Tân. Theo tin tức, Haiyan được gọi là siêu bão với sức gió tối đa 370km/giờ, và Trung Tâm Cảnh Báo Bão của Hải quân Mỹ đã đánh giá là cơn bão mạnh nhất thế giới trong năm 2013, kể từ siêu bão Tip năm 1979. Cho đến ngày 10 tháng 11, ước tính 10,000 người thiệt mạng, khoảng 9,5 triệu người bị ảnh hưởng, thiệt hại kinh tế 14 tỷ USD. (Wikipedia)

Mỗi lần xem hình, nghe tin thì giống y như ai đó dí miểng thủy tinh lún sâu hơn vào vết thương. Sẽ còn những gì nữa… Nam mô Trời Đất…

Do thay đổi hướng liên tục và đã suy yếu nên khi đổ vào Quảng Ninh, nó đã không gây nhiều thiệt hại tại Việt Nam như dự đoán. Phải nói Việt Nam thoát thảm họa chỉ nhờ vào ơn trời.

Việc thời tiết thất thường xảy ra liên tục trên quả địa cầu này, không nghi ngờ gì nữa, là hậu quả việc làm của con người. Chúng ta đã nghe không biết bao nhiêu lời cảnh báo của các nhà khoa học, và đã không ít những cuộc vận động nhắc nhở con người ý thức giữ gìn bầu khí quyển xanh sạch, để không làm thay đổi cái nhịp tự nhiên của nó, thế mà…

Có hai bài diễn văn về môi trường tôi trích đoạn ra đây, bởi nó là áng văn chương đầy cảm động, hiện thực, là tiếng kêu thống thiết lẫn phẫn nộ, và quyết liệt.

Cách đây 21 năm, Tại Hội Nghị Trái Đất 1992 của Liên Hiệp Quốc tổ chức ở Brazil, cô bé Severn Suzuki, 12 tuổi, đã đọc một bài diễn văn dài 6 phút gây chấn động, mà theo lời tường thuật trên internet "… that silenced… the world for 6 minutes!". Nhưng sau nỗi lặng đi ấy ta đã thấy được chuyển biến gì? Chỉ là chiếc lá khô rơi. Không một trắc ẩn nào biến thành hành động cụ thể. Tôi muốn hôm nay, trước thảm họa Haiyan, nhắc lại lời của Suzuki đã 21 năm nhưng vẫn còn đẫm tính thời sự, với hy vọng, sức mạnh của bài diễn văn rất cảm động này, đánh thức mọi người, thêm một lần, nhắc nhở bảo vệ mái nhà địa cầu của chúng ta.

"Xin chào! Tôi là Severn Suzuki, đại diện cho ECO, tổ chức Trẻ Em Vì Môi Trường. Chúng tôi là nhóm trẻ em từ 12 đến 13 tuổi… đã tự quyên tiền đi hơn 8000 km đến đây để nói với người lớn các vị rằng, các vị phải thay đổi. Chúng tôi đến đây…, đấu tranh cho tương lai của chính mình. Đánh mất tương lai không giống như mất chiếc ghế trong bầu cử, hay trượt một vài điểm trên sàn chứng khóan…, lên tiếng cho những trẻ em đang chết đói trên khắp thế giới mà tiếng khóc cầu cứu không ai nghe thấy, lên tiếng cho muôn vàn động vật đang chết dần trên trái đất này… Giờ tôi sợ phải bước đi dưới ánh mặt trời vì những lỗ thủng trên tầng Ozon. Tôi sợ phải hít thở vì không biết không khí đang chứa những hóa chất nào. Tôi vẫn thường đi câu cá cùng ba ở Vancouver, quê hương tôi, cho đến vài năm trước, khi tôi biết lũ cá đang đầy bệnh tật. Ngày ngày, chúng ta đều nghe những tin về việc các loài động thực vật đang dần tuyệt chủng, rồi biến

mất mãi mãi. Tôi đã luôn mơ về những đàn thú hoang dã đông đúc, về những cánh rừng rậm và rừng mưa nhiệt đới đầy các loài chim và bướm. Nhưng giờ tôi lại tự hỏi, liệu con cái chúng tôi còn có cơ hội được thấy chúng nữa không? Hồi bằng tuổi tôi, các vị có phải lo lắng về những điều này không?...

... Các vị không biết cách vá lại các lỗ hổng trên tầng Ozon, không biết cách mang cá hồi về những dòng suối đã cạn khô, không biết cách làm sống lại các loài vật đã tuyệt chủng. Các vị cũng không thể biến những cánh rừng đã thành sa mạc giờ xanh tươi trở lại. Một khi đã không biết cách phục hồi, xin các vị đừng tàn phá nữa.

... Ở đất nước tôi, ... thải ra quá nhiều rác. Chúng tôi mua rồi lại vứt đi. Cứ mua rồi lại vứt đi... Chúng tôi sống cuộc sống sung túc ở Canada, chẳng thiếu nước, thức ăn hay nhà ở... Ít nhất là cho đến hai ngày trước đây. Hai ngày trước, ngay tại Brazil này..., Một bạn đã nói với tôi thế này, - Tớ ước mình thật giàu có. Nếu được vậy, tớ sẽ cho tất cả những đứa trẻ đường phố thức ăn, quần áo, thuốc thang, nhà ở và cả tình yêu thương nữa- Trong khi một đứa trẻ đường phố chẳng có gì trong tay lại sẵn sàng chia sẻ với người khác, tại sao chúng ta, những người có tất cả lại tham lam đến thế?... Chỉ sinh ra ở những nơi khác nhau thôi mà cuộc sống của trẻ em lại khác biệt nhiều đến thế?

... Tôi chỉ là trẻ con nhưng tôi đã hiểu rằng, nếu số tiền dùng để cung phụng chiến tranh kia được dùng cho việc tìm kiếm giải pháp cho các vấn đề môi trường, chấm dứt đói nghèo,... thì trái đất này sẽ tuyệt vời tới nhường nào.

... Chính các vị là người quyết định con cháu mình sẽ lớn lên trong một thế giới như thế nào. Lẽ ra bố mẹ sẽ an ủi con cái rằng, "mọi chuyện sẽ ổn thôi", "đây không phải là ngày tận thế đâu",và "bố mẹ sẽ làm những gì tốt nhất có thể". Nhưng tôi không nghĩ giờ đây các vị còn có thể nói vậy. Chúng tôi có còn nằm trong danh sách được ưu tiên của các vị nữa không? Bố tôi thường nói, - Hành động sẽ tạo nên con người con, chứ không phải lời nói. Vâng, nhưng những gì các vị làm khiến tôi khóc hàng đêm. Các vị luôn nói rằng các vị yêu chúng tôi, nhưng tôi xin thách thức các vị hãy hành động đúng như những gì đã nói. Xin cám ơn!"
(songtho.net)

Còn nhớ Vụ tràn dầu tại Vịnh Mexico năm 2010 ảnh hưởng môi sinh hầu hết vùng vịnh, Tổng Thống Obama, từ phòng bầu dục, đọc một diễn văn kêu gọi nước Mỹ *"nên bắt đầu cuộc hành trình tìm các dạng năng lượng sạch... Chúng ta không thể chần chừ mãi mà không thay đổi cách nước Mỹ sản xuất năng lượng...*" (bbc.co.uk). Biết bao hậu quả thê thảm do tàn phá môi trường, mà bây giờ vị nguyên thủ một cường quốc vẫn dùng chữ "nên bắt đầu"...

Những cảnh báo về băng tan ở Nam Bắc Cực, thử hình dung trái địa cầu đang ngập dần chỉ còn nhô chút mũi lên để hớp không khí, sẽ chẳng có thuyền Noah nào cứu vớt chúng ta, trừ phi ta ý thức được việc làm của mình tác động thế nào đến môi trường. Nếu chúng ta đối xử với thiên nhiên một cách nhân hậu, không ích kỷ, có văn hóa hơn đã và đang, thì hẳn hậu quả không tàn hại đến thế.

Lúc này đang diễn ra Hội nghị Công Ước Khung của Liên Hiệp Quốc về biến đổi khí hậu lần thứ 19 (COP 19) tại Warsau ngày 11.11.2013, tôi trích đoạn bài diễn văn của ông Yeb Sano, Trưởng đoàn Philippines, ở đây, để khẳng định thêm rằng tai họa đến với chúng ta không chỉ vì "thiên tai":

"... Với sự xoay chuyển tàn nhẫn của số mệnh, đất nước tôi đang bị thử thách bởi cơn bão địa ngục tên là Siêu bão Haiyan mà các chuyên gia mô tả là cơn bão mạnh nhất từng được ghi nhận trong suốt lịch sử loài người. Nó mạnh đến nỗi nếu có cấp 6 thì nó sẽ rơi trọn vào nhóm đó. ... Với ai vẫn còn phủ nhận thực tế rằng đó là biến đổi khí hậu, tôi xin thách người đó bước ra khỏi tháp ngà của mình, rời khỏi chiếc ghế bành êm ấm.
Tôi thách người đó dám đến các đảo ở Thái Bình Dương, Ấn Độ Dương và nhìn mực nước biển đang dâng lên; đến những vùng đồi núi ở Himalayas và Andes để nhìn các cộng đồng người đang đương đầu với lũ lụt do băng tan; đến vùng Bắc Cực, nơi các cộng đồng cố bấu víu vào các đỉnh băng đang bị thu hẹp nhanh chóng; đến các vùng đồng bằng rộng lớn, vùng sông Hằng, Amazon, sông Nile, nơi sinh kế và sinh mạng con người đang bị nhấn chìm, tới đồi núi vùng Trung Mỹ, nơi đang phải đối mặt với những cơn bão hung dữ tương tự; tới những đồng cỏ khô châu Phi, nơi biến đổi khí hậu cũng đang trở thành vấn đề sống còn... Cũng xin đừng quên những trận bão lớn ở Vịnh Mexico và Duyên hải miền đông Bắc Mỹ.
... Khoa học cho chúng ta biết rằng, ... biến đổi khí hậu sẽ đồng nghĩa với việc có nhiều những cơn bão nhiệt đới mạnh hơn... - điều mà chúng ta thấy bây giờ- sẽ trở thành chuẩn mới. Điều đó

sẽ có tác động sâu sắc tới nhiều cộng đồng ... phải vật lộn với
thách thức kép từ khủng hoảng phát triển và khủng hoảng biến
đổi khí hậu...

... Đây là Hội nghị các bên lần thứ 19, ... liệu có thể đạt được
mục tiêu đặt ra ở Điều 2, tức là ngăn chặn được sự can thiệp
nguy hiểm của con người đối với hệ thống khí hậu, hay không?
Khi không hoàn thành được mục tiêu của Công ước, chúng ta
có lẽ đã phê chuẩn cho sự diệt vong của những nước dễ bị tổn
thương.

... Chúng ta cần có lộ trình khẩn cấp về khí hậu… Chúng tôi
không chấp nhận việc chạy khỏi bão tố, sơ tán gia đình, chịu
đựng sự tàn phá và đau khổ, đếm người chết trở thành đời
thường, ... Chúng ta phải thôi gọi những sự kiện như vậy là tai
họa tự nhiên... Không tự nhiên chút nào khi khoa học đã cho
chúng ta biết sự ấm lên toàn cầu sẽ gây ra nhiều cơn bão mạnh
hơn. Không tự nhiên chút nào khi loài người đã thay đổi khí hậu
một cách sâu sắc. Tai họa chẳng bao giờ là tự nhiên. Chúng là
sự kết hợp của các yếu tố chứ không chỉ đơn thuần mang tính tự
nhiên. Chúng là sự tích tụ của việc liên tiếp vượt qua các ngưỡng
kinh tế, xã hội và môi trường, ... Chúng tôi kêu gọi COP hãy theo
đuổi việc này cho đến khi có kết quả ý nghĩa nhất. Cho đến khi
đạt được những cam kết vững chắc nhằm đảm bảo việc huy
động các nguồn lực cho Quỹ Khí Hậu Xanh... " (soha.vn)

Tôi đang nghĩ đến quê nhà, những khu dân cư nghèo cực,
phải dùng nước từ những con sông đen ngòm đầy rác và khí
thải của các nhà máy sát cạnh.

Tôi nghĩ đến những vùng đất đỏ đang ngày đêm bị cày xới
khai thác bauxite, bỏ ngoài tai những ý kiến của các nhà khoa
học, hậu quả là những vùng đất đó rồi sẽ không còn trồng trọt
được nữa, và những chỗ trũng, xói lở do khai thác sẽ không
ngăn được mưa từ vùng cao đổ xuống đồng bằng gây ra lũ lụt.

Tôi nghĩ đến một tài nguyên đang được khai thác tự do đến
khó hiểu là cát, được lấy lên từ sông, biển, gây ra tình trạng sụt
lở bãi bờ và "Cát tặc" là từ mà ngư dân Nghĩa An đã dùng để
chỉ những kẻ phá hoại môi trường: *"cát tặc đang bức tử hàng*
dương bảo vệ làng chài và những thuyền đánh cá không lưu
thông ra vào Cửa Đại được nữa." (tin 247.com)

Vậy, có ai còn cho rằng biến đổi khí hậu, tai họa của thời

tiết không phải do chính con người tác động? Trùng điệp những miểng thủy tinh đang từng giờ từng ngày băm vằm cơ thể trái đất, khiến khuôn mặt tự nhiên của nó đã một ngày một dị dạng. Và khi nó phản ứng, ôi, bạn hãy nhìn những hình ảnh về thảm họa Haiyan đi. Và ngay lúc này, theo Cơ quan Khí Tượng Hoa Kỳ, có tới 53 triệu người sẽ phải gánh chịu hậu quả của cơn lốc xoáy đang quét qua các bang Illinois, Indiana, Kentucky.

Và tuổi thọ của hành tinh này, tùy vào, *"Nếu không phải chúng ta thì là ai? Nếu không phải bây giờ thì là bao giờ? Nếu không phải ở đây thì ở đâu?"* (Ông Sano đã mượn lời này của lãnh đạo sinh viên Phi Luật Tân Ditto Sarmiento -đã chết trong tù dưới thời chống chế độ Marcos- trong bài diễn văn của ông tại COP 19 tại Warsaw- soha.vn.)

Hy vọng là sau hội nghị Warsau về biến đổi khí hậu, sẽ có nhiều tín hiệu xanh để cứu nguy cho hành tinh của chúng ta, hy vọng và tin như ông Sano, *"liệu nhân loại có tận dụng được cơ hội này? Tôi vẫn tin chúng ta có thể."*

Trên TV đang phát hình ảnh đoàn biểu tình trước toà nhà Hội Nghị COP 19 để kêu gọi một kết quả tích cực về môi trường, có những biểu ngữ với hàng chữ "ACT NOW!", và "Stop Rape Our MOTHER"…

Xin cảm ơn, cảm ơn những tiếng nói, những bước chân đi, vì sự an toàn căn nhà mẹ của chúng ta. Xin cảm ơn những nhà tư bản đã dùng sức mạnh của tiền bạc để hiện thực được tấm lòng Bồ Tát đến những nơi cùng khổ, tai ương.

Ngày 19.11.2013

Hôm nay, 21.9.2014, có một một tin vui thắp sáng trong mùa hè buồn bã của năm 2014 này, là hàng ngàn người xuống đường tại New York, để kêu gọi một hành động cụ thể đối với việc thay đổi khí hậu. Tham gia vào đoàn người có Tổng Thư Ký LHQ Ban Ki Moon, cựu Phó Tổng Thống Al Gore, Thị Trưởng New York Bill De Blasio.

Tại London, hơn 40,000 người tuần hành cũng với mục

đích này, nữ tài tử Emma Thompson phát biểu: *"Đây là trận chiến cho sự sống của chúng ta. Chúng ta chiến đấu cho con cháu chúng ta".* Dân Úc cũng xuống đường với khoảng 10.000 người tại Melbourne.

Một bản đại hợp xướng của những bước chân trên đường phố, hy vọng âm thanh ấy sẽ vang dội đến Hội Nghị Thượng Đỉnh Về Khí Hậu của Liên Hiệp Quốc với hơn 120 nhà lãnh đạo các quốc gia, sẽ họp vào ngày thứ ba, 23.9.2014 để có thể có được một thỏa ước toàn cầu về khí hậu. Chúng ta có quyền hy vọng chăng?

Calif. đã vào thu rồi mà trời nóng như hạ. Theo Sở Khí Tượng Quốc Gia, hạn hán sẽ còn kéo dài qua năm tới trên hầu hết miền Tây Hoa Kỳ, gồm Utah, Nevada, và toàn California. *Cali mùa này vắng những cơn mưa...*

Như nghe khúc đồng dao nguyện cầu, *lạy trời mưa xuống, lấy nước tôi uống, lấy ruộng tôi cày, lấy đầy bát cơm...*

Santa Ana, 21 tháng 9.2014

MÙA THU.
NHỮNG CHIẾC Ô VÀ DẢI NƠ VÀNG

Ngày 9.10.2014,

Calif. đang ở vào những tuần đầu của mùa thu, cảnh vật đang bị quắt queo vì cơn nóng trái mùa, tuần này hầm hập 85 đến 100 độ, người như bị vặt đến héo hắt không chỉ vì thời tiết đất trời mà còn như vỡ dưới tiếng đập của thời sự. Dư vang chết chóc của xuân hè từ những thảm họa chìm phà, máy bay, dịch ebola, chiến tranh, khủng bố vẫn đang còn làm thế giới rung rinh, như cái thòng lọng thắt lại dần, thì thử hỏi chúng ta làm thế nào để có thể sống an lạc, như vẫn thường chúc nhau cuối mỗi e-mail?

Chưa bao giờ, sống là một thử thách như thời này. Mỗi hơi thở là mỗi mạo hiểm, không biết lúc nào sẽ sập xuống cái bẫy của những tin tức mà cứ mỗi lúc lại đem đến một khủng khiếp khác nhau. Khi sự chịu đựng của người ta tăng lên, có nghĩa là cái ác đã trở nên bình thường, cứ thế, chai dần cảm xúc. Quen dần với những điều mà mới hôm qua tưởng sẽ không thể xảy ra được trên đời này. Cái ác đang tôi luyện chúng ta thành vô tính chăng.

Chợt, một ngày, trong cái cối xay *tai trời ách người* như thế, vòng quay được lơi ra bởi hình ảnh những chiếc ô, những dải nơ vàng. Nó như tiếng phong linh trong trẻo vang lên, đánh thức người ngủ gật bên hiên. Nó như vạt óng ả phết lên mùa thu hiu hắt của mọi tâm trạng này. Nó mang chất lãng mạn. Nó là cái gì như sinh khí.

Toát ra từ dáng vẻ thư sinh với cặp kính trắng, lấp lánh tuyên bố, *"Tôi không muốn đùn đẩy cuộc đấu tranh dân chủ cho thế hệ sau. Đó là trách nhiệm của chúng ta."* Sẽ có một mùa hoa mọc lên bởi hạt giống nhiệt huyết trong sáng ấy, đó là Joshua Wong, 17 tuổi, một gương mặt nổi bật trong phong trào đòi dân chủ tại Hồng Kông, phát động vào những ngày cuối tháng 9, tới nay vẫn còn tiếp tục, thu hút quan tâm của thế giới.

Toát ra từ không khí sôi sục mà ôn hòa, đáng khâm phục, một cuộc biểu tình mang tinh thần bất bạo động, không hỗn loạn, không xả rác, không hôi của, không gây hấn, những cái không chỉ có được của một nền giáo dục chú trọng đến Đức, Trí con người, mà họ đã được thấm nhuần ngót một thế kỷ qua tại Hồng Kông. Báo Slate Magazine gọi họ là "những người biểu tình lịch sự nhất thế giới."

Toát ra từ không khí trẻ trung, sáng tạo, của hình ảnh những chiếc ô, và được gọi là cuộc Cách Mạng Dù.

Tham gia biểu tình, đa số là thanh niên, cả lớp tuổi teen, ai cũng cầm theo dù, để che mưa nắng, nhưng khi bị vòi rồng xịt nước và hơi cay thì nó trở thành một thứ bảo vệ, họ nằm xuống để tránh vỡ hàng ngũ và phủ lên nhau những chiếc dù. Như hàng ngàn cây nấm nhỏ đủ mẫu mọc lên sau trận mưa của nghìn tấm lòng trẻ trung đang sống cho lý tưởng của mình. Chiếc dù, nó có rộng một không gian để che thêm cho người bên cạnh, có chút chi *vì người…*

Không biết là tình cờ tự phát của đám đông hay là ý tưởng của những đầu óc lãnh đạo rất sáng tạo, mà chiếc dù đã là một đại diện hết sức thơ mộng cho một phong trào chính trị. Phải chăng nét ấy là một trong những điều đã gây sức cuốn hút?

Và, đánh động nhịp tim lãng mạn của tôi. Chiếc ô. Chả phải hai người yêu đi bên nhau nắng hay mưa thường cũng là *chiếc ô xinh trên đầu*, và còn dùng che cho một nụ hôn vội vàng nữa, ôi là, chiếc dù, giờ nó che cho nghìn nghìn tấm lòng bất khuất kia dưới sức mạnh tấn công của vòi rồng và hơi cay.

Họ ngủ dưới những cây dù ngoài đường để duy trì tinh thần tranh đấu, họ viết những biểu ngữ trên dù cho lộng lẫy nắng tự do, chưa bao giờ thấy cây dù lại nhiều công dụng và đáng yêu đến thế. Có thanh niên còn cầm dù che cho cảnh sát lúc trời mưa, và hình ảnh làm xúc động được truyền đi trên facebook, một sinh viên áo đen cầm dù đứng bất động trong mù mịt khói cay, một cảnh sát sau khi bắn hơi cay đã vội lấy chai nước rửa mắt cho một sinh viên qua hàng rào, thật tình chưa có một cuộc biểu tình nào có những hình ảnh đẹp, nhân bản đến thế…

Lại nói đến một biểu tượng thơ mộng nữa, là dải nơ vàng, phong trào đã dùng nó làm biểu tượng cho khát vọng dân chủ.

Hình ảnh những chiếc dù và những dải nơ vàng, cùng những tấm giấy đủ mầu ghi lời cầu chúc, khẩu hiệu đấu tranh, dán kín những bức tường làm không khí biểu tình đầy sắc mầu như lễ hội, họ cài trên ngực áo, họ đeo vào cổ tay, treo trên hàng rào, cửa nhà, cột điện, khắp các nẻo đường vàng rực một loại hoa dân chủ ấy. Tôi càng thích hơn khi biết nguồn gốc của dải nơ vàng.

Theo nghiencuuquocte.net, 400 năm trước, ở Anh người ta rất yêu thích bài thơ "Dải ruy băng vàng trên vai cô ấy" (She wore a yellow ribbon) nói về người vợ đeo dải nơ vàng để tưởng nhớ và hy vọng chồng phương xa sẽ trở về. Trong cuộc nội chiến Anh vào thế kỷ 17, những người lính ra trận đeo ruy băng vàng trên cổ như thể đeo sự nhớ thương của người vợ bên mình.

Ky binh Hoa Kỳ ở thế kỷ 19 cũng đeo trên cổ ruy băng vàng với ý nghĩa như thế, như truyện tranh anh chàng Lucky Luke với dải băng vàng ở cổ áo, xem lúc nhỏ mà giờ nhờ cuộc biểu tình Hồng Kông, tôi mới được biết rõ nguồn gốc. Đến khi Irwin Levine viết bài hát "Cột một dải ruy băng vàng lên cây sồi già" (Tie a Yellow Ribbon Round the Ole Oak Tree) thì nó được phổ biến trên toàn thế giới thập niên 1970. Bài hát nói về một anh chàng bị kết án 3 năm tù về tội buôn lậu (!) Trước khi được về nhà, anh viết cho vợ, *If you still want me, Oh, tie a yellow ribbon 'round the ole oak tree…* (Nếu em còn yêu anh *thì hãy cột một dải ruy băng vàng lên cây sồi trước nhà...)* Và khi chàng về đến nhà thì thấy cây sồi như mái tóc vàng óng ánh bởi ngàn sợi ruy băng! Sao tôi thấy mê những ý tưởng thiên thần này quá. Từ đó yellow ribbon mang ý nghĩa của Hy Vọng, Chiến Thắng và Tình Yêu.

Phong trào biểu tình đã chọn nơ vàng để gửi đi thông điệp họ tin vào một chiến thắng bằng vũ khí Bất Bạo Động và Tình Yêu. Cũng có nghĩa, chấp nhận hy sinh để hái được đóa hoa Dân Chủ.

Một nét thơ mộng, mà khẳng khái, nữa là họ chọn bài "Do you hear the people sing" (Bạn có nghe mọi người hát) trong vở nhạc kịch "Những người khốn khổ" (Les Miserables) để cùng nhau ca vang trong cuộc biểu tình, đây là bài mà các nhà cách mạng Paris hát trong cuộc nổi dậy chống chính phủ. Cũng rất dễ thương và thông minh, khi họ chọn cách hát vang bài Happy Birthday để thông báo cho nhau có kẻ lạ trà trộn vào hàng ngũ để gây rối, và sẽ bị tống khứ dưới sức mạnh của hợp ca.

Điểm qua những biểu tượng, thì đã có hai trong số đó lấy từ kho văn học, tôi thấy thích thú bởi ý tưởng của một phong trào chính trị mang đầy tính nghệ sĩ này.

Chỉ có một biểu tượng buồn là chiếc áo thun đen mà họ mặc khi đi biểu tình, màu sắc đen trong vô vàn sắc rực rỡ của dù, của nơ vàng, của những tấm giấy nguyện cầu, là để tưởng nhớ sự kiện Thiên An Môn, cũng hàm ý lên án sự đàn áp bằng bạo lực. Màu đen ấy là nét quyết liệt bên cạnh những hình ảnh thơ mộng kia.

Với những biểu tượng vừa dịu dàng vừa kiên cường được chuyên chở bởi một lớp thanh niên có ý thức chính trị và có trình độ văn hóa cao, có phải vì vậy mà cuộc biểu tình này gây được sự chú ý và tình cảm thế giới?

Trong những giờ khắc căng thẳng ấy, có những phút thở ra nhẹ nhàng từ những người trẻ tuổi, trẻ trung thì cái gì cũng có thể xảy ra, và đã xảy ra một cách ngộ nghĩnh, đẹp đẽ, như vầy, một cặp đôi đã đính ước nhau trong lúc cô Crystal Chan còn mặc chiếc áo mưa trong suốt để phòng hơi cay, trên cánh tay cậu Yau Chi-hang thì đầy khẩu hiệu đấu tranh, sau đó cả hai cùng hô, *"phổ thông đầu phiếu thực sự."* Lại có cặp chụp hình cưới trong hàng ngũ biểu tình (tienphong.vn.) Cái lãng mạn của thời phải sống chung với quá nhiều khắc nghiệt, cũng có khác, và có lẽ nó quý hơn xưa, vì nó quá khó khăn, trắc trở.

Tôi muốn nói đến một ánh sáng xanh vào đêm 29 tháng 9. Thay vì là đêm thắp nến như thường tình, thì họ, những người trẻ của thế hệ hôm nay đã thắp bằng ánh sáng điện thoại di động, hàng chục ngàn iPhone tỏa ra màu xanh huyền diệu trong đêm. Lồng trong không khí sôi sục của một cuộc biểu tình chính trị là ánh sáng của bài thơ. Bài thơ xanh hy vọng. Hy vọng họ sẽ chiến thắng, và sẽ gây được hiệu ứng tới những nơi trên thế giới còn vắng bóng tự do dân chủ, dân quyền.

Đó là những chi tiết làm tôi cảm động và rung động.

Trong một lan can ở khu Admiralty (khu Kim Chung) người ta thấy một biểu ngữ màu vàng, chữ đen, câu *"You may say I'm a dreamer. But I'm not the only one"* - *Bạn có thể cho rằng tôi là một kẻ mộng mơ, nhưng không chỉ riêng tôi* - (thanhnien.com.vn.) Ai đó đã nói, hầu như những thành tựu trên cõi trần gian này đều khởi đầu từ một giấc mơ.

Những người trẻ ở Hồng Kông hôm nay đang thức dậy để hiện thực giấc mơ của mình, để nhân dân họ được sống trong cảnh mà họ ước mơ. Cho tới hôm nay, những đòi hỏi của sinh viên học sinh và dân chúng chưa được chính quyền Hồng Kông đáp ứng, và chúng ta chờ đợi những ngày sắp tới trong cầu nguyện và tin tưởng.

Tôi xin buộc trên cổ tay mình một dải nơ vàng.

Hôm nay, 14 tháng 10, kể từ lúc bùng ra ngày 26.9, cuộc biểu tình đã bước sang ngày thứ 19, chính quyền Hồng Kông đã động đậy, không phải để đối thoại với sinh viên học sinh và nhân dân, mà lịnh cho cảnh sát dỡ bỏ rào chắn của họ ở khu Admiralty, sau khi những hàng rào bằng kim loại bị cắt thì sinh viên dựng lại bằng hàng rào tre, họ nói, *"Chúng tôi có thể* rời đi vì chúng tôi không thể chống lại các anh, nhưng chúng tôi sẽ không bỏ cuộc." "Chúng tôi sẽ không đối phó với họ bằng vũ lực." (vnexpress.net)

Ngày 15 tháng 10, theo tin tức RFA, "Cuộc biểu tình bất bạo động của sinh viên học sinh Hồng Kông đã bước sang một bước ngoặc mới khi cảnh sát tiến hành các cuộc đàn áp bằng sức mạnh bất kể người biểu tình vẫn kiên cường không tỏ thái độ chống lại hay bỏ cuộc. Liệu sức chịu đựng của họ kéo dài được bao lâu và thử thách này phải nên chấp nhận trong thái độ nào?... 46 người bị bắt, hàng trăm căn lều bị xé rách, mọi chướng ngại đều bị giải tỏa và nhất là đã có máu đổ. Xét về bề ngoài thì sự đàn áp chưa đến nỗi thô bạo nếu so với các cuộc cách mạng khác... tuy nhiên đối với Hong Kong, xứ sở có truyền thống dân chủ từ hơn trăm năm qua thì việc cảnh sát đánh đập sinh viên, học sinh là hành động khó tha thứ."

Tôi thấy buồn và lo lắng.

Cầu nguyện cho họ giữ được lửa đấu tranh, xin Thánh Gandhi ban cho họ sức mạnh bất bạo động. Cơ hồ như một đường chỉ mong manh, khi những tấm thân, đầu óc thư sinh ấy bị khích động bằng bạo lực, liệu họ có đủ bình tĩnh bất bạo động không, có đủ đoàn kết và lì đòn để phong trào không bị dập tắt không.

Tôi sợ thấy hình ảnh những chiếc dù bị rách, nằm thúc thủ trên những con đường, tôi sợ những đóa hoa vàng dân chủ bị héo dưới nắng bạo lực. Thời gian ơi, xin ở cùng họ, những tấm lòng yêu nước trẻ trung, nghệ sĩ và trong sáng, để cho họ thành tựu được giấc mơ dân chủ.

Santa Ana, 16 tháng 10.2014

NỤ CƯỜI NHỮNG ĐÓA HƯỚNG DƯƠNG

Hãy hướng về phía mặt trời,
bạn sẽ không còn nhìn thấy bóng tối.
Đó là những gì hoa hướng dương đang làm
(Helen Keller)

Anh vừa nói với tôi. *Mùa xuân, hoa hướng dương sẽ nở.* Trời Santa Ana sáng nay mù mây và mưa nhẹ, rét hơn mọi hôm. Mở thùng thư ảo nhận được một e-mail mang đến cho mình rất thật một niềm vui, với cái subject Tuyết phủ. Nghe muốn ước, giá mà được ngồi uống cà phê nhìn tuyết rơi ở đó. Không biết người nói tuyết phủ ấy có biết đó là một ước mơ của tôi không, dĩ nhiên tôi chỉ nói đến cảnh tuyết rơi lơ phơ thôi, chứ không thì hai cô bạn Liên và Châu Tỷ ở New York và New Jersey sẽ la toáng lên, qua đây mà xúc tuyết xem thử có mơ mộng nổi không. Cầu nguyện cho cơn bão tuyết hiện giờ đang tràn các tiểu bang miền Đông và Trung Tây sẽ qua nhanh.

Đêm hôm qua đọc tin tức về một cậu bé 3 tuổi, Mason Williams, đang bị bệnh tim vào giai đoạn cuối, bé có một ước mơ rất nhỏ, được nhìn tuyết. Mẹ của bé cùng bạn hữu đã biến giấc mơ ấy thành thực, họ đã mang được về 105 gallons tuyết, rồi phủ đầy sân trước nhà. Và Mason đã trải qua những giờ chơi cùng tuyết với tất cả thích thú, ngạc nhiên. Người mẹ đã nói với The Daily Mail *"If I didn't do it now, and something happens to him, I'd never forgive myself for not making the most of the time we had."*(news.yahoo.com Dec 6, 2013)

Chuyện bình thường, mà đối với số phận nhỏ bé ấy, nó là một ước mơ. Và có bao nhiêu ước mơ như thế trở thành thực? Những ước mơ đẹp như tinh tú trên trời. Phải chăng nó được nuôi dưỡng bởi những trái tim thiên thần?

Mỗi mỗi ước mơ của những thiên thần nhỏ…, và tưởng không có gì nhân ái hơn là việc làm của các tổ chức như The Make-A-Wish Foundation, Mỹ, Chắp Cánh Ước Mơ, Ước Mơ Của Thúy, Ngân Hàng Heo Đất của Lazada, ở Việt Nam… đã hiện thực hóa những ước mơ ấy, để bên cạnh những đau đớn của thể xác, các em còn hưởng được chút niềm vui trong kiếp sống mong manh.

*Có phải Thiên Thần không có mặt được khắp nơi trên trái đất nên đã gửi đến trần gian này, Trẻ Thơ?**

Nghĩ bâng quơ, Trẻ Thơ và Thiên Thần cùng vần T, ở ngôn ngữ Việt mình, T cũng bắt đầu chữ Tình Yêu. Ơi chữ T chỉ những điều hạnh phúc đẹp đẽ.

Và làm tôi nhớ đến Thư. Anh Thư. Đâu vào khoảng năm 2002, hồi đó báo chí ở Sài Gòn phổ biến một chúc thư của Anh Thư 12 tuổi, bị ung thư, em biết trước ngày dự đoán sẽ chết, và rất can đảm, em tự chuẩn bị "hành lý" để ra đi một mình, em nói, em không có gì để lại cho mọi người ngoài ước mơ, em sẽ ra đi với một thân thể khoẻ mạnh, tới một nơi em cũng sẽ đi học trong những buổi mai có tiếng chim hót, cùng cô giáo và bè bạn. Ngày đó khi buồn vì bệnh tôi lại nghĩ đến sự kiên cường của Anh Thư. Khi em qua đời, từ ý nghĩ của em, tôi viết lại thành bài thơ, xin ghi lại đây để cảm ơn Anh Thư.

CHÚC THƯ CỦA ANH THƯ

Em lặng nhìn bước chân mình đi. Từng ngày
Em nghe con đường ngắn lại. Mỗi phút giây
Em một mình ngồi viết. Mỗi ban mai
Từng hạt nắng theo em rơi trên giấy
Rất bình thường. Em thu xếp hành trang cho mình, như thể
xếp quần áo vào ba lô cho một chuyến cắm trại cuối tuần
Em sửa soạn sự ra đi của mình
Như thế. Mỗi ngày. Mỗi ngày...

Với niềm tin của một thân thể khỏe mạnh
Với giấc mơ của trái tim yêu thiết tha cuộc sống
Cuộc sống sẽ theo em về phía ấy
Đêm vẫn chuyện trò cùng em bằng những vì sao lấp lánh
Tiếng chim hót trên đường đi đến trường
Tiếng em học bài. Tiếng nô đùa bạn nhỏ
Những buổi mai xanh
Em bảo,
"đó là tất cả những gì em có để em được để lại cho mọi người"
Ôi bản chúc thư yêu đời trong trẻo
Mỗi khi buồn
Tôi lại trông lên trời đêm tìm ánh nhìn
Của một vì sao 12 tuổi
Anh Thư ơi...

Tôi google để hy vọng xem có tìm lại được gì rõ hơn về Anh Thư không... không thấy, nhưng tôi đã gặp Nụ Cười Những Đóa Hướng Dương. Đó là tên của một buổi triển lãm tranh của các bệnh nhi ung thư và bản tin được tường thuật bởi phóng viên Anh Thư. Ngẫu nhiên gặp vì có những chi tiết giống nhau. Nhờ vậy, mà tôi được dẫn đi theo những cánh hoa mặt trời.

Mỗi bức tranh cài một đóa hướng dương. Buổi triển lãm được tổ chức lần thứ hai ở Hà Nội năm 2009 bởi nhóm Chắp Cánh Ước Mơ gồm cả trăm thành viên tự nguyện phần đông là sinh viên học sinh. Tên gọi cho ta biết mục tiêu của họ, và đối tượng là các bệnh nhi nan y.

Chị Quế Mai, trưởng nhóm nói, *"Giá trị lớn nhất của triển lãm là sự chia sẻ yêu thương của cộng đồng. Tất cả đều chung tay, góp sức vì một cuộc sống, một ước mơ tươi đẹp hơn cho các bệnh nhi."*

PV Anh Thư viết, *"Mỗi người xem ảnh, xem tranh với một cảm xúc khác nhau. Có ông cụ dừng rất lâu trước những bức vẽ của trẻ. Có người ngỡ ngàng khi chứng kiến bức ảnh mang nụ cười tươi tắn, hồn nhiên nhưng thân thể lại đang bị căn bệnh ung thư hành hạ."* (tin247.com)

Trong triển lãm này có 6 bức tranh của Lê Quang Hiếu 6 tuổi, ung thư xương: Đêm Trong Rừng, Giáng Sinh, Câu Cá,

Ếch Con, Gia đình Khỉ và Thỏ Đi Chơi. Tôi nhắc đến Hiếu vì một chi tiết buồn, bức Thỏ Đi Chơi đang vẽ dở dang thì em ra đi, *theo Thỏ con rong chơi trên những con đường cỏ xanh, phải không Hiếu ơi…*

Tháng 11 ngày 10, 2013 vừa rồi, Hội Hoa Hướng Dương lại được tổ chức ở sân khấu Sen Hồng, Sài Gòn, triển lãm tranh của những tác giả bệnh nhi. Các bạn trẻ tụ tập nhau ngồi xếp những cánh hoa hướng dương. Những chiếc áo vàng in thông điệp -*Như đóa hướng dương hướng về mặt trời*- ... Rồi những mảnh vườn hướng dương dần xuất hiện, nhuộm vàng không gian ngày hội, khu Chợ phiên Mặt Trời...'' Tiền bán hoa và tranh gây quỹ hỗ trợ các em. (tuoitreonline)

Tại sao có Hội Hoa Hướng Dương?

Có một góc trong ngày hội gọi là Ước Mơ Của Thúy. Thúy ư. Xin hãy nghe các bạn trẻ nói về Lê Thanh Thúy, *"SV Nguyễn Đình Hạnh, khoa đồ họa, Kiến Trúc, bộc bạch: không năm nào tụi mình bỏ qua ngày hội, cũng như không bao giờ bỏ chương trình Ước Mơ Của Thúy."* Thảo Uyên (lớp 10) chia sẻ, *"Từ ngày biết chuyện chị Thúy, mình thấy cuộc sống mình đã khác. Trước đây chuyện buồn nhỏ cũng thấy to nhưng nay chuyện nào mình cũng thấy nhỏ,… bây giờ lại chỉ muốn làm điều tốt cho mọi người."* (HảiThi / tuoitre.com)

Trong bốn năm chiến đấu với bệnh ung thư xương với một tinh thần lạc quan, Thúy đã lan tỏa được niềm tin cho những bệnh nhi khác, và đã cùng một nhóm bạn thực hiện một chương trình tên Ước Mơ Của Thúy như: "Tết yêu thương 2007", "Vầng trăng yêu thương"... để tiếp sức mạnh tinh thần cho các bạn đồng bệnh.

Từ lòng nhân ái đã nảy sinh những việc làm diệu kỳ, Thúy đã viết một tờ em gọi là hợp-đồng-sống với em Đặng Phúc Thanh Đạm như sau: *"Mỗi ngày em tiếp tục sống chị sẽ dành ra 50.000 đồng. Số tiền này năm sau, chị em mình sẽ tổ chức cho các em tết Trung Thu. Mỗi ngày của em sẽ mang thêm nhiều niềm vui đến cho các em nhỏ… "*

Một thân thể bị bệnh ăn mòn dần từng phần mà vẫn khích

lệ tinh thần những bạn đồng bệnh khác như thế, hỏi sao Thúy không được ngưỡng mộ? Trong blog, những dòng entry cuối cùng của Thúy: *"Em sắp gục ngã rồi. Mọi người hãy giúp em duy trì chương trình ước mơ của Thúy."* Thanh Thúy, được mọi người cho là sứ giả của niềm tin và nghị lực, được mệnh danh là đóa hướng dương, đã ra đi tháng 11 năm 2007, 19 tuổi.

Đó là lý do có Hội Hoa Hướng Dương, và đã tổ chức được 6 lần ở cả Hà Nội lẫn Sài Gòn vào tháng 11 kể từ Thúy mất cho đến nay, ngày càng có nhiều tình nguyện viên, cùng những văn nghệ sĩ, doanh nhân, mạnh thường quân các giới tham gia tiếp sức, hỗ trợ cho các bệnh nhi.

Điều gì khiến người ta gọi Thúy là đóa hướng dương?

Trong blog của Thúy, em nói đã tìm thấy mình trong cuốn Hoa Hướng Dương Không Cần Mặt Trời của Trần Tử Khâm, một tấm gương vượt qua số phận ở Trung Quốc.

Tôi rất thích lá thư của một em gái viết cho Thúy:

"... em chợt nghĩ đến một câu nói: 'Người ta nói mặt trời không bao giờ khóc, nhưng thật ra... nước mắt của mặt trời chính là những giọt nắng. Mặt trời đã đem chính nỗi cô đơn của mình sưởi ấm cho nhân loại.' Thế nên, có một loài hoa luôn sống hướng về phía mặt trời, không phải chỉ để nhận ánh sáng cho sự sống mà còn mong tìm được yêu thương trong tận cùng nỗi cô đơn. Đó là hoa hướng dương, là cái cách mà người ta vẫn dùng để nói về chị... một loài hoa luôn khát khao ánh nắng?... Từ những việc làm của chị, em mới thấy hết được giá trị thật sự của cuộc sống... em cũng rất thích câu nói của Trần Tử Khâm: 'Từ đáy vực sâu đầy nước mắt đau khổ, tôi đứng dậy thề rằng dù còn sống bao lâu nữa, dù có bao gian khó, tôi cũng không đầu hàng, không chấp nhận, tôi sẽ là một mặt trời nhỏ để cuộc đời mình được tỏa sáng ấm áp.' Nhưng chị ơi, chị không chỉ tỏa sáng ấm áp cho riêng cuộc đời chị, mà chị còn đem nó đến cho hàng triệu người còn đang bất hạnh một niềm tin..."
Lê Hoài Phương, lớp 10A5 trường Hùng Vương (Tuoitreonline)
Thư Phương viết thật hay.

Từ đó bạn bè lan truyền đi, gọi Thúy là đóa Hướng Dương.

Ngày cuối cùng, Thúy ra đi trong một không gian đầy hoa hướng dương trên bức tường do một nhóm sinh viên Kiến Trúc vẽ tặng. Nhóm Modern Wind của đại học Mỹ Thuật cũng vẽ hoa mặt trời trên chiếc áo quan của Thúy, họ nói: *"Nhóm đến với Thúy bằng những bông hoa hướng dương nơi nhà Thúy. Và bây giờ, mọi người muốn tiễn Thúy cũng chính bằng những bông hoa ấy."*

Thúy đã sống thật trọn vẹn những việc thực, sống thật đẹp những ước mơ.

Trong rưng rức thương và cảm phục, tôi không thể không nhớ đến Xa Diễm ở Tứ Xuyên, vừa sinh ra đã bị bỏ rơi, thoi thóp trong đống cỏ bên chân một cây cầu nhỏ, trên ngực bé có một mẩu giấy ghi "20 tháng 10, 12 giờ đêm."

Hành trang như thế, em đến cuộc đời này, trong một đêm mùa thu. Duyên phận khiến ông Xa Sĩ Hữu gặp và, dù rất nghèo, cũng nhặt em về nuôi. Số phận thật khắc nghiệt, em mắc bệnh ung thư máu năm 8 tuổi. Ý thức được khó khăn, em đã viết trong hồ sơ bệnh án "Tự nguyện từ bỏ chữa trị cho Xa Diễm" rồi tự chuẩn bị cho sự ra đi.

Cô phóng viên Truyền Diễm biết chuyện của em đã viết bài "Đứa trẻ 8 tuổi tự lo hậu sự" tung lên internet, tạo được một phong trào quyên góp chi phí phẫu thuật cho Xa Diễm. Số mệnh của Xa Diễm làm không gian internet xa lạ trở nên đầy ắp ánh sáng của lòng người. Sau hai tháng hóa trị, em biết mình không còn đủ sức, đã trao lại cho phóng viên Truyền Diễm một "chúc thư" với ý muốn trao toàn bộ số tiền quyên góp còn lại là 540 ngàn nhân dân tệ cho các bệnh nhi khác (trong đó có em Từ Lê đã được cứu sống, nhờ vào viện phí Xa Diễm để lại) *"Thiên Đường có em nên Thiên Đường càng đẹp đẽ."* Đó là câu khắc trên bia mộ Xa Diễm (tim.vietbao.vn)

Những trái tim thiên thần tỏa ra ánh sáng giống nhau, cái lấp lánh thánh thiện. Xa Diễm, Anh Thư, Thanh Thúy... những đóa hướng dương tỏa ánh mặt trời. Làm ấm cõi nhân gian này.

Khi viết đến đây, tôi thấy chút mắc cỡ, số là đêm qua, khi nhà tôi mua về một cây gậy chống. Sáng nay đi ngoài thềm, tôi loạng choạng, lúc ấy anh mới đưa, tôi buồn và như có khóc. Giờ biết những nụ cười thiên thần đầy nghị lực này, thấy mình quả là yếu đuối.

Nói thêm về hoa hướng dương một chút cho trọn vẹn cái dung và hạnh của một loài hoa đẹp như huyền thoại này.

Một lợi ích khoa học của hướng dương là có khả năng hút chất phóng xạ. Năm 1986, sau thảm họa Chernobyl, người dân Ukraine đã trồng hướng dương để giảm bớt tác hại của phóng xạ. Cũng với mục đích ấy, sau trận động đất lịch sử 2011 ở Nhật, nhà sư Koyu Abe đã kêu gọi mọi người trồng hoa hướng dương trong vùng nhà máy nguyên tử Fukushima, cùng với tiếng chuông rền mỗi sáng tại ngôi đền Joenji của thiền sư, cả đồng hoa hướng dương thức dậy nở dưới mặt trời để xua đuổi bóng đêm của phóng xạ.

Không những ích lợi, vẻ hoa quyến rũ, hướng dương còn là thông điệp trữ tình của thần thoại Hy Lạp, nàng Clytie yêu thầm thần mặt trời Helios, chỉ yên lặng nhìn cỗ xe của thần đi ngang bầu trời, sau nàng hóa thân thành hoa hướng dương hoài trông, thể hiện lòng chung thủy.

Nên có thể nói, ở ý nghĩa tâm linh, hướng dương được xem là biểu tượng cho niềm tin và hy vọng vào tình yêu. Tôi liên tưởng đến một loài hoa cùng họ là sơn quỳ, còn gọi dã quỳ. Bé hơn hướng dương, và cũng nở hướng về mặt trời. Vào độ tháng 11, hai bên đường từ Bảo Lộc đến Đà Lạt, dã quỳ cháy rực màu vàng dại đê mê... *hỡi đóa quỳ vàng. đêm qua chết. bây giờ sống lại. như hồn anh trong nắng mùa xưa...* (Nguyễn Xuân Thiệp)

Vâng, mỗi mùa xuân hướng dương lại tới. Với tôi, những cánh hướng dương rung trong nắng âm vang tiếng cười trong sáng yêu đời yêu người của những thiên thần Thúy, Anh Thư, Hiếu, Diễm, Mason...

Nụ cười đóa hướng dương, toát vẻ rực rỡ của mạnh mẽ, tự tin khiến người ta nghĩ rằng tất cả đều có thể, kể cả giấc mơ...

Santa Ana, 12. 2013

---

*Phỏng theo câu ngạn ngữ Do Thái: God could not be everywhere and therefore He made Mothers.

MÙA NÀO THỨC NẤY

Nếu bạn đang liếm môi hy vọng tìm được món ăn dưới đây, thì coi như thất vọng rồi, vậy xin ghé qua quán Thương Nhớ Mười Hai của Vũ Bằng cho đỡ thèm chút vậy.

Hồi vừa qua tuổi sách hoa tím mực tím chi đó, mua cuốn ấy về cứ tưởng sẽ được phiêu sướt mướt với cái gì đó lãng mạn, bởi cái tựa đề nghe tình quá sức, dè đâu, tác giả giới thiệu món ăn theo mùa và nói lên cái thú hưởng một trong những cái khoái nhất ở đời, là ăn, một khoái-lạc-thơ-mộng. Vũ Bằng. Đọc say mê. Từ ấy, để ý đến cách thưởng thức, không cứ là thú ăn uống, mà mọi thú sống ở đời. Thế nào để trọn vẹn đôi đường với những vui sống về mặt giác quan lẫn tâm thức. Đó là điều tôi nhặt được sau khi đọc Thương Nhớ Mười Hai của Vũ Bằng, cũng như Sống Đẹp của Lâm Ngữ Đường qua bản dịch của Nguyễn Hiến Lê. Cách họ tán thưởng, hưởng thụ thú vui, đều mang hồn văn chương nghệ thuật, họ hòa chất thơ, chất cao nhã vào những lạc thú trần gian. Thật là Biết sống, theo tôi.

Hạnh Phúc của ta thuộc về cảm giác... Một thứ triết học cao thượng phải tạo được cho ta niềm tin vào cái cơ quan đẹp đẽ, nơi tiếp nhận cảm xúc, là cơ thể ta đây. (Sống Đẹp)

Nghĩ như thế thật nhân bản, ngẫm lại thì có phải ngũ quan khiến tâm trạng vui vẻ hay u buồn hay không? Đó là cái tâm-trạng-đáp-lời.

Nhưng cũng phải nói ý tôi, không phải tất cả bắt đầu từ giác quan, có khi cảm xúc tinh thần đưa đẩy hay chế ngự để thân xác có trạng thái dễ chịu. Vũ Bằng gắn liền cái ăn vào nỗi lòng tương tư cố lý, thành ra món ăn trở nên không chỉ là ngon của lưỡi mà còn truyền đi thi vị của tâm tư. Và cảm xúc u hoài ly hương ấy khiến món ăn càng thêm đậm đà, hóa thành nỗi nhớ. Rõ là có qua có lại.

Phải nói Vũ Bằng thanh lịch mà hưởng những thời trân. Này nhé, ở miền nam nhớ về quê bắc vào độ *tháng giêng trăng non rét ngọt*, ông đi từ cái nỗi say sưa, *con vật nằm thu hình trốn rét thấy nắng ấm thì bò ra nhảy nhót kiếm ăn*, thấy trời trong mây nõn *rung động như cánh con ve mới lột*, sinh ra cảm giác thèm ăn và ăn thiệt ngon, một bữa cơm giản dị *cà om thịt thăn với lá tía tô*... Thế có phải từ *nhìn* đi tới *cảm khoái mùi vị món ăn*, rồi dẫn nhau đến ngõ *cảm xúc? ... khuya, trời vẫn rét một cách tình tứ, nên thơ... đôi vai màu ngà ai thơm ngát hương cau*. Chẳng còn biết chuột lắt léo mèo đi hay mèo đuổi chuột. Nhưng mà bạn ơi, cảm giác để thấy hạnh phúc một cách nên thơ như thế, là chuẩn rồi.

Tôi mê nhất cái lúc Vũ Bằng *tháng hai tương tư*... Khởi đi từ mùi hoa sữa -ngửi-, đêm -nghe- mưa ngâu sụt sùi, nhóm lửa thổi một nồi cơm gạo vàng ăn với thịt gà mái ấp *(gà mái được rồi, sao phải gà mái ấp thưa ông?)* để rồi -cảm thấy- sao tháng hai nó ngắn quá, bấy giờ thì giác quan mở rộng cửa cho *mơ mộng*, người đàn ông thấy mình *lạc phách*, rơi vào giấc mộng hoa đào *sơn nữ mặc váy thủy ba đu đưa ven suối*.

Với đào biên thùy Bắc Việt thì, *đưa lên miệng -cắn- giựt mình vì cái thơm của đào... lại càng -cảm thấy- trái đào hé mở đẹp không biết bao nhiêu... gớm cho nhà thơ nào đã dùng hai chữ "nhụy đào"...* Đấy, Vũ Bằng để cho cái ngon của vị giác dẫn đường tới liên-tưởng.

Đến tuyết lê của xứ Lào Cai, *lê như một trái cây bằng thủy tinh*, gõ cho bụi tuyết rơi, ăn từng miếng nhỏ, *dịu hiền và thơm ngát thơm ngào*: một rung động cùng lúc của cảm xúc và thính giác. Ông tả cái ngon của mỗi thứ quả, *có tính cách riêng biệt cũng như mỗi dây trong chiếc tỳ bà reo lên một thứ tiếng tơ đồng khác nhau... Có phải là mình thương yêu phần tử nên yêu luôn từ bông hoa mà yêu xuống đến trái cây, yêu từ cái lá hoè lăn tăn yêu lan sang chùm hoa mộc?* Tôi đưa ra những hình ảnh trên chỉ là muốn nói rằng tinh thần và thể chất đều có tác động như nhau trong trạng thái hạnh phúc.

Trong gió non của mùa xuân, mùi mưa đêm còn váng vất đâu đó trong hương lá và nhựa cây, hay tôi vừa trôi ra từ màu xanh nostalgia của tranh Đinh Cường mà bỗng lãng đãng đến u buồn ruột gan vậy. Chắc là đang đi tìm giấc mơ trong hương gây mùi nhớ của thời gian. Cái giấc mơ sương khói địa linh... Thôi thì…

Cứ như chiếc lá phiêu du trên dòng thời gian, nhấp nhô những đậm phai, chắc rồi sẽ bắt gặp được một nhịp nghỉ nào đó vừa đúng cái rơi của giấc mơ. Trong 2 tỉ 500 triệu lần đập của trái tim một đời người, ít ra cũng cho tôi một vài, để đập nhịp của giấc mơ chứ, đó là lúc thực của giấc mộng cuộc đời. Ảo thực ấy đưa tôi đi qua từng phút giây của cuộc sống này với một cảm giác hưởng thụ, biết ơn. Cất bước mà đi vào buổi xuân sớm, chả phải là hợp lúc, cho mầm tươi đang lục sục trong người hé lên chồi hớn hở với đất trời phức thơm đó sao.

Ở bảo điện Đại Hùng chùa Thiên Mụ có bốn ô khắc thơ chữ Hán xen giữa các bức cảnh sắc Huế, là bài ngũ ngôn tứ tuyệt này, *Xuân du phương thảo địa, Hạ thưởng lục hà trì, Thu ẩm hoàng hoa tửu, Đông ngâm bạch tuyết thi*. Mùa nào thức nấy. Dường như hợp ý lắm, cái quan niệm sống để hạnh phúc như thế. Thời bây giờ người ta đã có nhiều cái thú khác với miền cỏ thơm, ao sen, rượu cúc, thơ tuyết rồi, nhưng lúc này, tôi muốn trôi đi với bài cổ thi du du. Chắc là tôi sẽ nắm được áo lãng tử Thôi Hiệu ở miền cỏ thơm để xin Người vài câu bạch tuyết thi…

Xuân du phương thảo địa… Mùa xuân dạo chơi miền cỏ thơm. Chan chứa rong chơi nhàn tản, yêu thích vì cái khơi gợi mênh mông đường dài đánh động bước chân bó rọ của mình. Áo mùa Xuân đã dậy mùi, tung tăng đi mà hít thở hương đổi thay của đất trời để cơ thể rạo rực xuân khí. Lan man giữa miền thơm để đàn thời gian lại rung lên những phím thanh xuân.

Tưởng như nhịp sinh học con người đang đập nhịp của thiên nhiên. Trong dòng chảy nôn nao về tim ấy, bạn đẩy mùa xuân mình tới đâu mà chẳng thấy cận kề được cái thơm tho mới mẻ của cuộc sống? Có thể buông đi những bận bịu theo những cánh én bay về mái vòm đỏ giáo đường San Juan Capistrano trong tiếng chuông gọi ước hẹn mỗi đầu xuân, đọc một tản văn của Nguyễn Xuân Thiệp biết là chim én đã quên lời thề không trở lại, nhưng hề gì, hẹn ước càng dài càng nên thơ đá vàng. Có thể theo hương gió mà đến một cánh đồng hoa poppy ngàn vàng để hít đầy lồng ngực mùi đất trời hừng hực tiết xuân phân California.

Bạn thân thiết ơi, mưa tầm tã ở đây đang mở những mơ xa, bạn có muốn theo tôi tới miền xa ký ức? Biết đâu bạn sẽ lấy thêm được năng lượng từ hương xuân thơ dại để đi tiếp những hạ thu đông? Thì hãy cùng tôi,

Ao mùa hạ sen nở, búng thuyền đi mà *thưởng lục hà trì*. Sen thì siêu sao rồi. Tôi muốn nhắc đến một loài sen ngủ gọi là tiên tử kia. Hoa súng. Sen vừa tàn thì súng lại tím ngắt. Nó tựa mình trên nước nở hết sức tự tin, bung màu tím pha hồng, Chế Lan Viên lại bảo, *cái màu hoa súng ấy như cơn đau không dám khóc / chỉ lặng yên sắc tím để mà đau.* Sao vậy, có lẽ nhà thơ buồn theo những cánh thụy liên úp mặt trong đêm tối?

Tôi thì mê đê mê hồ súng của Monet. Mùa hạ, nhắm mắt mơ một cái thấy mình rơi xuống mảng xanh tím miên man Monet thì chắc chết đi được. *bay đi / bay đi / vỡ tôi hạt tím / rơi như mơ / những đóa water lilies / tiếng cọ Monet phết long lanh đôi cánh / thiêm thiếp tôi / hồ mộng…* Thưa, hạ thưởng lục hà trì của tôi đấy.

Còn cái thú của Nguyễn Bỉnh Khiêm thì *Xuân tắm hồ sen, Hạ tắm ao.** Ở, chắc mùa xuân hồ chưa có sen nên rộng đường cho Người tắm táp, và ao trước nhà trong cho Người hưởng nước mát vào ngày hè oi ả. Mấy ai đủ bản lãnh để sống đơn giản thế…

Sang thu, có bạn thân mời nhau một chung rượu hoa cúc vàng để thấm vào lòng cái hắt hiu *Thu ẩm hoàng hoa tửu*, cúc vàng cất thành rượu như thế nào, và cũng không biết ở đâu bán, tôi sẽ làm hay sẽ mua, để dành cho hơi ấm tình bạn mùa thu (rượu vang Calif. cũng tuyệt bạn ơi). Tự hỏi cớ gì mùa thu lại uống rượu hoàng hoa? Biết từ lâu theo sách, thì vào tiết Trùng Cửu ngày 9 tháng 9 âm lịch, số 9 thuộc dương nên còn gọi tiết Trùng Dương, là mùa thu khi cúc vàng nở rộ, chắc có nhiều hoa cúc để làm rượu, hay uống rượu bên hoa cúc? Theo lời cô Viên Trân "cô bán rượu cao cấp" ở Việt Nam thì hoàng hoa tửu, làm bằng hoa cúc Ấn Độ và gạo nếp, đựng trong bình hạ thổ từ sáu tới mười năm. Có không? Thế thì hơi *đại gia.*

Ngõ vườn nhà tôi có một hàng hoa cúc, cúc mùa Thu thì quả là ánh vàng rực rỡ trên nền u xám buồn, nên quyến luyến người ta lắm. Bỗng liên tưởng đến nghĩa bóng của chữ hoàng hoa, chỉ sự xa vắng, nơi hiu quạnh, là do tích con trai Tàu xưa, đến tuổi, phải lên đường đi lính lại đúng vào thu hoa cúc nở, Kinh Thi có câu *Người đi lính thú phương xa nhớ nhà làm thơ hoàng hoa...* Chinh Phụ Ngâm cũng *Xót người nương chốn hoàng hoa dặm dài...* Người xưa lại sánh cúc mùa thu với khí tiết người quân tử nữa. Mới nói, hội đủ mọi yếu tố hấp dẫn để mời bạn, vào thu nâng chén rượu hoa vàng. Nếu không có tửu thì tôi có thể cùng bạn, chén trà bằng sứ trong đó một đóa cúc trắng xòe mềm mại hơi thu cũng được chứ. Hẹn nhé.

Lại nghe, Tuyết Giang Phu Tử, có thú *thu ăn măng trúc**, ai cùng tôi, một đĩa măng luộc, tước thành sợi, trộn với rau thơm, tỏi, mè, lạc rang, xíu nước mắm, ít giọt chanh, xúc với bánh tráng nướng, và rượu gì mà bạn thích, ngồi bên thềm hoa cúc, cùng nhau? Thế là trọn vẹn mùa thu. Thu cuộc đời.

Nghĩ thêm cái thong thả của người xưa. *Đông ngâm bạch tuyết thi,* tôi có nhiều thơ lắm (!) ngặt ở miền Nam Calif. mùa đông không có tuyết nên chưa được kinh nghiệm đọc thơ hòa với màu trắng lạnh câm. Mất một nửa cái trọn. Nhưng mà, hình như trong mỗi trầm lặng tâm tư, ai cũng có một miền tuyết lạnh, để mỗi khi đông đời một mình lắng vào, nghe một vọng âm xa... *ta khắc thơ trong tuyết, chờ nhau...* Chờ là một chữ rất dài. *tuyết* lại *rất mỏng rất xa...* (chữ xiên, thơ Nguyễn Lương Vy)

Mơ màng... *Kia cái cảnh u cư, gió tre xao xác lạnh, trong*

vườn, có ngôi nhà bằng gỗ, nền gạch nung nâu nâu. Ngồi bên chiếc bàn sơ sài, so đũa cùng Bạch Vân cư sĩ đông ăn giá*

... Từ sớm tôi đã muối một ít giá tươi với hành, Người không thích hẹ, rồi với hai bìa đậu mua vài xu từ cô gái bên kia dậu mồng tơi, cắt thành những miếng vuông, một nửa lăn qua mè muối, một nửa lăn qua cốm xanh. À, cốm này Người để dành từ độ thu rồi, gói vào một vuông lá chuối khô rồi để vào cái âu đất đặt cạnh cửa sổ mát lạnh hương khuya. Đậu ấy chiên dòn ăn kèm dưa giá muối sổi, gạo quê nghe như còn mùi đồng sữa, với những bát đĩa sành thô, không tròn trịa của khuôn thước, chiếc đĩa hơi vênh, ấy thế mà ai được hít thở một không khí trang nghiêm kẻ sĩ lạ thường. Cũng hợp lòng khi đọc thơ cùng Người, bạch tuyết thi thì chắc không vui. Thơ càng buồn thì cảm càng đã, xin lỗi, đây là chữ của một bạn thơ. Muốn trang nghiêm quạnh quẽ với đông hàn sĩ kia phải sắm sửa mình với cái buồn, "chỉ nỗi buồn mới thực của ta, riêng" (Du Tử Lê).

Dường như trải dài miền cỏ thơm Anh Vũ đến tận ao tấm mùa hạ kia, tôi nghe phiêu du Thôi Hiệu, trong khói sóng trời chiều *hương quan hà xứ thị* **... Cõi vắng vẻ Bạch Vân vang lên những lời thơ nôm đáp lại, *ta dại ta tìm nơi vắng vẻ / người khôn người đến chốn lao xao**... Làm sao để theo được lời dạy của Người, đi giữa cõi lao xao bằng một tâm an tịnh? Và tôi thấy hai người thơ ấy, *rượu đến cội cây, ta sẽ uống / nhìn xem phú quí tựa chiêm bao**.

Coi như đã đi qua một vòng thời gian xuân hạ thu đông... rồi xuân. (À, bạn có coi phim này chưa?)

THÊM MỘT MÙA THỜI GIAN...,

Nghe nói nhiều rằng, ta phải quên đi thời gian, đồng ý thôi, nhưng sao phải quên khi bản chất của nó là phôi pha? Theo định nghĩa ở Wikipedia thời gian là thuộc tính của vận động, và chỉ có một chiều duy nhất quá khứ hiện tại, đến tương lai (có chiều ngược lại không nhỉ?)

Thời gian đối với riêng tôi là một dòng chảy mộng ảo, mặc chiều đi tới, chẳng cần biết khi nào thì con người khám phá ra con đường đi ngược, mỗi khi chuông cảm xúc reo là cảm thấy những điều đã hay chưa thuộc về nó, thời gian. Thưởng thức nó như, đi đường xa, uống một ly nước đầy cho đến cạn, một hơi. Dặn dò đừng nặng lòng với quên, nhớ, nó đến, nó đi, nó ở, cứ sẵn lòng mà đón, rồi đưa, thôi thì, hoài niệm, hay giấc mơ, là điểm nào đó của đêm hôm qua, sáng ngày mai, ngày kia, kìa...

Ai đó đã nói, người ta thật sự không quên điều gì cả, chỉ có là mỗi lúc người ta biết cách đối xử hơn với những điều đã qua. Tôi tin mỗi lúc ấy là mỗi nhẹ lòng đi và biết rõ giá trị của phút giây đã, đang sống. Trong dòng chảy ảo mộng ấy, có những thăng giáng tình cờ, để nẩy một nốt nhạc thời gian không chuẩn thang âm. Lửng lơ. Đó là lúc tấm gương trong suốt của thời gian long lanh dưới chân, soi tỏ bước tôi đang đi,

... Phương đông hẹn nên chân trời rất khác / Thao thao con đường kể chuyện hôm nay...

Đó là lý do tôi rủ bạn đẩy cánh cửa ký ức, bạn thân của tôi. Tôi tin nơi cuối trời cánh diều ước mơ sẽ đặt vào bàn tay chúng ta sợi dây lộng gió ngày cũ, chỉ cho chúng ta biết cõi hẹn của ngày mai. Và chúng ta yên tâm với những bận bịu của phút giây này, trả ơn thời gian đang làm cho chúng ta vui sống, hôm nay.

Trên thềm nhà tôi đọng thấm nước mưa, những cánh mai rụng như bèo dạt, và trên cành vẫn đang nở tiếp những nụ vừa hé hồi tinh mơ, Hôm Nay đấy.

Đáng lý tôi đã tạm biệt bạn để đi với ngày đang đến. Nhưng ông thầy dạy anh văn vừa kể cho tôi nghe một tai nạn giao thông của một cô gái 23 tuổi, khi cảnh sát điều tra hiện trường thì biết trong điện thoại của cô, cái text cuối cùng là cho người yêu với bốn chữ xxxx (là nụ hôn). Một cái chết trong những phút cuối với những nụ hôn gửi trong máy (cõi trời mung lung?) Thật nao lòng người. Tôi sững sờ trước hình ảnh vừa bi thương vừa đẹp não nùng của hạnh phúc. Một tích tắc ác mộng đưa cô vào vĩnh viễn thời gian một giấc chiêm bao bất tận những nụ hôn với người yêu. Ai nói mùa xuân sẽ tàn, ai cho là thời gian sẽ qua, có một mùa xuân ở mãi với đất trời qua thông điệp của hạt bụi ngây thơ ấy.

Cho dù có rất ít điều đẹp đẽ trong cuộc đời đi nữa, huống chi là chúng ta đã có nhiều, thì thời gian cứ ảo mơ chở chuyên những đến, những đi, những ngẫu nhiên tình cờ, cho ta được sống, được lập lại cảm xúc, được nuôi nấng cảm xúc, để sẵn sàng với một ngàn lần hơn, những dự báo bất an của ngày mai.

Xin mời cạn chén mùa xuân với bao nhiêu hương vị, Cá Tháng Tư, Easter, Phật Đản, Ngày của Mẹ, Ngày Của Cha, Memorial Day, Flag Day…, rồi sẽ, bạn thân ơi, Hạ thường California lộng lẫy nắng vàng.

Santa Ana, 30 tháng 3.2014

Bài thơ " Nhàn" trong tập thơ Bạch Vân Quốc Âm Thi Tập, viết bằng chữ Nôm theo thể thất ngôn bát cú đường luật của Tuyết Giang Phu Tử Nguyễn Bỉnh Khiêm:

" Một mai một cuốc , một cần câu
Thơ thẩn dầu ai vui thú nào
Ta dại , ta tìm nơi vắng vẻ
Người khôn người đến chốn lao xao
Thu ăn năng trúc đông ăn giá
Xuân tắm hồ sen hạ tắm ao
Rượu đến cội cây ta sẽ uống
Nhìn xem phú quí tựa chiêm bao."

**trong bài thơ Hoàng Hạc Lâu - Thôi Hiệu: ... Phương thảo thê thê Anh Vũ châu / Nhật mộ hương quan hà xứ thị*

Dịch nghĩa: Lầu Hoàng Hạc: ... Cỏ thơm trên bãi Anh Vũ mơn mởn xanh tươi / Trời về chiều tối, tự hỏi quê nhà nơi đâu? (http://vi.wikipedia.org)

CÂY CÔ ĐỘC

Từ "Cha" chỉ là một tên gọi khác của lòng yêu thương
(Fanny Fern)

Đêm khuya đèn hắt bóng rầu rầu
Lệ chữ theo hoài trang sách sâu
Cha buông nét bút sầu ẩn sĩ
Một dải sơn hà một nỗi đau

Cách đây ba mươi mấy năm, tôi đã viết về cha tôi như thế. Cảm xúc từ một đêm rất khuya đi ngoài ban công nhìn vào bàn làm việc cha bên cửa sổ còn ánh đèn, in trên gương mặt xương nét sầu muộn cô độc. Khi đưa cha đọc, ông bảo, sao tứ tuyệt mà con để thất niêm luật thế...

Chẳng bao lâu sau đó, ông bị đem đi, rất xa nhà. Không hiểu sao cuộc đời cha cứ đong đưa tù ngục, của cả hai phía. Tôi nghĩ cha tôi thật sự là người mơ mộng. Tại vậy, mà ông đúng là cây cô độc, như ông viết trong một vở kịch dở dang. Dang dở như sự nghiệp và hoài bão của ông. Cái nỗi đau dải sơn hà trong tâm cha thôi hãy để tan vào bụi tro trong chiếc tĩnh im lặng. Cha ơi. Con chỉ muốn nhắc đến tình cha, yêu thương con gái như thể mình là chỗ cho nó hành tỏi yêu thương. Làm nũng hết biết (giờ mới biết thế) từ cái ngày còn mặc áo đầm xoè trắng cho đến tuổi vòi tiền may một cái áo dài lụa hoàng hoa.

Hôm nay là Ngày Của Cha, 16 tháng 6, 2013. Calif. còn hơi mát của buổi cuối xuân. Ngày Của Cha được nước Mỹ kỷ niệm vào Chủ Nhật thứ ba của tháng 6. Đạo luật công bố Ngày Lễ Cha được Tổng Thống Richard Nixon ký duyệt vào năm 1972, sau 62 năm, kể từ khi bà Sonora Smart Dodd, trong lúc ngồi dự Ngày Lễ Mẹ vào chủ nhật thứ hai của tháng 5, năm 1910, trong thánh đường Spokane, Washington, bà nhớ tới cha của mình, sau đó bà đã phát động một phong trào đề nghị một ngày lễ cha. Bây giờ mỗi năm, theo thống kê, tại Mỹ gần 90 triệu cánh thiệp đã được gửi đi để tri ân, tưởng nhớ người cha. *Hôm nay con cũng viết cánh thiệp này gửi đến cha qua chập chùng mây trắng của thời gian...*

Trong nắng tràn trề, text Happy Father's Day cho vài bạn thân, nhìn người bạn trăm năm đang ngồi ngắm mê hình cô cháu Khánh Chi, tôi nói, có cần Happy Father's Day không, bèn nghe trả lời, không, grandpa, thích hơn. Thế đấy, có nghĩa là tôi phải tỉnh ra, cái thời gian mình bây giờ, bà nội rồi, bao giờ cũng thế, tôi luôn bị kéo ra khỏi cõi mộng mơ, vậy nên, lập tức bỏ chạy, vào cái cõi phi thực của mình. Cũng là một cách bảo vệ mình khá hiệu quả.

Miệng hớp vào một ngụm cà phê starbucks, mắt như đã ướt, cõi vừa lọt vào là vòng tay ấm của cha... Thật ra hạt nước mắt này đã tượng nên hình tưởng từ đêm qua kia, sáng nay nó mới vỡ ra để tôi thấy trong gương nắng hình ảnh cha ôm tôi long lanh, và mái tóc khói thời gian của tôi bỗng mềm mại xanh mướt dưới bàn tay cha...

Đêm qua, 15.6, trên TV, tường thuật một phim họa hình về cha và con gái, giọng nghẹn nghẹn, với âm thanh biểu cảm nhất của xướng ngôn viên Tuyết Lê tôi đã từng nghe. Phim có tên Will của đạo diễn Eusong Lee, đã đoạt giải tại The Student Academy Award vào ngày 8 tháng 6.2013 (shortoftheweek. com/2012/05/02/will/). Mở đầu và kết phim là lời của người cha được đọc bằng một giọng nam cảm động, *con gái, cha sẽ không sao đâu, cha sẽ trở về*, phim kể, ông là một trong hàng ngàn nạn nhân của thảm họa khủng bố ngày 11 tháng 9.2001 tại World Trade Center, buổi sáng ông chia tay con gái đi làm và rồi không về nữa, cô bé với nỗi nhớ thương cùng ý muốn mãnh liệt đã cố gắng với món đồ chơi yo-yo (mà cha cho cô trước khi đi làm) để quay ngược thời gian về lại thời điểm lúc sáng cha chia tay, và cái chết đã không xảy ra. Phim dài chỉ 4 phút, hình ảnh được thể hiện bằng những nét cắt kim cương như những vết buồn sắc nhọn cứa vào cảm xúc...

... Ký ức tôi mãi ấp ưu bãi cát trắng phau của biển Nha Trang, cha đi trước với mẹ, tôi đằng sau cố in bước mình vào dấu chân cha, loi choi theo những bước quá dài so với bước mình, cha quay lại thấy thế, ôm tôi, nói, *ờ, ba sẽ bước ngắn lại cho con theo kịp nhé con gái*. Mỗi lần nhớ tới câu này là nó kéo nước mắt của tôi ra. Cứ mỗi tuổi tôi lại hiểu câu nói này khác đi, dần dà nó như một điểm tựa cho tôi. Tôi mạnh mẽ hơn khi nghĩ rằng những khó khăn của cuộc sống cùng bệnh tật mình gặp cũng sẽ nhân hậu như thế, không dài quá bước chân của mình.

... Hồi rất bé, nhát, người nhỏ con, tính lại hay buồn, thường đứng tựa một mình bên cửa nhà, hay khung cổng đầy rêu ở nhà nội mỗi khi về quê. Chị Hạnh, con bác Tám, nói với mẹ tôi, lúc ngồi cùng nhau trên một chiếc xích lô, chị vuốt tóc tôi, *sao con nhỏ Khánh này nó buồn quá hả thím*... Tôi có cảm giác luôn chờ cha, ông vắng nhà hoài. Mẹ tôi, rất chịu diện cho con gái bé, nhưng nghiêm khắc hơn về những điều phải có, phải làm của một đứa con gái, bên cạnh đó là kỷ luật của bà ngoại. Nhớ một chiều, tôi quét sân, cái chổi tre tròm trèm tôi, và cái sân thật to, lá hoa rụng thật nhiều, quét miệt mài cho đến lúc giật mình, *Khánh sao con phơi mưa dậy hả, - ba về!* và quăng cái chổi chạy tới nhào vào vòng tay đang mở ra của cha. Bậc thềm chiều ấy ấm lắm.

... Hồi đó, tiễn cha đi dạy học xa, tôi vừa đủ tuổi để biết chia tay là rất buồn. Trong trí nhớ tôi là sân ga đêm, khói toa tầu, tiếng xình xịch rền trên thềm đưa tiễn. Cha ôm mẹ, ôm tôi, và tôi luôn được nghe, lúc cha bước lên mấy bực toa tầu, quay đầu lại, *ba sẽ về sớm thôi mà*, tôi đã là một đứa con hạnh phúc khi luôn được đón bước cha về, không như cô bé trong Will, không như người con gái trong phim hoạt hình Father and Daughter, đã chờ cha mình suốt một đời và chỉ được ở trong vòng tay cha nơi màn sương ảo...

Cha, người đàn ông đầu tiên và gần như duy nhất mà tôi được làm trận làm mạc mà không chút nao núng, vì luôn được nhượng bộ. Thế đấy. Để bây giờ biết rằng những điều mình đã có không bao giờ còn được hưởng nữa. Không là hai mươi tuổi trở lại để nghe, sau một cơn giận dỗi bỏ cơm, cha đứng ở cầu thang ngoài cửa sổ ánh nhìn trễ xuống sau cặp kính, *khánh, không đói bụng hả?* Chỉ chờ thế, bật dậy chạy xuống bếp, thấy đồ ăn mẹ để dành trên bàn. Nghĩ tiếc và trách mình, lớn lên, lại không ôm cha như hồi bé nữa... Tôi có niềm tin cha là người yêu tin tôi một cách, tôi là như thế. Như bờ cát nhận phù sa từ dòng sông thương yêu ấy. Từng ngày.

... Nhớ hồi ba mẹ dọn về ngôi nhà mới ở đường Lữ Gia Nha Trang, nhà lớn sân rộng, có một cây sầu đâu, màu hoa tím cấy nét mơ mộng vào ánh nhìn cô gái nhỏ. Và được nuôi niềm hy vọng từ những lời của cha, *ngôi nhà này có thể làm một trường học, và Khánh sẽ là hiệu trưởng...* Lúc tôi 6, 7 tuổi, khi trồng cây thiên lý, cha cũng nói, *để cô khánh hái hoa xào thịt bò,* cha đấy, chắt chiu cho con gái, từ việc nhỏ li ti đến việc lớn...

Không kể chính trị linh tinh, con đường lập nghiệp của cha tôi gắn bó với những ngôi trường. Ở Nha Trang. Theo trí nhớ của tôi còn đậm, chỉ một trường trung học tên Tương Lai, nằm trên con đường ra ga xe lửa, tôi vẫn thường được cha dắt đến mỗi khi trường có liên hoan Tết, phát thưởng, mỗi lần như thế được mẹ chải đầu cột chiếc nơ xanh, mặc áo đầm xoè nhiều từng, được các anh các chị ôm khen rối rít, *con gái thầy Nhường dễ thương quá...*

Cha dạy môn Việt Văn lớp đệ Tứ, đệ Nhị. Tôi học văn từ cha nhiều hơn cả qua những bữa cơm chiều, cha bảo, *con hãy ghi những điều con thích vào sổ tay,* sổ ấy ngày càng nhiều trang. Cha là người đầu tiên đọc thơ Nguyễn Du cho tôi nghe, không phải là Kiều, chữ đẹp nên cha bảo chép vào một cuốn sổ dày, viết một trang chừa một trang bên cạnh để cha viết chữ Hán của bài thơ đó. Cha thích bài Đạo Ý, và đấy là bài thơ chữ Hán đầu tiên mà tôi thuộc bằng âm Hán Việt, đọc thấy thích ngay dù chẳng hiểu gì ý tứ của nó. Có lẽ tại cha hay ngâm nga. *Minh nguyệt chiếu cổ tỉnh / Tỉnh thủy vô ba đào... (Trăng sáng soi giếng xưa / nước giếng không dậy sóng...)*

... Dạo ở tù về, cha lặng lẽ. Mỗi sáng cha qua làm vườn

bên sân chùa, bữa cơm nhà có thêm rau cải non, trái khổ qua… Sáng dắt xe đạp ra cổng, tôi nhìn theo dáng áo nâu với cuốc trên vai khấp khểnh trên con đường hai bên không phải là ruộng xanh mà là những căn nhà phố, tôi tự hỏi lúc ấy cha nghĩ gì. Tối thì cha thường xuyên thức khuya, nhìn qua cửa sổ, tôi cảm thấy một nỗi cô quạnh xót xa với cảnh ánh đèn vàng yếu và mái đầu cha cúi trên trang giấy, bóng một người khắc khổ trên một con đường dài. Hình ảnh trong bức tranh ấy cái gì cũng chỉ có một, lẻ loi. Và tôi, cũng một mình, đứng nhìn theo bóng cô độc ấy hút cuối đường gió và bụi. Cha ơi… con lại nhớ giọng cha, *trạm trạm nhất phiến tâm / minh nguyệt cổ tỉnh thủy… (tấm lòng vằng vặc / như ánh trăng soi giếng xưa)*

Tôi biết nỗi buồn bã thất vọng của cha về những hoài bão không thành, nếu cha chỉ đi theo một con đường là dạy học viết sách, làm thơ thôi, thì hẳn con sông tâm hồn ấy đã êm đềm biết bao. Vào tuổi còn trẻ, cha đã nổi máu giang hồ, bỏ nhà ra Huế học. Rồi khi đang yên ả ở quê nhà, lại bỏ đi kháng chiến chống Pháp. Trên bước đường chinh chiến thì, trái tim nghệ sĩ ấy lại thêm một lần nữa, rung động, và thế là lại buộc ràng hệ luy gia đình, đến khi nhận ra rằng, cái mộng tưởng chính trị không đúng là điều ông đã mơ, thì cuộc sống của cả nhà từ ấy biết đến sóng gió. Mẹ bảo nếu mẹ không mắc chứng sốt rét đến điên loạn, và nếu không có tôi, thì chắc gia đình lúc ấy vẫn còn theo cha lặn lội… Và nếu không có bà nội ở Nha Trang thì, chúng tôi đã không có một bến yên ả ở thành phố biển này.

… Khi cả nhà xum họp lại. Cha cũng không ở yên một chỗ. Dạy học khi thì Nha Trang khi thì Sài Gòn, Biên Hòa, rồi mãi miền Tây. Không bương chải sao khi một đàn con tuổi ăn và học. Và rồi cha làm rất nhiều nghề, ký giả, viết sách giáo khoa, soạn tự điển, dạy học, thầu khoán xây cất, nhà in, coi Tử Vi, bốc dịch, nhà Hán học (chả vậy mà, năm 1975, khi công an vào xét nhà, thấy một xấp những thiếp nhỏ ghi nghề nghiệp của ông trên bàn làm việc, họ đã phán, *là CIA của Mỹ Ngụy*).

Nói đến đây mới chợt thấy một điều là cha tôi bị thất nghiệp hoài. Mà nguyên do chủ quan nơi cha. Ông mau chán, dễ bất bình, không theo đuổi gì lâu dài, ngoại trừ duy nhất việc soạn cuốn từ điển Hán Việt Từ Nguyên cho tới cuối đời. Những lúc ấy gia đình vẫn ổn thỏa được là nhờ vào tiền lương dạy học của mẹ. Nghe mẹ kể, có một người hỗ trợ cha viết và in sách giáo khoa, một loạt về Việt Luận Tú Tài, và Tự Điển, đó là ông chủ nhà sách Khai Trí ở đường Lê Lợi, đã giúp gia đình tôi qua lúc bấp bênh. Ông Khai Trí có nhiều kỷ niệm với gia đình, và với riêng tôi sau này nữa, khi ông nói với tôi về thơ của tôi.

Nói chuyện cha làm báo. Cha tôi có tính châm biếm. Khi vào Sài Gòn, có một dạo cha giữ một mục gọi là Nụ Cười Gừng trên một nhật báo (Điện Tín?) Bài viết của cha làm bị kiểm duyệt hoài, nên sau đó cha không được tiếp tục nữa. Rồi cha ra một tờ báo riêng, Đuốc Việt, nhớ cha nói, *hai năm nữa ra trường con sẽ giữ tờ báo này, tha hồ viết* (hình như tôi cũng có mộng làm báo như cha), nghĩ cha thật lạc quan tếu, cũng chỉ vì cái "tha hồ viết" ấy mà tờ báo của cha chỉ thọ được 4 số.

Dây mơ rễ má đến chuyện báo chí, có một kỷ niệm, hình như vào những năm 60,63, nhà văn Chu Tử ở Sài Gòn ra Nha Trang, ở chơi nhà ba mẹ tôi khá lâu, bác bị bệnh gì đó, họ cùng bàn đến một tờ báo mà bác đang làm, tên Ngàn Khơi, họ bàn mê say đến nỗi bác ăn thịt bò nhúng dấm mà nếu mẹ tôi không la lên, *"anh Bình, anh chưa nhúng thịt vào dấm,"* (Bình là tên thật của Nhà văn CT) thì chắc bác đã ăn thịt bò sống rồi. Chỉ nhớ về bác và tờ báo có thế. Riêng tôi thì được cô Uyên Chuyên phụ trách mục thơ nhi đồng phong cho danh hiệu, thi sĩ búp bê, lại in hình và giải thưởng một con búp bê mặc áo đầm đỏ rực rỡ, con bé 11 tuổi tỷ khoái.

… Vào những năm 90, lúc này cha đã được về nhà khá lâu, có tuần báo tên Gia Đình Trẻ mời cha làm chủ bút, dĩ nhiên cha kéo tôi vào làm. Trong toà soạn có người bạn hồi trung học, nhà thơ Nguyễn Đức Cường, và nhà thơ Hồ Nam. Có một lần khác ý gì đó, chỉ mình cha tôi một ý còn những người khác, giống tôi. Cha tôi la lên, *con phải làm theo ý ba,* tôi cũng nói khá lớn, *dạ con không làm.* Nhà thơ Hồ Nam nói, *tôi không ngờ cô dám nói thẳng với ông cụ như thế. Nhưng cô đúng.* Rồi kết quả cũng giống sau mỗi lần giận dỗi bỏ cơm hồi bé... *con luôn thắng ba ơi...* Tờ báo ấy sống cũng tương đối. Kỷ niệm duy nhất về làm báo với cha, và là một hồi ức đem lại cho tôi phút giây rất êm đềm.

Tôi có ước mơ cho tới giờ vẫn còn nóng, một nhà in và xuất bản, một hiệu bán sách. Ước mơ nhỏ quá hả, nên nó mãi là trái bóng bay bay, cho mình thèm chơi, nhớ lúc thố lộ với cha, cha cười kiểu như tôi là con hề. Không phải cha không tin sức tôi, nhưng cha biết rõ điều không thể. Dạo cha làm nhà in, cha vẫn lấy sách ở nhà xuất bản Hồng Lam, Điện Tín, Nguyễn Trãi, về cho tôi làm thầy Cò chữa lỗi chính tả, Khương, em trai tôi thì tới học sửa máy in và sắp chữ, và cha bảo, *làm gì các con cũng phải khởi đi từ những việc nhỏ.* Cha luôn, đúng là *trên từng cây số* (tên một cuốn phim hồi đó) ước mơ với đứa con gái mơ mộng. Chia sẻ cả với thư riêng của con gái vào tuổi biết yêu…

Có điều, hồi 15,16 tuổi, khi đã có những bài thơ tình đăng báo thì tôi dấu biệt vì cả hai bậc phụ huynh có vẻ không vỗ tay vào cho chuyện thơ của tôi, mẹ không viết văn làm thơ đó sao, cha cũng thơ cũng văn, năm 1968, cha được cử là thành viên trong phái đoàn đại diện Văn Bút Việt Nam Cộng Hòa đi họp Văn Bút Quốc Tế ở Menton, Pháp, cùng đi với cha, tôi chỉ còn nhớ Thi Sĩ Bàng Bá Lân vì ông là bạn thân của cha. Dạo đó bác có chương trình kể chuyện không giờ ở TV, bác thường tới nhà, tập họp mấy anh em tôi lại và kể chuyện ma trong phòng khách tối, thật vô cùng vui, bác có giọng kể chuyện, nhỏ, có lúc thầm thì, rất lôi cuốn, luôn ngắt câu bằng "các con hiểu chửa?" có khi tôi lắc đầu nhại, trả lời "chửa…"

Khi tôi vào tuổi 20, chỉ có hai người là bạn văn chương với ba mẹ, nhà thơ Tuệ Mai và Phạm Thiên Thư là ủng hộ, và khuyến khích tôi bằng những lời khen mà lúc ấy nếu ai hỏi mây xanh như thế nào thì tôi quả quyết rằng tôi đã cảm giác được độ cao và sự mềm mại quyến rũ của nó rồi. Cha bảo, *không nên để lọt tai những lời khen.* Tôi trả lời, *họ đâu có khen con, họ bảo con thừa hưởng nòi thơ văn của ba má,* và, cha cũng có vẻ rất dễ chịu về câu nói ấy.

Rồi khi tôi ra tập thơ đầu tiên, 1992, thì cha thôi không còn nói, *đàn bà con gái thơ văn chỉ có khổ,* nữa.

MÁI LẦU THƠ MINH MINH,

Nhờ những buổi họp thơ ở mái lầu Minh Minh của ba mẹ mà tôi được chiêm ngưỡng những dung nhan văn học có tiếng đương thời, tiếc là lúc ấy tôi không ý thức được đó là những cơ hội hiếm trong đời để ghi hình ảnh với họ, kỷ niệm chút hương lây, và biết đâu lại là một tài liệu quí trong những bài sẽ viết của mình... quả thật tiếc.

Tôi đi ra đi vào châm nước trà, nhớ cái dáng mảnh khảnh cốt cách Vũ Hoàng Chương cúi xuống bàn, viết những dòng chữ như những vết cắt mạnh mẽ trên trang giấy: *Trăng bạc ai treo ở giữa nhà...*, viết như thế nhưng khi quay sang tôi đang ngồi tay chống cằm bên cạnh, ông nói, *không, trăng sáng, con bé này đấy*. Sướng tỉnh người, con bé là tôi ấy.

Nhớ dáng người cao vững chắc như tùng Hà Thượng Nhân, nổi tiếng siêu tốc làm thơ Đường, ông viết ngay tại bữa tiệc chẳng cần giấy tờ gì cả, cứ đọc mỗi câu là ông lại mỉm cười rất có duyên, phòng im phắc bỗng vỡ oà.

Rồi Bùi Khánh Đản, rồi Cao Tiêu người nào cũng phong thái rất mực thi nhân nho nhã, và đâu một hai lần, tôi lại được nhìn dáng cao gầy học giả Nguyễn Đức Quỳnh với đôi mắt nghiêm, sáng, nhìn như hỏi, lúc nói hay giơ bàn tay với ngón trỏ dài thanh tú, bên cạnh là vẻ đẹp như tây phương của cụ bà.

... Lại nhớ, một lần, nhân vở kịch thơ Siêu Thoát của cha diễn góp vui văn nghệ tại nhà của một quan chức Bộ Ngoại Giao thời Đệ Nhị Cộng Hòa, gọi là diễn nhưng chỉ ngồi một chỗ rồi ngâm thơ vai của mình thôi chứ không diễn đi tới đi lui, không có ai vào vai tiểu ni, tôi bèn bị tóm, và tôi có khoảnh khắc đáng nhớ, tôi được dạy ngâm thơ cấp tốc bởi nghệ sĩ Hồ Điệp, tôi đã không phá hỏng vở kịch, còn được cô Hồ Điệp bảo có chất giọng, *cố luyện thêm em nhé*, cô có giọng nói sang cả để chở thật trọn vẹn nét mặt đẹp trầm lắng.

... Có một sáng, trong buổi họp thơ trên gác Minh Minh, bên ngoài cửa sổ lá tre rì rào, Trịnh Công Sơn đã viết tặng cô Hồ Điệp mấy câu thơ: *hỡi hỡi hải âu tới chốn nào / cho ta nhắn gửi bạn tâm giao / quê hương bên ấy phương trời lạnh / có lạnh hơn ta ở chốn này.* Thơ như có một dự cảm về sau đó của cô, cánh hải âu bay đi rồi chẳng bao giờ còn thấy nữa. Không hiểu sao hai câu dưới TCS lại ghi thêm đồng tặng mẹ tôi. Sáng đó, ông hát với cây đàn guitar, *tôi nay ở trọ trần gian...* vừa cất lên thì không khí như chìm xuống cho giọng hát tiếng đàn ấy ngự trị trên mọi ngõ ngách của im lặng, không gian thời gian và những con tim. Nghe ông hát xong, nữ sĩ Tôn Nữ Hỷ Khương bảo, *giờ chỉ muốn nghe Sơn hát, không muốn ngâm thơ nữa.*

Quận Chúa Hỷ Khương có giọng ngâm Huế đặc biệt. Thi đàn Quỳnh Dao, gồm những nữ sĩ tài sắc, chuyên thơ Đường, Mộng Tuyết, Vân Nương, Uyển Hương, Trùng Quang, Quỳ Hương, Thục Oanh -phu nhân thi sĩ Vũ Hoàng Chương-, Tuệ Mai, Hỷ Khương..., hai nhà thơ trẻ nhất này ngoài thơ Đường còn nổi tiếng về Thơ hiện đại và đã đoạt giải toàn quốc về Thơ. Họ đại diện một dòng thơ sang trọng.

Đó là những vạt gió văn chương đã thổi vào ngày tuổi trẻ của tôi. Mà hương thơm, tôi tiếc là không tận hưởng để ngất ngây.

... Rồi 1975. Rồi một thời gian dài...

Bạn hữu thân thiết của ba mẹ, người vượt biển, người vào tù, người yên hưởng tuổi già, người đi vào cõi xa xăm. Lầu thơ, như dòng sông lặng lẽ trôi theo nắng phai.

... Bỗng một buổi gợn xôn xao bởi tiếng nói và ánh nhìn của nữ sĩ Ngân Giang, Anh Thơ, từ bắc vào thăm mẹ. Nhưng tôi có cảm tưởng không phải là cái xao động rộn ràng mở những trang thơ. Họ chỉ ngồi nhắc đến kỷ niệm xưa rất là xưa.

Chỉ thực sự khuấy động như đêm hội là sự có mặt của một giáo sư âm nhạc nổi tiếng, Trần Văn Khê, ông có giọng nói ấm chân chất phương Nam, lịch lãm và vui vẻ, ân cần hỏi han tất cả những người có mặt, kể chuyện dí dỏm, khiến những người gần bảy, tám mươi cho đến cậu bé con tôi, đều thấy thích, có khi cười bò ra, đến nỗi sau này con trai tôi cứ nhắc, *ông cười không tới nữa hả mẹ?* Có lần tôi được ngâm thơ với tiếng đệm đàn tranh của GS nơi buổi họp thơ ở nhà cô Hỷ Khương, hôm ấy tôi nghĩ, có ngâm dở cũng không có gì phải sợ, khi được tựa nương vào tiếng đàn tranh ấy.

... Và thêm một buổi, sáng lên trong nắng mai dáng vẻ văn gia điềm đạm Doãn Quốc Sĩ, nụ cười hiền giả Giản Chi bên cạnh nghệ sĩ Thúy Hoan và tôi dâng bánh ngày thượng thọ cụ. Cụ là thầy dạy cha tôi. Đó có lẽ, là lần cuối cùng, để mái lầu thơ của ba mẹ được phập phồng nhịp đập hơi thở không khí văn chương, bạn bè.

Rồi trả lại gió cho tầng tre.

Cây tre mà họ thường đùa "cây tre trăm đốt" của mái thơ Minh Minh. Không còn nhớ đã mấy mùa khô rụng.

Một mình mái lầu nghe lá tre xao xác ngoài thềm.

Mỗi khi có dịp lên, nhìn cái án thư gỗ để cuốn sổ kỷ niệm thủ bút của bạn bè ba mẹ phủ bụi, tôi thấy ngực mình tưng tức, cái vắng vẻ luôn ở một nốt không gian trầm nhất trên khuông nhạc thời gian. Nó kéo người ta vào hoài niệm, đóng sau lưng người ta một cánh cửa và trước mặt là con đường rất xa rất quạnh. Ba phía cửa sổ đóng im ỉm, tôi mường tượng tiếng cười trong của cô Hỷ Khương vút cao, tiếng cười nhỏ của cô Tuệ Mai trên vai bạn, âm thanh giọng Hà Nội nghìn năm văn hiến của các nữ sĩ, hòa vào tiếng sáo Song Nguyên, làm nên một không khí tao đàn trang nhã, tôi còn thấy bùi ngùi nhớ như thế, huống chi là ba mẹ tôi.

Những hình ảnh, những gương mặt lặng lẽ trồi lên, lớp này lớp khác đi xuyên qua cánh cửa kính, treo cái nhìn nhớ tiếc của tôi trên đầu ngọn tre như một hành hình kỷ niệm. Diện tích mái lầu chỉ còn non nửa, và một góc của gác thơ ngày xưa ấy, là bàn thờ cha. Trên tường treo bốn câu thơ đã ố chữ của tôi viết cho cha mấy chục năm trước...

... Dạo tôi về thấy trên bàn thờ, mẹ để mấy tác phẩm đã in của cha, mấy cây bút cha cầm mỗi ngày, và một bản thảo kịch dang dở, Cây Cô Độc, cha ơi, *lệ chữ theo hoài trang sách sâu...*

Không hiểu sao chiếc cầu thang gỗ dẫn lên gác thơ bay mùi của mưa. Có lẽ nhà vắng người, một buổi chiều nào đó, trời mưa, mẹ không thể đóng được cửa sổ nên mưa đã hắt vào...

... Cha ơi, giờ nghe con kể về một giấc mơ, thêm lần nữa, bí mật giữa con và cha...,

Viết vào Ngày Lễ Cha, 16 tháng 6.2013

... Lại sắp tới ngày giỗ cha...,

Trời đang sắp chuyển vào mùa lãng đãng nhất trong năm, mùa thu. Mùa đôi khi đi trong quên lãng của trời đất, những nhịp chuyển khẽ khàng như sợ mạnh một chút nắng sẽ tan và lá sẽ rơi, ý nghĩ sẽ xao động. Cũng là mùa cha tôi ra đi, như một chiếc lá vàng hút mắt gió.

Nỗi nhớ xếp chồng lên theo bước thu đi thu tới.

Tôi thấy mình cũng lao chao theo cái màu của chiều hạ bất chợt muốn thu này. Thì nhận được e-mail của bạn xa kèm theo link nghe một bài hát rất rất là xưa, Oh My Papa, do The Browns hát, thư viết *"đã đọc Cây Cô Độc, và biết bạn rất nhớ cha, nên chắc sẽ thích bài hát này."*

Vâng, trong nỗi nhớ vắng vẻ, tôi được tình bạn gõ cửa, và cùng tôi hát,

Oh my papa /To me he was so wonderful / Oh my papa / To me he was so good / No one could be / So gentle and so lovable / Oh my papa / He always understood / Gone are the days / When he would take me on his knee /And with a smile / He'd change my tears to laughter / ...

Vâng, bạn ơi, rồi tôi sẽ nghe lại trong căn phòng nhỏ, vào ngày có mùi hương trầm nhẹ như bàn tay cha trên tóc tôi *"Oh my papa / To me he was so wonderful / Deep in my heart / I miss him so today / Oh my papa / Oh my papa.*"*

Và hẳn bạn cũng thấu được cùng tôi, Tình Cha, như thể bạn đã tắm nắng, nói đến nắng thì tức khắc cảm được ngay cái nóng, ấm của nó, phải không...

Santa Ana, 5 tháng 9.2014

*(archive.org/details/TheBrowns-OhMyPapa1959)

Cha và con, Sài Gòn, 12.1974

LẦN THEO MỘNG ẢO MÀ VỀ...

Ai đó đã nói, có rất nhiều nơi để đến, nhưng dường như chỉ có một chốn để quay về..., ba dấu chấm này để bạn điền vào nơi chốn của riêng bạn. Để tôi đoán xem, có thể là, gia đình, quê nhà, một nơi ước hẹn..., ngay cả, một giấc mơ, nơi này coi bộ quyến rũ nhất, đối với tôi...

Về, là về lại một nơi mình đã chia xa, một chốn cũ, nơi mình được ngồi yên lặng để bầu thân thuộc chuyền cho mình những dưỡng chất đã tiêu hao theo những dặm dài, để được nhìn thấy mình cùng không khí ấy mới mẻ thế nào, cũ kỹ ra sao. Hẳn sẽ là bước về nôn nao hối hả.

Về, là về cõi thời gian, một dòng chảy mơ không bờ bến, nếu không dành tâm tới lui với nó, khuấy lên hiện tiền một tiếng gọi, vén chút mù sương của ký ức, dợm một bước những phút giây sẽ tới, thì dòng chảy ấy sẽ hư vô. Nên bước về như thước phim quay chậm.

Và sẽ chập chùng trên đó những bước chân của xác phàm lẫn tâm thức. Nơi chốn ấy là Sài Gòn, thời gian ấy là Sài Gòn. Vâng, Sài Gòn.

... Dạo tôi còn học lớp ESL tại Santa Ana College, thầy Lewis cho viết một bài văn tự do, tôi đã viết một đoạn ngắn về Sài Gòn, với những quán ăn khuya và mưa đêm, nhân lúc nói chuyện ngoài giờ học, thầy nói một ngày nào ông sẽ đi Sài Gòn để thưởng thức trời mưa trong không khí ăn đêm. Tôi đã phải nói rõ thêm với ông rằng, Sài Gòn đã là tên xưa, và tại sao nó trở thành tên xưa. Điều này làm tôi xót như động phải vết

tản văn nguyễn thị khánh minh 207

thương, vì cái tên ấy nó đã là một phần của thân-thể-ký-ức tôi, là một dòng chảy cảm xúc trong huyết quản tôi.

Những nốt nhạc ký ức tôi gảy lên hôm nay, ước sao là một tiếng đàn hòa trong bản giao hưởng hồi ức của những tâm hồn đồng điệu, một thời, như tôi, lớn lên từ lòng con phố mang một tên đã thành xưa này. Đó là âm những con chữ cho tôi lần về, và bạn thân ơi, dường như tôi chỉ đang quyến luyến nơi này qua đường tơ kỷ niệm.

… Tôi bước lên những bậc thềm mịn rêu, bước chậm, sợ mình sẽ bị trượt ra sau, cái ngã ngửa chẳng khác nào cái rớt xuống trần gian đầy ngỡ ngàng của hai chàng Lưu Nguyễn. Tôi chưa muốn thế, tôi đang muốn sống cõi phi thực kia với từng rung động e dè chậm chậm, để nghe chạm vào cánh cổng tháng năm hoen rỉ, và dù nhẹ nhàng đến thế nào cũng sẽ ghê răng bởi tiếng rít của một cánh cửa lâu ngày không mở. Hồi hộp, nên tim tôi đập khác thường.

Ngôi nhà ba mẹ tôi ngày trước, có hàng tràm bông vàng bên kia vệ đường, tới mùa hoa gieo phấn thì bụi vàng xác hoa li ti đầy trước ngõ, nếu tôi bắt chước thiền sư Cảnh Sầm theo cánh hoa rụng mà về (Hựu trục lạc hoa hồi) thì hẳn không thể nào tới được nhà, vì hàng cây giờ đã không còn. Đây là nơi tôi luôn mong để trở về. Thật ra, tôi đã biết ngôi nhà đã khác hẳn ngày xưa lúc còn là biệt thự nhỏ, tường sần sùi màu hồng nâu ẩn hiện sau rặng tre tàng mận (dưới gốc mận này là nơi chôn nhau con trai đầu lòng của tôi) và hoa hồng tầm xuân lòa xòa trước cổng, nhưng sao lòng vẫn buồn buồn khi nhìn nó bây giờ, lồ lộ phô những cửa kiếng ra mặt đường, và cũng chỉ còn non một nửa căn.

Tôi đứng yên trước cổng, nếu có bấm chuông thì cũng sẽ không có ai mở cửa, tần ngần cầm chiếc chìa khóa, tôi mở, tiếng lách cách nghe lạ như lâu lắm chưa từng. Từ ngày cha tôi mất, từ ngày mẹ tôi rời khỏi đây, nhà không ai ở, tôi nhìn những đốm sáng chập chờn trên chiếc ghế dài, lòng bỗng như một vạt nắng xa vắng, cũng may là Hương, cô em dâu, đã qua lau chùi trước chứ nếu bây giờ tôi nhìn thấy lớp bụi đóng trên bàn ghế nữa thì chắc tâm hồn tôi sẽ bị niêm phong luôn với nỗi cô quạnh. Tôi đi thẳng lên lầu nơi có bàn thờ, mùi gỗ cầu thang âm ẩm, tôi nhìn hình cha, một chút sợ sợ, không biết vì sao, có lẽ tại âm dương nghìn trùng trong căn phòng thờ im lặng, tôi đặt tay lên khuôn hình, *ba ơi, con về với ba đây.* Anh Khải dặn nhớ thắp nhang, nhưng chắc gì đường đi của khói đến được cha hơn hơi ấm của bàn tay?

Phất phơ màu áo lụa mỡ gà bộ bà ba xô dạt tôi, *A, tôi đã theo màu áo này mà về.*

... Màu áo tôi không quên cha tôi mặc tối hôm ấy. Buổi tối, như vậy thôi, đừng nhớ thêm gì nữa về thời gian..., một toán lính xông vào nhà tôi như một trận bão, túa lên những phòng và dồn 8 người gia đình tôi xuống phòng khách. Một tờ giấy được dơ lên, một lời được đọc. Đêm đóng lại theo từng bước chân của mỗi người được gọi lên phòng của mình. Chắc ba mẹ và các em cũng mang tâm trạng như tôi, khi lên phòng mình, có hai người lính, tôi thấy sách vở, cùng những lá thư nháo nhào trên sàn. Rồi Tagore, Mozart, Khánh Ly, Lệ Thu… tất cả bị tóm lại trong một cái bao lớn, tôi phản xạ giựt lại đĩa nhạc Mozart, vì tôi chợt nghĩ sao Mozart lại là điều có thể bị tịch thu, người lính hất tôi ra, mất thăng bằng tôi ngã đập vào thành giường, cú đau điếng khiến tôi biết rằng phải im lặng, tôi đã lén nhét một lá thư của người yêu vào túi áo, như muốn tìm một sức mạnh, nhưng nó lại làm tôi ứa nước mắt.

Tất cả phòng đều bị niêm phong. Có ai nghe tiếng một chùm chìa khóa quẳng mạnh xuống mặt bàn gỗ như thế nào không, có thể không là gì nhưng đêm đó âm thanh ấy đã làm cả nhà tôi giật nẩy người. Đó là chùm khóa nhà. Và sau đó là tiếng loảng xoảng của những chiếc còng tay. Ba tôi đi, hai em trai tôi đi, bước lên một cái xe bít bùng. Họ đang bước vào bóng tối. Cùng đi là tất cả sách vở trong nhà. Tiếng những chiếc xe nhà binh như tiếng rú.

Còn lại mẹ và chị em tôi, 5 người, co cụm nơi phòng khách, nơi có để hai cái chiếu và một cái màn. Ở ngoài cổng có hai người lính gác. Mẹ và tôi nắm tay nhau, tôi còn nhớ rất đậm cái run lẩy bẩy, bần bật của hai bàn tay nắm lại với nhau, vai mẹ rung nhưng mắt mẹ khô lạnh, cô em nhỏ thút thít khóc, cậu em kế thì đanh mặt lại ngồi cúi đầu, cậu bé út thì giương hai con mắt trẻ thơ rất buồn, ngơ ngác, nó không khóc, chỉ nhìn mẹ và chị rồi nằm xuống cong người lại trên chiếu.

Mẹ tôi nói như thầm, *Khánh ạ, mẹ con mình phải chết thôi. Nhà mình còn hai bình gas.* Tôi giật thót mình, *nhưng má ơi, hai bình có đủ chết không hay là chỉ làm mình ngắc ngoải thì có nước chết với họ - Mình sẽ vào bếp đóng kín cửa lại con ạ.* Mẹ bỗng quay sang em gái tôi, 17 tuổi, giọng bà nhỏ, quyết liệt, *Chết không con, Khanh - Chết!* con bé gật phăng cái đầu dập dềnh mái tóc mây. Mẹ lại hỏi cậu em 16 tuổi, giọng có vẻ như bà đã quyết định, *Chết nhé Khiết - Dạ, Chết!* Thằng bé nói với vẻ lì cố hữu của nó. Rồi tới cậu em út, 11 tuổi, giọng mẹ nhẹ nhàng, *Chết không con, Khiêm? - Chết!* Tôi rúng động hồn phách, nó nói chết nhanh như thể mẹ hỏi ăn không con - Ăn! Mẹ không hỏi tôi, vì bà biết tôi sẽ là đứa nói không. Tôi kéo mẹ nằm xuống chiếu, thì thầm, *má không nghĩ là sẽ làm vậy, đúng không. Mình phải sống má ạ, anh Khải còn mất tích chưa biết sao, còn Khương làm việc ở xa nữa, mình có những 6 người, còn lo cho 3 người vừa bị bắt nữa, mình dư sức sống mà má.* Chúng tôi đã đủ sức sống để lội qua những tháng ngày nước ngược ấy, có cả những tiễn đưa âm thầm trong tâm trạng một đi là có thể vĩnh viễn không gặp lại.

Cha tôi trở về sau đó 7 năm, gầy guộc, ốm đau, ngày qua ngày, lặng lẽ làm tiếp cuốn tự điển đang làm dở. Lần sau cha lại rời nhà ra đi một lần nữa, lần này thì không có ngày trở lại để làm tiếp cuốn sách vẫn chưa xong. Tôi quên chưa hỏi mẹ lúc mất cha có đang mặc bộ bà ba lụa màu mỡ gà không. Tôi nhìn những cây viết và sách để trên bàn thờ mà thấy cô liêu quá, cuộc đời, con đường nào bây giờ cây cô độc ấy đang đi. *Có bạn bè chứ, ba ơi...* Hình cha mờ như có hơi nước, dường như vừa sóng sánh trên vô chung thời gian, tôi tin thêm một lần này, dòng chảy buồn ấy sẽ không gợn sóng nữa, nó sẽ yên, chảy tận lòng sâu.

Tấp vào bến nhà ba mẹ tôi chuyến này, có vợ chồng cậu

em út ở Úc về, cậu em năm nào gật đầu đồng ý chết một cách vô tư bây giờ đã là một người đàn ông đang mon men tới gần cái tuổi *tri thiên mệnh*. Về cùng là một anh bạn thân của em, Quỳnh, người đã nấu những bữa cơm rất ngon cho 6 người, và mỗi sáng vẫn làm cho tôi một ly cà phê thật đậm tình bè bạn. Còn có vợ chồng con trai lớn của tôi cùng cháu bé gái Khánh Chi.

A, tôi biết rồi, tiếng gọi tôi về chính là âm thanh ban sơ của tiếng khóc, là mùi sữa thơm từ khóe miệng bé, và khanh khách tiếng cười đang rủ quyến mọi cảm xúc tôi.

Nếu tôi không về để mà hít hà cái mùi da thịt thơm non này thì hẳn là tôi cứ ngồi đó mà nói về mùi lavender…

… Buổi sáng, tôi đón ly cà phê từ tay Quỳnh, nắng chiếu ấm trên bàn, ra cổng lại thấy một gói na treo tòn teng, chắc chị Liên đã tạt qua từ sớm, cắn một miếng na nghe tan trong miệng chút lòng chắt chiu.

Tôi đứng trước hiên phòng nhỏ của mẹ, nắng sáng mà nóng ướt da, đang tưới cây, bỗng nghe vọng lên từ cổng dưới "có thư đây!" Trái tim tôi như nhảy ra ngoài, cây sứ như có con gió nào tới khua tàng lá và hương hoa rộn rã, tôi nhẹ như mây lướt qua những bậc thang gỗ mầu nhiệm … *hóa thành cô gái nhỏ,… thân quen cổng nhà cũ, người đưa thư năm xưa "con gái có thư con đây," cô vội vàng, thò tay qua cổng, rối rít, "đưa con mau lên!" và khi những lá thư với những sọc xanh đỏ trắng viền quanh phong bì nằm gọn trong tay thì cô lại thưởng cho bác ít tiền, bác đi chiếc xe Honda Dame màu xanh lá chuối, hằng tuần đem đến cho cô những lá thư thơm mùi biển xa, nỗi nhớ nhung theo nửa vòng trái đất buộc thành lời hò hẹn dài…, cô không biết sẽ dài một đời…*

A, tôi biết rồi, chính sợi tơ hẹn ước lênh đênh trên đường mộng ảo này dẫn tôi về, thành phố mang tên Sài Gòn, nơi tôi đã lớn lên, chỉ nơi này tôi mới lọt được vào nếp gấp xô lệch của thời gian, trở lại mọi thứ, như cũ, thời hai mươi vàng mười, lời tình tự mưa đêm thơm mùi hoa sứ, mùa hạ ướt những cơn mưa mà cho dù bao nhiêu lần được làm người nữa, nếu còn là mình, tôi còn nghe tiếng rất trong của nó rơi trước hiên nhà che chắn cho tôi một giấc mơ. Một nhịp chảy diễm ảo đang đồng hóa tôi, tôi có đang trôi đi hay mãi mộng mơ đứng bên cổng cổ tích nhìn cánh bồ câu ngậm thư đưa tin yêu về?

... Một hôm, tôi gọi taxi lên phố. *Cô đi đâu? - Cho tôi tới trường Luật, đường Duy Tân - Dạ đâu cô?* Tôi mỉm cười thích thú, vậy là mình đã nói ra được câu như lúc nào đó trong quá khứ rồi. - *À xin lỗi, cho tôi tới trường Kinh Tế đường Phạm Ngọc Thạch.* Đấy vật đổi sao dời. Tự hỏi, Duy Tân là tên một vì vua yêu nước, tại sao phải bị đổi tên. Cái tên quen thuộc đến nỗi chỉ cần nói Duy Tân là mặc nhiên động đậy đến kỷ niệm thời sinh viên Luật,và Kiến Trúc của ai nữa chăng, dù trường này có cổng ở đường khác nhưng sát hông trường Luật nên kỷ niệm chắc cũng có chút bà con.

Một thời sinh viên chúi đầu vào sách vở, cho đến một ngày, đến trường bỗng ngỡ ngàng, bọn con gái chúng tôi hỏi nhau với giọng thảng thốt, *sao lớp vắng thế này, bọn con trai đâu cả?* ra năm đó nếu tôi nhớ đúng, 1972, vừa có một luật động viên đôn quân, tôi lúc đó như bị va đầu vào tường, cú đập choáng người.

Đã từ bao lâu sinh viên Sài Gòn -như tôi- lúc đó đi bên lề cuộc chiến? Đã bao lâu rồi? Dân Sài Gòn luôn tin rằng Sài Gòn là một ốc đảo mà con sóng của chiến tranh không thể đổ vào bờ. Đã bao nhiêu người tin rằng Sài Gòn là biên giới dừng lại của đường đi súng đạn chủ nghĩa? Tôi mắc cỡ và cảm thấy như có tội... Dường như một số trong chúng tôi đã không ý thức về một cuộc chiến đang xảy ra trên quê hương. Chúng tôi như những viên gạch lát ngô nghê. Chỉ biết nghêu ngao những điều vô nghĩa trước một thực tế, máu của người dân hai miền đã đổ và thanh niên không ngớt bị tung ra chiến trường.

Bây giờ tôi đang đứng đây, nơi ngày trước là lối cổng nhỏ khiêm cung trầm lắng màu gỗ hai cánh cửa nhỏ, trên là bảng Luật Khoa Đại Học Đường, như nghe được hơi lạnh tiếng gió thổi vào lớp học khua buồn những hàng ghế trống buổi chiều xưa, có bao nhiêu bạn bè từ chỗ ngồi ấy ra đi không về nữa? Tôi thấy qua nắng muộn ánh mắt của những cô gái hai mươi, Châu Tỷ, Liêm, Liên, Gấm, Hoa, Xuân… và tôi, nhìn nhau, biết rằng, từ hôm ấy, tin chiến sự là vết mực đen phết trên từng trang sách học...

Tôi đi bộ bên vệ đường Duy Tân, đã mất rồi lối đi đất nhỏ với hàng cây dầu, nơi tôi lộng gió tà áo vàng trong tấm hình gửi người vạn dặm, *thôi hãy dùng ký ức mà đi để lọt vào không khí Saigon thời yêu người thiết tha…,*

Hồ Con Rùa, cây đa cổ thụ trước Viện Đại Học Saigon có tôi, Huệ, Thôi "Oanh Oanh" thấp thoáng những tà áo dài trong nắng… Chập chờn những cánh bướm trên con đường rộng thênh thang băng qua ngôi rừng nhỏ trước Dinh Độc Lập, nhà thờ Đức Bà, và kìa một con bướm vàng bay vội vã qua những bậc cấp bưu điện rồi chui vào thùng thư, ngày mai người ta sẽ lấy thư…

A, tôi lần về theo dòng máu đẩy của nhịp đập, hồng hào lại nơi nương náu của kỷ niệm, trái tim Sài Gòn ưng ức hoài nơi ngực trái…

Nơi ấy bây giờ, người đông hơn nên đường chật đi, nhà nhiều hơn, cao hơn, nên đất trời trong tầm mắt bị nhỏ lại. Tôi như cái bóng câm đi giữa muôn âm thanh hình ảnh ồn ào của một thế giới khác.

Có phải đã muôn trùng thời gian đi qua nơi này, và tôi thấy mình buồn tẻ, lạc lõng, cũ xưa. Tôi đã nói với bạn Vy như thế, trong một quán cà phê, dưới bóng một cây trứng cá, có một trái nhỏ rụng đúng vào ly cà phê của tôi. Tôi cũng đang rơi một cách lạc điệu, như thế chăng. Bạn đọc cho tôi nghe … *những gương mặt lặng lẽ / treo trên hai sợi dây điện song song / vắt ngang cành trứng cá …* tôi hỏi, thơ ai mà lọt hẳn vào tàng cây trứng cá này vậy. Vy đưa cho tôi tập thơ, thơ Đoàn Minh Châu. Tôi giở ra ngẫu nhiên, những câu thơ, *kỷ niệm vẹn nguyên mỗi năm… / em vẫn là người hoài cổ / sống bằng nhớ nhung ngày sắp tới…*

Tôi đang được sống thực một nỗi nhớ. Nó đang dắt tôi về.

... Rồi cũng được nghe lại tiếng biển. Ngôi nhà Hoa Sứ của anh chị Khoa-Geneviève, trong một xóm chài, nằm gần góc cong của bờ biển kéo ra Long Hải. Chị nói chị sẽ đổi tên nhà là Sao Biển.

Buổi sáng tôi xuống bãi xem ghe đánh cá về, cá đánh bắt ven bờ chỉ toàn là cá nhỏ. Xóm chài rất nghèo. Chiều chiều trẻ con đi đầy trên bãi để bắt còng hay cào nghêu. Bờ biển ứ rác và phế thải của người. Nước biển đục ngầu. Nhưng nhạc sóng vẫn trong. Gió biển thổi mặn môi. Cát biển bay xót mắt. Đêm ở đó tôi ngủ trong tiếng mưa, rơi tong tong trước thềm gạch tàu. Tiếng sóng rì rầm xa xa gần gần, không còn là tiếng u u mường tượng trong vỏ ốc, tôi choàng dậy đứng bên của sổ, nhìn và nghe, biển kia, mưa kia, thân thiết lắm với mùi hương ký ức…

Bao giờ nữa anh em mình lại được quây quần bên một bàn ăn dài, ăn những món hải sản thơm mùi biển của chúng ta kết với rượu vang quê hương chị Geneviève?

Những cánh hoa giấy đỏ buông xuống vẫy tiễn tôi, ánh mắt nâu hạt dẻ của chị nhìn theo, nụ cười hiền của anh Khoa như cánh thuyền nhỏ, bập bềnh trên sóng. Tôi khép mắt để nghe rưng một hạt lệ, tiếng rơi trong trên mặt hồ thời gian để hiện ra những ảnh hình tưởng đã quên dưới dòng phẳng lặng…

... Lại một buổi cả nhà leo lên xe, lòng ai cũng vui vì nơi tới là Đà Lạt. Ôi Đà Lạt một thời là ước mơ của tôi, đi Đà Lạt hồi đó bao giờ cũng là một phần thưởng khi học hành có kết quả tốt, vì thế ngày đó tôi đi Đà Lạt không quá ba lần. Tôi không về ký ức mà đi đến một nơi giấc mơ chưa thành.

Đến Đà Lạt vào tối, trời mưa. Tôi ngồi co trong chiếc ghế cạnh chỗ Khánh Chương lái xe, nhìn mưa rơi hối hả rồi tan trên mặt kính, tôi thoát ra cơn mỏi mắt buồn ngủ vì nhìn mãi vào chiếc cần gạt nước, quay ra phía cửa sổ. Phố lóa xóa mặt gương, đèn xe xanh đỏ lập lòa như những ánh lân tinh ở một phố âm, cậu em ngồi hàng ghế sau vừa nói, *không biết đêm Đà Lạt còn chợ âm phủ không, tối nay tụi mình đi nhen.* Giọng cậu không có vẻ chi là phấn khởi mà rù rì như nói trong lúc đang ngủ, tôi cười, *nếu hết mưa Khiêm à*, giọng tôi cũng nhỏ, tại không khí dào dạt mưa chăng.

Tôi chợt bấm kính cửa xe xuống, mưa hắt lạnh, và tôi giật mình vì tiếng còi xe quá lớn, vội bấm kính lên. Hình như có cả tiếng nói nữa, không phải âm của Đà Lạt, hồi trước, khi tới đây, tôi gặp rất nhiều tiếng Huế. Cảm giác lúc chạm vào gió vào mưa Đà Lạt thế nào nhỉ, giật mình vì tiếng còi xe, vì âm giọng nói quá lạ, chỉ vậy thôi.

Khi đi ngang khách sạn Anh Đào, tôi mơ màng thấy mình cùng các bạn đang đứng dán những tờ cổ động cho liên danh ứng cử dân biểu của cha tôi năm nào...

Lần đầu, vừa xong năm thứ nhất Luật, cha thưởng cho một chuyến đi Đà Lạt, thật đáng nhớ, tới nơi người lớn ngồi nhà đánh bài, để ba con nhỏ là tôi, em Khanh và Bích, con bác Chi, ngồi chèo queo nơi phòng khách có ngọn lửa nhịp nhàng trong lò sưởi, tôi thì không sao (vì có một nỗi nhớ cặp kè, đâu có một mình). Kỳ đó Đà Lạt chỉ là Hồ Xuân Hương và quán cơm Như Ý. Hết. A quên, còn có một con dốc nằm thơ dại đẫm ánh trăng cùng Bích và một chàng sinh viên trường Chính Trị Kinh Doanh nữa.

Lần thứ hai vui hơn vì đông bạn bè, lại được đi chơi thoải mái, nhớ những hạt mưa hắt ngược trên đỉnh LangBiang, có Hà cầm đàn ngồi hát cho một cô gái Đà Lạt, *đưa em về dưới mưa nói năng chi cũng thừa...* (Nguyễn Tất Nhiên, Phạm Duy) trời lạnh giọng chàng run hay tại người đẹp như mơ? có Tiến với giọng Bắc trầm, vừa hát *ta nghe nghìn sợi nhỏ rớt xuống đời...* (TCS) vừa bấm máy chụp hình, có Khương điều động việc dán bích chương, kỳ đó liên danh cha tôi thất cử nhưng chúng tôi được no nê Đà Lạt gần một tuần, có Thanh giọng như tiếng gió thổi qua tua lá thông, có Tính đọc thơ giọng Bắc nũng nịu, kéo đêm Đà Lạt nhẹ lơi như khúc nhạc dạo đầu, *trời mưa nho nhỏ, vạt áo em xưa, anh giữ trong tay, lời tình chợt ngỏ, em khóc bất ngờ, đêm run bóng lá, nho nhỏ trời mưa...* thơ tôi viết cho ai vậy Thanh?

Có người ở xa nhờ tôi chuyển lời chào đến quỳ vàng, nhưng đi trên đường không thấy một mắt quỳ nào dòm ngó, quỳ ơi, người đã muốn một cây quỳ vàng trên mộ cỏ mốt mai đấy, lãng mạn quá tình yêu dã quỳ... Và cũng chẳng có một cánh én nào dưới mái lầu Hotel du Parc như người kể, chỉ chênh vênh con gà trên đỉnh nhà thờ có lẽ là chứng nhân chung thủy của thời gian và gìn giữ kỷ niệm của người dân Đà Lạt, của người yêu Đà Lạt nay đã tản mạn những phương trời.

Đến tối, đi dạo Đà Lạt đêm, thì tôi thật sự thất vọng, không còn một Đà Lạt trong trầm lặng rét nữa, những người trẻ đi thành nhóm đông la hét ồn ào, đứng trên bậc thềm cao ngó xuống khu chợ Hòa Bình chỉ thấy người, nườm nượp bát nháo. Bên lề thì la liệt những đống quần áo cũ bán mua tấp nập. Ôi, muốn lãng mạn một chút với Đà Lạt cũng không xong rồi.

Tôi nhớ đến tiếc con đường dốc trong đêm bập bùng ánh lửa của người dân tộc bán ngo và thổ sản của họ. Ánh lửa khơi động một ấm áp thổi Đà Lạt hun hút vào ký ức. Đâu rồi, đâu rồi cái khí hiu hắt lạnh thơ mộng ấy? Đà Lạt như cô gái thức dậy, cắt phăng mớ tóc dài mơ, mặc quần jean áo thun nhún nhảy vào nhịp dồn dập sống còn của khúc ca hiện đại.

Thúy Anh nói, *chắc dưới kia là chợ Âm Phủ.* Khiêm cười, *lúc nhúc ồn như kia chỉ có chợ dương phủ thôi em,* quả thật là tôi cũng không đủ can đảm để bước xuống những bậc thang đi tìm chợ âm phủ trong biển người dương thế kia, cho dù rất nhớ ly sữa đậu phộng bên hông chợ. Quỳnh thì sau đó nhất định phải đến "quán chè khép một bên cửa" không biết nghe ở đâu, cửa quán chỉ mở già nửa, không phải để ngăn ngừa cái huyên náo bên ngoài mà là nhét vào những lộn xộn nhất có thể của một quán chè đêm... Tôi cùng các em vội vã ăn và vội vã quay về.

Thế là không sữa đậu phộng nóng, không hạt dẻ ấm trong túi áo, và tiếc thay tôi cũng không có kỷ niệm nhiều với Đà Lạt để đưa mình vào Đà Lạt sang trọng trầm lặng ngày cũ. Cứ thế mà phơi mình giữa một không khí Đà Lạt bị cày xới thô bạo bởi những mỹ quan kiểu mới. Muốn nhắn nhủ với những ai yêu Đà Lạt, có về hãy trang bị cho đủ đầy nỗi nhớ và chiếc áo giáp của kỷ niệm để chống đỡ với những bất ngờ của Đà Lạt.

Ngày về lại Sài Gòn, khi đi qua đèo gió Bảo Lộc, tự nhiên

nhớ lời dặn dò cột tóc của nhạc sĩ họ Trịnh với hồng nhan tri kỷ… Trong tôi không có một lời hẹn nào để trở lại Đà Lạt. Coi như vẫn còn đó, một giấc mơ dang dở.

… Một đêm, tôi nói, *mai mẹ về lại Mỹ rồi* (nhớ hôm ở Mỹ, cũng nói với Bảo Chương, *mai mẹ về Sài Gòn rồi*, hai nơi đều là về cả, là sao?) Khánh Chương ôm vai, ngập ngừng, *bây giờ cho mẹ bịnh đi, cũng được, để mẹ ở lại thêm nữa nhen mẹ…* Hạnh nói, *con trai nhớ mẹ rồi đấy mẹ ơi.* Như đêm đang ngừng trôi, phải không, những giọt đêm khẽ khàng ru tôi từng nhịp ấm của hạt lệ.

A, tôi biết rồi tôi đã lần theo nhịp đập trái tim hai đứa con yêu dấu này để về. Về đây, và đang nằm ngủ nơi góc phòng cha đã ngủ năm nào. Nghe dòng sông thế hệ nhịp nhàng từ ba mẹ tôi đến tôi, rồi các con tôi, và kia bùng reo, cô cháu nhỏ. Trôi đi, dịu dàng.

… Hôm rời Sài Gòn, đang kéo hành lý ra cổng, chị Liên nhắc, *thắp nhang ba chưa?* Tôi vội lên lầu, là để cho chị vui thôi, chứ ngày nào tôi chẳng lên nhìn và nói gì đó với cha. Nhưng cha đâu riêng ở đây, nơi nào mà trái tim các con ông còn đập, thì ông ở đó.

Và Sài Gòn, mãi mãi là một hơi thở, của tôi. Những kỷ niệm thuộc về Sài Gòn như một tấm khiên che chắn cho tôi bớt hụt hẫng về tốc độ những đổi thay, hóa ra tôi chẳng phút giây nào nhìn thành phố này bằng con mắt xác phàm, chẳng thấy gì cả ngoài một Sài Gòn đầm đìa kỷ niệm.

A, tôi lần theo hoa rụng tuổi thanh xuân mộng ảo mà về đấy thôi.

Tới đây thì bạn biết cái *một nơi* để quay về của tôi rồi, đúng không, những sợi tơ ấy chỉ có một mối... bạn ơi.

Có một chỗ ở Sài Gòn bây giờ tôi bước đi không bằng ký ức, đó là con đường bờ kè kênh Nhiêu Lộc. Tôi bước dọc theo con đường mới mẻ, cái nhìn mở ra vui như nắng đang xiên qua những hàng liễu rủ, gió thổi thốc tới từ phía ngôi chùa xa cạnh Viện Đại Học Vạn Hạnh xưa làm tóc tôi bay, tôi không thể tưởng là mình đang đứng bên dòng kênh khẳm đen nhếch nhác khi xưa.

... có lẽ lần sau Khánh về thì nước kênh sẽ trong.

Giọng anh tôi nhỏ nhưng có vẻ như anh đang nói về một công trình của mình. Điều ấy làm tôi vui. Tôi đang nghĩ đến chuyện cổ tích, soi xuống dòng trong để tỏ mặt mày... Tất cả sẽ đổi thay như kênh Nhiêu Lộc này, những vẩn đục sẽ lắng xuống để dòng trong.

... nhớ nói cho Khánh biết khi nước kênh Nhiêu Lộc trong nhé, anh Khải.

Vậy là tôi có một lời hẹn với Sài Gòn rồi. Và, nếu có, thì tôi cũng sẽ về vào mùa mưa tháng 9 để tiếng mưa trả lại cho tôi những lời tình tự, thêm một lần nữa, sống với giấc mơ.

Santa Ana, Tháng 9, ngày 16.2012

NHỮNG MÙA NẮNG NHA TRANG

Cho tôi xin một vé đi tuổi thơ
Ở một nơi nào đấy xa xôi...
Có thành phố như giấc mơ im ắng...
... Có thành phố ngày xưa, có thành phố...
Nơi rất ấm, tuổi thơ ta ở đó...

(Robert Rozhdestvensky- Thái Bá Tân dịch)

Nếu tôi là họa sĩ, có lẽ những giọt nước mắt xa Nha Trang sẽ được vẽ bằng một mầu sắc nào đó rất lung linh trong một bức tranh nắng, có đôi mắt to của một cô bé 16 tuổi đựng suốt năm tháng ấu thơ dạt dào tiếng sóng, một ngày con sóng bật ra khỏi khóe mắt thành những hạt lệ, nên nó sẽ là một mầu rất mặn biển, để người xem tranh biết được nỗi chia lìa đó đã cứa xót lòng tôi đến thế nào.

Tôi không là họa sĩ, chỉ mong ký ức dẫn lời để có thể phác họa được cùng người một cách diễm lệ hình ảnh 16 mùa nắng Nha Trang, Nha Trang nhi đồng, Nha Trang dậy thì, và, Nha Trang lớn lên xa vợi, giật lùi sau chuyến xe lửa đang chở tia nhìn nuối buồn đau ngày tôi bị gỡ đi cái núm gió nắng mặn mòi ấy. Thế nên tôi cứ khắc khoải khi đêm về thốt nghe như có tiếng tầu lửa vang bên ngoài cửa sổ. Thế nên tôi nghĩ mình nợ Nha Trang một món nợ ân tình. Tôi nghĩ, vâng, nếu cho tôi trở lại mười sáu năm đầu đời để lại dung giăng dung giẻ với Nha Trang, thì có lẽ tôi sẽ biết nạp một cách tận tình hơn hơi thở phập phồng của phố biển, để bây giờ có thể viết về nó một cách sắc nét hơn, tha thiết hơn.

Thật sự lúc này tôi thấy mình đã sẩy đi ít nhiều ký ức về

Nha Trang, Người đã cùng tôi một thời bé dại. Tôi đâu biết rằng, mỗi bước nhảy cò cò của tôi là từng bước một ánh nắng buổi mai đi về sau lưng, mỗi mảnh ngói nhỏ ném xuống đánh dấu ô "cái nhà" của mình chỉ là một không gian hư ảo, tan đi khi những đường phấn kẻ ô chơi bị xóa vội vàng dưới cơn mưa … Tôi cũng không hay mỗi trái banh thảy lên từng thẻ đũa bị tóm, tờ tợ từng mảnh thời gian bị lấy đi, để khi tàn một ván chơi thẻ thì thời gian không còn dấu gì trên vuông gạch…

Chắc không ai lúc bé mà không chơi trò u mọi, tôi nhớ, chỉ với 5 anh em nên chia phe không đều, luật chơi lại ấm ớ, chơi miễn sao mấy anh em thấy ổn là được, chỉ mình tôi là con gái, lại nhỏ bé, hơi thở ngắn nên hình như tôi làm tù binh hơi bị nhiều, chỉ mong phe ta u u tới cứu. Tiếng u u xa vời không đến được để gỡ ra cho tôi nỗi buồn xa quê, nó ở đó mở mắt hoài vọng một bàn tay Nha Trang.

Có nước sông mầu nhiệm nào cho mình trẻ lại, chắc tôi sẽ tham lam như người đàn bà trong cổ tích, uống cho đến khi hóa thành trẻ sơ sinh, để lại được lớn lên từ hạt gạo thơm ruộng đồng nước ngọt Nha Trang, để lại học nói từ hương biển mặn. Để lòng xanh đại dương. Để tóc lại mướt ngọn dương liễu. Để mơ mộng theo ngọn núi trầm tím nơi chân trời trên biển hoàng hôn. Để mắt nhìn háo hức theo đoàn tầu xe lửa nhả khói phía xa bên kia những cánh đồng quê nội. Để lại được lớn lên, lần nữa, Nha Trang…

… Lớn lên da ngào muối biển. Lớn lên cát trắng chân quen. Lớn lên môi cười nắng ấm. Lớn lên mắt xanh trời rộng. Lớn lên sóng vỗ trong lời. Lớn lên tóc rầm dương liễu. Lớn lên biển ở trong tim…

Người đem tôi vào không khí mẹ ấy, là bà nội tôi, là vòng tay mẹ tôi. Bà nội từ Thuận Mỹ, đã mua vé máy bay cho mẹ và các anh tôi, từ Hà Nội vào Nha Trang, lúc ấy tôi ngủ say trong tay mẹ.

Nghĩ lại vẫn thấy lâng lâng vui sướng rằng, bước chân đầu tiên chạm đất của tôi là đất Nha Trang, âm thanh bập bẹ tiếng con người của tôi là âm thổ những cát trắng biển xanh. Hình ảnh đất trời đầu tiên mà tôi biết cảm xúc là vòm trời cong giáp biển, là con mương ốm o chảy loanh quanh ở làng nội. Màu sắc tóm thị giác tôi là màu cà phê sữa của con mương, đầy mắt tôi là màu tím rưng rức bụi trâm trâm. Và hương bám hoài trong nhớ, cái hương đồng nội trộn lẫn mùi nắng trưa, đất bùn, phân trâu bò, lá tre xanh. Âm thanh quyến luyến tôi là tiếng xình xịch xe lửa mỗi cuối tuần từ phố về quê, và tiếng sóng mãi là vọng âm quen trong *giấc ngủ nhớ nhà*.

Tôi nhớ khi mới tới ở Santa Ana, đêm đầu tiên tôi giật mình thức giấc vì nghe như có tiếng rào rào vọng tới, tôi hỏi và được giải thích đó là tiếng xe hơi chạy trên freeway, trời, sao giống âm tiếng sóng xào biển khuya vậy, không biết tôi cảm giác chính xác không hay là vọng ảo, bạn ơi?

Nói nhỏ cùng ông Tạo rằng, chân dung người tình Nha Trang của tôi đấy, chỉ cần người "điểm nhãn" nữa là thành duyên nợ. Nhưng mà thôi, chỉ hẹn hò cũng đã ngất ngây một kiếp tôi rồi…

Trên con đường hò hẹn ấy…,
Là những bước theo mẹ tới trường, một con dốc ở Cầu Đá, rồi con đường nhỏ lởm chởm ở phố Sinh Trung, bước ngắn bước nhỏ nên gõ nhịp rất mơ hồ trong nhớ, ở đó những cây muồng bên vệ đường luôn là bóng mát cho những đứa trẻ ngồi chơi đùa, nhà ba mẹ tôi nhỏ lắm, tôi nhớ nền nhà màu xi măng đen, và ngạch cửa với hai bậc tôi vẫn thường bước lên bằng đôi guốc mộc quai nhựa trong, sao bé thế mà lại đi guốc nhỉ, nhưng đó là hình ảnh tôi rất thích về mình, bé xíu, mặc quần lụa trắng hai ống so le, lại lênh khênh trên đôi guốc, đứng dưới gốc muồng, bên cạnh hai ông anh, cũng bé, đang chơi bắn bi. Đó là thời gian của chồi nắng. Chồi 3, chồi 5 tuổi. Nắng ăn nắng ngủ và nắng khóc nhè.

Trên con đường hò hẹn ấy…,
Là giàn hoa ti-gôn hồng, hoa giấy đỏ, giăng ngang cổng một ngôi nhà trên con đường đất dẫn tới cuối là một ngôi trường tiểu học đứng ở đầu con dốc nhỏ, con dốc mà anh Khoa đã có

lần ngã rất đau, đến nỗi cái bánh xe đạp nhỏ bị quẹo thành số tám. Nhà ba mẹ tôi lúc này lớn hơn ở Sinh Trung nhiều lắm, có một cái thềm rộng hình chữ L ngược, được che rợp bởi giàn hoa giấy và thiên lý tây, hương rất thơm vào những đêm khuya, dù chưa đủ lớn để bắt kịp được mùi hương với ý nghĩa tâm linh của nó, nghĩa là, chỉ đơn giản mùi mình thấy thơm, không phải hương làm mình bâng khuâng.

Thềm nhà ấy như biển trên đó có chiếc thuyền chở ba mẹ anh em tôi những buổi tối chơi đùa đến khuya, để kết thúc có khi là một bữa phở xe mà anh em chúng tôi lúc chờ đứa nào cũng chảy nước miếng, thề là chưa có bát phở nào trong đời tôi ngon đến thế, mà nghe kể lại giá chỉ có 5 cắc (?) một tô. Thềm nhà ấy cũng là nơi chúng tôi ngủ vào những ngày nóng, thời đó ban đêm nhà không phải đóng cửa, tôi nhớ rõ như thế, đó là vào thời Đệ Nhất Cộng Hòa. Những ngày mưa thì thềm nhà lại biến thành một sân trượt nước, có lần anh cả tôi nhảy từ thành cái hồ nước xuống thềm và anh trượt thẳng vào cơn bất tỉnh, làm cả nhà cuống sợ, *anh Khôi ơi, anh còn nhớ hương vị thứ thuốc chữa cơn ngất của anh không?* Từ ấy chúng ta không còn được trượt nước dưới mưa nữa.

Thềm nhà ấy, nắng xiên vai 7 tuổi ngồi chơi thẻ một mình, có khi tôi rủ được Khuê, cậu em kế chơi cùng, nhưng nó là con trai, đâu kiên trì với trò chơi *lẻ tẻ*, các anh tôi vẫn kêu những trò của tôi là thế, phải là chơi bắn súng giàn trận đánh nhau, đúc kiếm trong những khuôn củ khoai, *anh Khoa, anh Khải à, còn nhớ cách đúc kiếm này không vậy, em nhớ, những cây kiếm nhỏ rất đẹp, sáng loáng, ngày đó, em rất thích, những muốn xin một cái để dành vào kho đồ chơi lẻ tẻ của mình. Những trò chơi như thế kéo tuổi thơ chúng ta đi qua tháng ngày, em là con gái ở giữa ba ông anh và ba cậu em, không theo nổi những trò chơi lớn, nên ngày đó em hay đứng một mình… em thích chơi năm mười, ẩn núp mà không muốn bị tìm thấy… dường như em đã lớn lên trong cái kén của riêng mình, như thế.*

Trong kén ấy, nắng 8, 10 tuổi nhả những sợi tơ…, nắng sắm vai cổ tích, nắng chuyện trò với búp bê.

Không hiểu sao, cái ông anh họ bên nội, lớn hơn tôi nhiều lắm, giật lấy con búp bê của tôi và làm hư tóc, rách cả cái áo đầm đỏ của nó, rồi anh ta bỏ đi, tôi đứng ôm con búp bê bị thương trên thềm trưa, ba mẹ lại đi vắng, chả biết mách ai, hình như búp bê cũng khóc. Tôi rất ghét người anh họ này, thậm chí đến lớn tôi cũng không thể nào tha thứ cho anh ta được, vì từ lúc đó tôi không còn chơi búp bê nữa, vì hình ảnh con búp bê áo đầm đỏ thân thiết bị thương luôn làm tôi đau nhói. Đó là con búp bê tôi thích nhất.

Lúc này cái buồn đã là một vết sẹo phai, người anh họ kia cũng đã không còn. Sau này tôi có thêm một con búp bê khác, phần thưởng một bài thơ thiếu nhi, nó cũng mặc áo đầm đỏ, nhưng tôi không thích nữa, có điều nó làm tôi nhớ đến một ông bác nhà văn bạn ba mẹ tôi, ở Sài Gòn ra Nha Trang chơi, hình như bác bị ốm hay sao, tôi thấy khăn tay bác có dính máu, thấy tôi sợ bác nói, *bác không chết đâu phải chờ con thành thi sĩ…*, bác cao lênh khênh, cúi xoa đầu tôi, *không phải thơ búp bê nữa nhé*. Thế mà, vào một ngày cuối tháng tư sau đó rất lâu, bác đã tử nạn trên một con tàu, và mộ bác là lòng biển xanh thẳm. Ôi biển, biển rất hiền rất bao la của tôi, bỗng một thời nổi lên những con sóng oan nghiệt. *Bác ơi, con xin lỗi bác là con đã yêu biển, không ngờ rằng đó là nơi vĩnh viễn bác ở lại, bác ơi, con sẽ tặng bác bài thơ, mãi là lời của con búp bê...*

Nắng thời này đúng là tơ là lụa, nắng nối một đường hoa thơm cỏ lạ từ lòng bố mẹ thị thành đến lòng bà nội quê nhà, nắng mở con mắt ngạc nhiên từ ô cửa sổ toa tầu. Có lẽ thời gian này, thích nhất là những cuối tuần được về quê nội bằng xe lửa, và những con thuyền giấy thả ra ngoài cửa sổ khi tầu đi qua cầu, các anh tôi reo lên khi những chiếc máy bay giấy tung theo gió, rồi, cắn ngón cái, ngoắc ngoắc những ngón còn lại để lêu lêu tôi, *thuyền mà lại bay lên trời, hí hí…* Tôi cũng khá ngẩn ngơ vì điều ấy, ôi hay vì vậy mà ước mơ của tôi chỉ là chiếc thuyền giấy không bến đỗ...

Nói đến xe lửa, ôi, … *khói con tàu theo suốt tuổi thơ ngây…* (Lữ Kiều) vì nó gắn với nước mắt trên thềm ga những lần tiễn cha đi Sài Gòn dạy học. Thế là, thấm mùi đưa tiễn, chín mười tuổi đã biết cái mặn của nước mắt khóc vì xa người yêu mến. Ứng ức hình ảnh con tầu khuất dần để lại đường khói đen dài, để lại mẹ và tôi đứng trên thềm ga rộng bên cạnh những đường ray bị bỏ lại im lìm, tôi nắm chặt tay mẹ òa khóc, gió thổi lộng hai tà áo lụa màu mỡ gà của mẹ, tôi khóc hoài, đến nỗi mẹ phết vào vai tôi, *tiên nhân con bé này làm má cũng khóc đây này, có nín đi không*. Lúc này nhớ lại lời mẹ, tôi thấy tức cười và thương mẹ quá, giọng nói mẹ ướt nặng như tấm khăn bị nhúng nước. Rồi hai mẹ con líu ríu ra về, thường là ngồi trên một chiếc xe xích lô đạp, ghé vào nhà bạn thân của mẹ, bà giáo Hương, chắc mẹ muốn chia nỗi buồn, tôi thì vẫn rấm rứt cho tới giấc ngủ đêm…

Nắng đẫm trang vở học trò. Ôi nắng 12, 13 tuổi. Tuổi bản lề giữa nụ nhi đồng và hàm tiếu hoa, chẳng phải tuổi 13 mà đã được gọi là nàng của nhà thơ tình yêu Nguyên Sa đâu. Nắng non bình minh mặt trời vừa nhú trọn khỏi mặt nước xanh. Nắng chưa nhấn mạnh hơi thở mặt trời mãn khai, đêm chưa mơ màng trăng liễu vào giấc ngủ say. Biển còn vỗ sóng ngoài tầm mơ mộng.

Hồi này vì nhảy một lớp nên tôi bằng lớp với anh kế, và thế là chơi với toàn bạn của anh, nên cũng khá là được cưng, anh em kết nhau tới tuổi Tú Tài, chắc là có rất nhiều hình ảnh trùng trong ký ức của nhau.

Nhưng đâu có dòng sông nào trở lại, phải không các anh, trôi theo ngàn xanh những hạt biển, bao giờ nữa dòng sông đưa đám lục bình quây quần trở lại với nhau trong ánh tím thơ ngây… Anh Tấn Khải, Toàn, Huy, Được, nhớ không, một góc trời Nha Trang, các anh đã có một người em gái, là tôi? Và các bạn Kim Anh, Hoàng, Dìn, Tường, Phong, Ngọc, Hiên, Hồng, chị Bích, giờ nhìn lên mảnh trăng thượng tuần có cảm thấy đó là ánh sáng ban sơ của mắt nhìn chúng ta thời thơ ấu? dù cho sợi thời gian dài đã mấy mươi năm, tôi tin thế, nếu có ngày chúng ta gặp lại và nhìn nhau…

Nắng chẻ xanh ngàn tia lá dừa đường vào Vĩnh Điềm, có mắt cười, giọng nói vui của một người anh bên ngoại, anh hiền lắm và tôi rất phục anh vì anh học rất giỏi, nhất là toán, là môn tôi sợ và dốt. Mẹ anh tần tảo nuôi con nên anh mơ ước một chiếc xe gắn máy hoài mà không có, nghĩ thương anh quá, tôi lấy một tờ giấy vẽ thành tờ bạc ghi số tiền đúng giá chiếc xe ấy, bảo anh cầm đi mua xe, anh cười với cái răng khểnh, nói, *"đây là số tiền lớn nhất đầu tiên anh có."*

Anh Quế ơi, chưa ai chiều và nhịn em như anh, những buổi anh cặm cụi dạy em học toán, em đổ lười không chịu học, chỉ muốn nghe anh kể Tây Du Ký, vậy mà anh vẫn nhỏ lời dỗ dành, em nhớ con gió thổi heo hút trong cái hẻm nhỏ vào nhà anh, đâu nghĩ gió thời gian, gió cuộc đời thổi anh em mình xa nhau mấy chục năm trời, khi vừa gặp lại mới đây, chúng mình còn khóc được nhiều đến thế, thấy như biển Nha Trang dạt dào bao năm, đang vỡ sóng…

Trên con đường hò hẹn ấy…,
Tôi dừng lại bởi sắc hoa sầu đâu trước ngõ, nó còn có tên là soan, sầu đông. Những cánh tím nhỏ nhỏ ray rất gió hiu biển Nha Trang. Lại là sắc tím. Ngay trong vườn nhà. Nhà ba mẹ tôi lúc này ở trên một con đường mới mở phía phải cuối đường Phước Hải, tên Lữ Gia, phải đi qua một Quân Lao, và ngôi chùa sư nữ Kiều Đàm, mới đến nhà.

Con đường cao như một con đê, nhà cửa còn ít nên tôi nghe được cả luồng gió chạy, có lần tôi đã té xe đạp xuống vệ đường sâu khi những chiếc xe GMC chở lính Mỹ vượt qua, có lẽ tôi giật mình vì tiếng la hét của họ, mỗi lần nhìn vết sẹo té xe trên đầu gối là tôi nhớ đến Thu Hương, cô bạn ngày hai lượt cùng tôi đi học trên con đường thênh thang gió này.

Dưới bóng cây sầu đâu thả những cánh hoa tím trắng, các bạn thường họp nhau những tối ăn chè và hát hò.

Vẳng lại rất xa. Đến nỗi như mơ hồ, tiếng đàn guitar của Thi, anh Khải, tiếng hát của Minh Tâm, Thu Hương, Nguyễn Được, tiếng cười nhỏ e ấp của Tuyết Mai, các bạn nhớ coi ngày đó tôi có ngâm thơ không. Tôi đã mê thơ Quang Dũng lắm mà. Âm thanh thời đó của chúng ta bay lên tàng cây sầu đâu rồi theo mỗi đứa một mảnh trời riêng… sầu ơi tan về đâu…

Nắng ấy là nắng tím mơ. Nắng dậy thì. Nắng im lặng bên cửa sổ nhìn hoa bay. Trăng mười sáu tròn con mắt đêm. Biển khẽ đi vào quỹ đạo mộng mơ.

Tôi và Thu Hương mỗi ngày đi bộ đến trường, đã có những bước chân ai theo ở đằng sau, ngày đó chưa có bài thơ Em Tan Trường Về của Phạm Thiên Thư để bạn hát tôi nghe nhỉ. Thế mà cũng nắng mưa một đoạn đường đưa đón, một thoáng con dốc đá lên Nhà Thờ Núi trao vội lá thư nói chuyện nhớ thương, tả tình tả cảnh hoa lá cành, ấy vậy mà gió vương chút tơ. Nhưng tôi phải kể cho có ngọn ngành.

Một chiều, anh Khải, tôi cùng các bạn, dĩ nhiên là có người bạn đã giăng tơ kia, đi chùa núi leo lên đến Kim Thân Phật Tổ, tượng Phật mầu trắng sừng sững trên đỉnh núi, trời khá tối, chúng tôi gặp một bọn du đãng, chọc ghẹo tôi và Thu Hương, tôi sợ muốn chết, nhất là sợ đám con trai đánh nhau thì thế nào cũng có đổ máu, tôi nói với anh Khải tôi, thôi anh, mình chạy đi tụi nó dữ lắm, em sợ. Và thế là chúng tôi nắm tay nhau chạy, nói thế nào nhỉ, ừ, chạy nhanh hết sức có thể của tuổi 15, 16, chạy băng qua những ngôi mộ ở sườn núi. Có câu tuổi 17 bẻ gãy sừng trâu lận mà. Về đến nhà mới hoàn hồn. Hoàn hồn thì tỉnh người ra, và người bạn kia, chẳng phải là người hùng cứu người đẹp như trong xi-nê gì gì nữa, "mối tình" bốc hơi nhanh hơn hạt nước trên thềm nắng. Hôm nay ngồi nhớ lại tôi không khỏi bật cười cái tuổi mười sáu, dễ thương dễ ghét ấy.

Thu ơi, mi có nhớ không, con đường Phước Hải mòn bao guốc, phai bao nắng những chiếc áo dài trắng đầu đời, có trưa ngồi lục cơm nguội ăn với sườn ram trong căn bếp nhỏ ở nhà mi, có chiều cùng nhau xách giỏ đi chợ sau ngôi chùa Kiều Đàm, mi bày cách lựa cá nục tươi, lại những buổi tối ngồi học bài cứ canh nhìn qua cửa sổ nhà nhau để xem đứa nào tắt đèn trước, thế là thức học đến khuya… này, Thu, nhớ cả đôi mắt buồn mơ màng của mi khi hát bésame, bésame mucho… cả hai đứa đều 16 tuổi như cô tác giả bài hát ấy, chưa hề tưởng đến một nụ hôn, thế mà cứ du dương hồn nhiên bésame… bésame…

Tuổi mười sáu được Nha Trang mớm cho cái ngát xanh của trời và biển, sóng cứ vỗ đều trên cát, gió cứ lộng những hàng dương…

Trên con đường hò hẹn ấy...,

Một ngày tôi bước lên một toa tầu để lại đôi mắt Nha Trang buồn thẫm trên ga. Trên con đường hò hẹn ấy, đã rêu phong bao cột mốc thời gian?

Nắng bây giờ là nắng ngọ. Nắng biết được chiều kia sẽ phai trên tóc... Nắng trôi theo con sông Cái chảy những dòng hẹn với biển xa. Đã hẹn đã hò, cũng ước cũng thề, thì dẫu con đường có dài, thời gian có mịt mù thế nào đi nữa cũng có lúc gặp nhau, nói cho sâu lắng đá vàng hơn, thì chúng mình sẽ tái ngộ, nối lại một đường tơ lơ lửng...

Nha Trang ơi, Giấc Mơ ơi. *Từ lúc cất bước vào kiếp người là tôi đã bước lên một con đường mang tên Hò Hẹn.* Và xa nơi tít tắp kia, cuối đường, thời gian sẽ trả lại cho tôi những gì nó đã lấy.

Cách đây một tháng, ngồi trong quán mì Triều Châu ở Santa Ana, anh chị Thành bảo, *em viết một cái gì về Nha Trang cho đặc san đi, kỷ niệm một chuyện tình chẳng hạn.* Tôi đã cười ú ớ, một chuyện tình ư? Ờ, nhờ vậy mà tôi có bài viết này. Suốt 16 năm đầu đời, tôi chỉ có một người tình duy nhất, Nha Trang, viết hoa một cách nắn nót, gửi trao. Cả hai đều thủy chung gắn bó. Tôi biết, khi tôi trở về, tôi sẽ về bằng nhịp đập trái tim 16 tuổi, và chàng, Nha Trang, vẫn sẽ vòng tay ấm ngày cũ đón tôi. *Cả chàng lẫn tôi đều là hòn đá vọng, chờ nhau, trên con đường hò hẹn trẻ trung ấy.*

Trên bước chân hôm nay, có bất chợt dừng lại, là lúc nghe được tiếng của biển, chiếc khăn lụa xanh trên con đường người bỏ dấu tôi tìm... Đó có phải là phút giây chạm được khói sương của cõi hẹn hò?

Santa Ana, 10. 2012
Tặng anh em, bạn bè những ngày thơ ấu của tôi

NTKM qua nét vẽ Đinh Cường, 2013

NHỮNG BỨC TRANH

Hãy đối xử với bạn bè như đối xử với những bức tranh, nghĩa là hãy đặt họ ở những góc độ có nhiều ánh sáng nhất.

Khuyết Danh (Goctraitim.vn)

Những bức tranh ấy được gìn giữ bởi bộ nhớ của tôi và bất cứ lúc nào muốn, chỉ cần click vào icon hình trái tim bé bé, và với ánh sáng của nó, tôi sẽ thấy được ngay, những hình ảnh thân thiết, sinh động. Có vẻ như cuộc sống tôi ít những buổi hội họp đông vui, vì hoàn cảnh bản thân, nhưng điều đó không có nghĩa tôi không có duyên may lọt vào một chút không khí bằng hữu chân tình, hình như đủ, để tôi hưởng niềm vui và hiểu được yên bình và tin cậy, một cái kén cho tôi nương náu giữa đầy rẫy bất an.

Sáng nay trời Calif. dành mọi ưu tiên cho nắng, rực ấm góp thêm ánh nhìn của tôi vào những bức tranh khiến nó vô cùng long lanh, giục tôi vẽ lại bằng lời. Ai đó đã so sánh bạn thân như ngày nắng đẹp, nó tỏa sáng tận dưới bóng những tàng cây. Nhìn lại, thấy mình được nhiều hơn, những ngày tươi nắng. Trong một tùy bút viết về tuổi nhỏ, tôi đã lấy tựa đề Những Mùa Nắng Nha Trang, đầy âm vang nhịp guốc đồng hành trẻ dại của anh em bạn bè. Hóa ra tôi cũng có gặp được *"tâm giác"* của ai có câu ví von trên, phải không bạn tôi. Chữ bạn tôi dùng, chỉ tương đối, bởi, không chỉ là sẻ chia bạn đồng trang lứa, mà còn là chút ngọt ngào của khói sương văn chương tôi có duyên được lãng đãng theo.

Tôi nhớ những bài thơ nhật ký bạn hữu của Họa Sĩ Đinh

Cường, chắt chiu cảm xúc, từng ngày bên những bước mùa đi, chân tình, và nên thơ. Tôi thấy được, người ấy, một mình, bên hàng cây khô, tiếng chim hót khan giọng tuyết, *người vẫn đi trong chiều rất lạnh / đèn xe chóa sáng ngược về đâu / người đứng nghỉ cột dây giày lại / thở hơi ra ngụm khói tàn mau...* (thơ Đinh Cường). Sao có nỗi một mình làm lòng người xao xuyến ấm như thế. Trầm, và lặng. Cũng như những dấu ấn mà tình bạn để lại trong văn thơ Nguyễn Xuân Thiệp, biết được cảnh tưởng vi thơ mộng trôi trong vòng tròn một chén trà sớm của nhạc sĩ Lê Uyên Phương mời bạn, tôi đã ngậm ngùi đóng tập thơ với hình ảnh Âu Như Thụy trong u uất ly rượu, hạt lệ bằng hữu. Bạn bên cạnh và bạn xa vắng, có nghe được tâm người nói chuyện một mình ấy?

Mây phản chiếu ánh sáng mặt trời mà thành ráng, suối treo vào bờ đá mà thành thác. Cũng là một vật nhưng nương vào vật khác thì tên gọi cũng nhân đó mà khác đi. Đạo bạn bè sở dĩ quý là vì vậy. (Trương Trào, Huỳnh Ngọc Chiến dịch)

Những bức tranh của riêng tôi đang thánh thót chồi xanh, như một âm bản vừa được rửa ra bằng ánh nắng tươi mươi của hoài niệm.

1.

Chúng ta không thể gọi những con người không hề có cánh là thiên thần, nên thay vào đó, chúng ta gọi họ là những người bạn. (khuyết danh. Goctraitim.vn)

Tiếp những mùa nắng bạn bè ấu thơ ở Nha Trang, là những cơn mưa đùng đùng ở Sài Gòn, đang tung hoành rồi đột nhiên rút lui cho nắng lại hiên ngang. Thế mà tóm được nỗi mê say của tôi, từ bé đến giờ. Ai biết, mùi mưa đầy hương nắng Sài Gòn?

... Nào tuổi 18, lăng xăng làm báo xuân ở trường Mạc Đĩnh Chi, cái ngày mới chân ướt chân ráo bước vào lớp mười hai bị thầy kêu dò bài, luống cuống vì con zéro đầu tiên trong đời đi học, rớt cái kính cận, bạn bè lạ cười ầm lên, ức muốn khóc, thì thấy từ dãy bàn phía bên kia, một bạn trai đứng lên lớn giọng, *sao các bạn cười vô ý thức thế, bạn ấy mới chuyển trường vào lớp mình...,* thế là tiếng cười im bặt, và thầy vật lý lúc đó mới rõ tôi chưa kịp có bài để mà trả. Bạn đó là trưởng khối báo chí, dáng vẻ cao gầy thư sinh, mà sau đó tôi có dịp làm việc chung trong giai phẩm xuân của trường. Kỷ niệm đẹp những ngày đầu ở lớp học mới, tôi được bênh vực bởi bạn, nhà thơ, nhạc sĩ Nguyễn Đức Cường.

... Tuổi học trò nắng đổ gập ghềnh những chuyến xe lam, có cánh chim xanh nối hai đầu một giấc mơ, Hiếu, bạn ở đâu bây giờ? tôi nhớ dáng nắng bay áo lụa và đôi guốc mộc gõ nhí nhảnh trên thềm lớp...

... Và em nữa, kia những cánh bướm xanh nhỏ đem nắng đi đâu? *"cả một lũ kỷ niệm, bao ngày xưa thương yêu, em mong- và mong vô cùng- sẽ chẳng phải là 'rồi cũng tan như bụi mờ,' nhé khánh, nhé khuê, khương. Tháng 12.1975. đồng hương."* nét chữ xưa tươi phút giây này Đồng Hương ơi. Không bụi mờ như em ước, đúng không. Sẽ thêm nhiều lần nữa chị em mình ngồi trên thềm tường vi này ăn món đậu phụ vàng dưa muối kiểu Kim Thánh Thán nhe Hương. Và chúng ta, hớp một ngụm nước xanh của dòng sông quá khứ, hóa thành dân xì-trum xanh, thơ thẩn trên bãi cỏ Mai Thôn nhấp nhô tiếng đàn tiếng hát, Bảo, Quang, Khuê Minh, Thanh, Thu, Phụng, Triệu, Tiến, ơi...

... Nắng thời gian ong ong gõ bức tranh thời sinh viên, nhớ đi hãy nhớ, và thế là ít khi bị quên, như đang rất gần, bập bênh trên từng bước hôm nay, những Liên, Tỷ, Hoa, Xuân, Trung, Tứ, Huệ, Thọ, Thôi, Tạo, Ngô Minh... cùng *con đường Duy Tân cây dài bóng mát* chiếc lá dầu bay, có khi mưa Tiến cho quá giang, giang thật đấy, con đường ngập mưa tầm tã như sông... Mà hình như khí hậu Sài Gòn tôi không hợp bằng Nha Trang, cứ bị đau hoài, mỗi lần đau bất ngờ ở lớp, cô bạn Liêm phải đưa về nhà bằng xích lô, thật có duyên với nhau, mà bạn thì bị vất vả há Liêm.

Lại nhớ lần đau nặng phải đi Singapore mổ, Quý Loan đến

tận giường bệnh, *em giúp chị một ít để đi chữa bệnh,* Hồng Lan nữa, tôi không bao giờ quên sự giúp đỡ tiền bạc cùng cái nắm tay trấn an tinh thần tôi lúc ấy của hai bạn, dù vừa rồi gặp nhau ở Santa Ana, Hồng Lan nói, *chị khoẻ là em mừng, nhưng không được nhắc chuyện cũ nữa.* Xin vâng, cô bạn nhỏ, chỉ là tôi làm con chim kết cỏ để đền đáp những tấm lòng mùa xuân.

Ôi mùa xuân Tôn Nữ Lệ Ba, chắt chiu tấm lòng bay qua ngàn dặm, đến bên tôi…

Ôi mùa xuân Hồ Đắc Thiếu Anh, tiếng thơ Huế dịu dàng con sông thơm, một lần đến trong đời tôi, với một tượng Phật Dược Sư, *chị thỉnh ở chùa, chú niệm để cầu xin cho sức khỏe em.*

Ôi những mùa xuân, Liên Anh, Liễu, Tiên, Sáng, Hà, Dạ Khê, Vy Hoàng, từng bát canh, hũ ruốc sưởi ấm tôi những ngày Santa Ana, nằm bệnh, xin cảm ơn duyên phước để thấy được ánh mắt long lanh của những mùa xuân ấy.

Và kia, giấc mơ ngủ muộn trong nắng đẹp Santa Ana, ảo ảo rơi vào tranh những hạt mưa Sài Gòn gõ lời tình tự...

Lối cũ rất êm người bước nhẹ
Bước nhẹ như là chưa bước qua
(Lữ Kiều)

2.

Cười với nắng một ngày sao chóng thế
Nay mùa đông mai mùa hạ buồn chăng
(Tuệ Sỹ)

Sáng nay khi cầm ly cà phê bước ra thềm, tia mắt bị khều bởi những cành hoa màu xanh trong tranh kia, tim chao đi như con thuyền trên một gợn nhẹ con nước nhỏ bên bờ. Màu xanh ấy như giọt mật ong níu dính chân ruồi. Tôi bất động trên mảng không gian ngọt lừ. Hứng những hạt thời gian rơi. Bức tranh của một bác sĩ tài hoa.

Một bình hoa xanh cạnh một ly với phin pha cà phê, trên

một cái bàn, một cái ghế bỏ trống, những cái một trên nền xanh ngát buồn, như một bài thơ thiền, cho nên mới nói, bác sĩ vẽ tranh với trái tim thơ. Có lần tôi đã hỏi anh, *nên gọi anh bằng nhà gì*, anh bảo, *em đang là bệnh nhân, thì phải gọi cho phải phép.* Vợ chồng tôi lúc ấy đều là bệnh nhân của bác sĩ, nên, *xin vâng, thưa bác sĩ Thân Trọng Minh. Thưa Họa sĩ Nhà Thơ Nhà Văn Lữ Kiều.* Hình như tôi đang nói với bức tranh trên tường.

Và vẳng xa tiếng nhạc dương cầm quán Du Miên. Những ai đang nói cười quanh tôi vậy. Ôi không khí của Bùa Hương. Ngày đầu tiên, tập thơ ấy được các anh chị cầm trên tay trong hương cà phê và tiếng dương cầm nắng.

Trời buổi ấy một lần đứng lại / Về xao giấc mộng giữa hai tay... Với tôi, buổi sáng Sài Gòn đầy nắng ấy là bức tranh thủy tinh. Tôi nhé, phải nâng niu.

Có tiếng cười từ chiếc miệng nhỏ xinh của chị Ngọc Bích bên cạnh người chồng tài hoa nhân hậu đến thiết tha, Bác Sĩ Đỗ Hồng Ngọc, độc giả cùng bệnh nhân tìm đọc văn thơ anh để chữa bệnh, những bài văn như nói chuyện vui đùa, vừa uyên áo vừa giản dị, đáp ứng rất đúng những khúc mắc về sức khoẻ thể chất lẫn tâm hồn, và đáng nói là, cho mọi lứa tuổi. Vừa mới đây Nhà Thơ Lữ Quỳnh của *Những Giấc Mơ* đem về cho tôi mấy tác phẩm của anh ĐHN, vui mê tơi, và tôi cũng nghe lời bác sĩ nhà thơ để tập thở, làm thơ, để ru, *bệnh ơi hãy ngủ cho ngoan.*

Có anh Lê Ký Thương, họa sĩ của những đề tài gần gũi, đời thường, em bé con trâu con diều đường đất nâu dấu chân mẹ quê con chó và cô chủ nhỏ..., thể hiện bởi những đường nét gấp, gãy, sắc nhọn kỷ hà nét nhìn sinh động thông minh mà chỉ bằng tâm hồn nhiên mới thấy ra được những góc cạnh như thế, nụ cười tiếng cười anh cũng bình dị, hòa âm cùng vẻ trầm tĩnh của chị, Cao Kim Quy, từ tốn an nhiên như văn phong của chị.

Và ở cuối bàn thì bừng lên sôi nổi giọng anh Nguyên Minh, người như đã có lời thề nguyện chung tình suốt đời với chuyện văn chương làm báo, cô bạn nhà văn Nguyễn Thị Ngọc Lan mới tối nào đây nói với tôi qua phone *mình thích truyện ngắn của anh NM lắm...*, anh đang khen tập thơ Bùa Hương, khen đến nỗi muốn thu âm lại để nghe.

Cạnh nhà văn Nguyên Minh, là khói thuốc họa sĩ Lữ Kiều.

Đó buổi ra mắt Bùa Hương, chỉ 50 bản, Ý Thức Bản Thảo ấn hành, với sáu anh chị và tôi. Bảy sắc cầu vồng. Bảy nốt trong âm nhạc. Những quí báu cũng là thất bảo đấy. Thất bảo của riêng tôi. Buổi sáng hôm ấy.

Và bản quí duy nhất, Bùa Hương, được ấn chứng bằng những chữ ký thân tình. Buổi sáng đẫm hương bằng hữu. Nó không chỉ chấm dứt vào buổi trưa khi chia tay. Nó kéo dài cho tới bất cứ lúc nào hồi ức tôi lay động.

Sau buổi trưa, anh Lữ Kiều bảo, *giờ anh sẽ đưa em đến chùa Già Lam, - Thầy Tuệ Sỹ ạ? - Ừ, mình cùng đi với Giai Hoa.*

Có đóa sala rụng ở sân chùa, cầm trong tay thơm ngát. Ép vào sách, đến giờ dở ra còn nghe thơm. Thơm hương hoa khô. Thơm phút giây nhặt nó ở sân chùa, nơi có vị sư của những lời thơ *Phút vội vã bỗng thấy mình du thủ / Thắp đèn khuya ngồi kể chuyện trăng tàn...* Đã bao trăng tàn bên chiếc lan can này nghe Sư nói chuyện một mình?

Chúng tôi ngồi ở đó, trước phòng Sư, trông xuống một vườn cảnh nhỏ, gió buổi trưa hiu mát, trái tim tôi như chiếc lá bay. Họ đang bàn về chương trình buổi ra mắt tập thơ Những Điệp Khúc Cho Dương Cầm, tập thơ tôi được Sư tặng sau đó.

Giai Hoa là người dạy đàn piano cho thầy. Anh Lữ Kiều nói. Rồi, chúng tôi được nghe và thấy Sư Ngồi Đàn, một Sư Nhà Thơ gõ trên phím những nốt nhạc của tâm hồn. Tôi tặng Sư tập thơ Bùa Hương, và dĩ nhiên tôi không để lỡ cơ hội có được chữ của Sư trong bản duy nhất của riêng kia. Và thủ bút của Sư, bằng chữ Hán lẫn Việt câu thơ: *Ngược xuôi nhớ nửa cung đàn / Ai đem quán trọ mà ngăn nẻo về.*

(Phải chi ngày xưa cứ giữ cái hiệu Tuệ Minh, thì bây giờ thấy sang bắt quàng làm họ, với cố nữ sĩ Tuệ Mai và ngọn núi vời vợi Tuệ Sỹ này rồi.)

Giờ xem lại những chữ ký ấy lòng run như đang mở xem viên ngọc quí.

3.

Rong Rêu
Đá thốt nên lời
Mưa Nguồn Giáng xuống
Bùi ngùi trần gian

Đó là cặp lục bát tôi tặng Thi Sĩ Bùi Giáng, in trên tạp chí Thời Văn, hình như lúc ông bịnh nặng, hay lúc ông vừa mất (1998) Nhớ đâu năm 1997, Trần Quang Châu đem đến tờ báo Tuổi Trẻ Chủ Nhật, đăng bài thơ Buồn Vui của Bùi Giáng, trong đó có câu thơ kèm ghi chú: *"(1) tơ tóc cũng buồn, tập thơ nguyễn thị khánh minh."* Sau này có in lại trong tập thơ của Bùi Giáng, Như Sương, 1998, do thân nhân in khi ông qua đời. Chỉ vậy thôi mà lúc ấy, tôi nhận bao bao nhiêu cú điện thoại của bạn bè... thiệt là sức mạnh mũi tên bay của một cái tên, là Bùi Giáng. Cho tôi say chút ngất ngây.

Trần Quang Châu, nhà thơ, cùng làm tờ Thời Văn với nhà thơ Nguyễn Đăng Trình (mà có một lúc tôi giữ mục công tác bạn đọc), nói với tôi, *đại ca Bùi Giáng muốn gặp KM, biểu tui đưa tới.* Tôi mua một chai rượu tên Nếp Mới. Trời trưa chang chang. Đường thì thiệt xa.

Tới một ngôi biệt thự, thấy ông ngồi nơi góc vườn, trên chiếc võng dưới bóng mát gốc cây to treo đủ thứ lỉnh kỉnh. Mầu áo xám, khăn gì quàng cổ không biết, gầy guộc, khuôn mặt ông, nụ cười móm trẻ con, nhưng ánh mắt cực sáng sau cặp kiếng. Đó là lần đầu tiên tôi nói chuyện với bóng cả của nền thi ca Việt Nam, dù trước đó có gặp ông đôi ba lần ở Viện Y Dược của Bác Sĩ Trương Thìn, và không quên, có lần sau khi BG khen thì BS TT quay lại tôi cười hiền, *KM sướng nhé.*

Tôi ngồi nửa quỳ bên cạnh võng đưa ông chén rượu nhỏ. Ông cầm tập thơ TTCB của tôi dứ dứ lên xuống, *qua có tập thơ của cô ở một cái gánh de chai à nhen.* Rồi biết thêm, mới đầu nó có một cái giá còn rẻ hơn bèo, nhưng sau đó thì bà ve chai lại cho không. Không giá, nhưng với tôi lúc ấy, tập thơ nhỏ của tôi lại vô giá từ lời khen của ông, TQC tủm tỉm, *KM đã thiệt đó, phải đền ơn tui cái bữa này nghen.*

Hạnh phúc là ở đây. Tôi được ông tặng 3 tập thơ với những đề tặng, xin bạn thứ cho khi tôi nhắc lại, vì đối với tôi, nó quả là rất châu báu để tôi muốn khoe.

Trong tập Đêm Ngắm Trăng, *Lần đầu tao ngộ khánh minh / Niềm vui vô tận tâm tình lão phu*, với lời bên dưới, tặng nữ sỹ khánh minh, tất cả được ông viết hoa.

Trang thứ hai của tập Mưa Nguồn thì, *tặng Minh-Khánh-tưng-bừng-tuổi-trẻ. Mưa nguồn từ độ tuôn ra / Tới bây giờ dội màu hoa minh khành*, cái dấu đánh nửa huyền nửa sắc. Dưới đó là chữ ký bùi giáng với chữ g kéo thẳng về phía trái, và 1997 với hai số 9 có cái chân dài.

Tập Rong Rêu thì, *Giáng Bùi kính tặng Khánh My*. Tôi ôm tập thơ vào ngực muốn cười reo lên, ngẫu nhiên mà ông lại gọi tôi là Khánh My, cái tên máu thịt thanh xuân, cái tên lãng đãng trên mấy tầng gió, cái tên mộng mơ tan theo mấy chiều rủ *mặt trời đi ngủ sớm* (Xuân Diệu), cái tên treo trên cành trăng non lơ lửng hò hẹn sao đêm, cái tên lay động mỗi lần mưa Sài Gòn khẽ gọi, cái tên ngủ ngọt bao năm trong ký ức sông êm đềm, dòng sông ấy bây giờ đang gợn lên trong nét bút cong cong sông núi này.

Cái ngẫu nhiên làm giây phút ấy rộn rịp nắng trưa. Chỉ một buổi trọn sáng, ông gọi tôi bằng 3 tên, minh khánh minh khành khánh my. Cảm ơn thi sĩ, thi sĩ xưng Lão Phu khi nói chuyện với tôi, *lần sau cũng Nếp Mới cho lão phu à, - Dạ.*

Tôi không có lần sau nữa. Tôi nằm bệnh hơn năm trời và cả lúc ông mất 1998. Trên Tạp Chí Thơ 2004, có bài thơ của tôi, đoạn viết tưởng nhớ đến Rong Chơi Thi Sĩ:

... Đập vào mắt là tên một tập thơ được in ra để kỷ niệm bảy mươi năm ngày sinh của một Người Làm Thơ vừa mới mất / những vòng đen đậm những vòng đen nhạt những vòng xám cắt đôi chữ "Chớp Biển" sáng làm tôi bỗng nhớ mầu manh vải nhỏ ông cột trên cổ lúc lang thang...

Tháng 10 nơi đây chiều cuối thu lạnh, mơ hồ trước mắt

như sương câu thơ, và bóng *(em)*.

Đường lây lất chiều bay sương lổ đổ
Đứng bên trời em ở lại hôm qua
(Bùi Giáng)

4.

Đàn ai ngăn ngắt trời tây phương...
Xanh đóa hồn tôi xanh lá lệ
(Joseph Huỳnh Văn)

Gió hanh hao từ núi thổi xuống Santa Ana, xen vào những ngày cuối thu, sáng nào cũng thấy lá khô đầy thềm, có một chiếc lá rụng từ mùa mưa nào ở Sài Gòn nằm im trong bức tranh, ánh vàng úa dào dạt tiếng guitar, mỗi lần mùa vào thu tôi lại treo bức tranh này lên, buồn nhẹ nhàng theo vết thời gian, giờ nhìn tôi không khỏi rưng lệ, người vẽ nó đã bỏ cây đàn ở lại và biến sau màu vàng chiếc lá thu kia.

Tôi nhớ căn phòng treo đầy tranh ở phòng mạch đường Nguyễn Trọng Tuyển, đó là lần cuối tôi nghe anh đàn và hát Thong Dong Ca. Cũng nơi đó tiếng cười của Thúy Vinh trong như tinh mơ và như giọng ngâm thơ của bạn. Anh em lại hát, rồi anh cho hai đứa đi Ngự Bình ăn món Huế. Nghe Thúy Vinh gọi "anh Bụt" sao thấy mềm lòng, khiến nhớ một hôm nào, Đêm Hoa được tổ chức mà tôi là tác giả lại bị bất ngờ, anh biết tôi là đứa nhát đám đông, nên có nói tổ chức đêm thơ cho tôi thì chắc chắn là tôi sẽ lắc đầu, và thế là anh "bắt cóc bỏ dĩa". Đó là một đêm tuyệt vời.

Này là ánh mắt của ba mẹ, đây là vòng ôm của anh chị em, chồng con. Kia. Tiếng đàn guitar Trương Thìn, tiếng hát bác sĩ Lê Hùng, và cô bác sĩ hình như tên Hồng?, tiếng ngâm thơ Thúy Vinh, và giọng bắc đầy cảm xúc của nữ sĩ Đặng Nguyệt Anh trong bài nói (rất hay) về thơ Đêm Hoa, hay vì cộng thêm phong cách và âm giọng với sức hút của một thời nam châm.

Phòng chật kín người, những người yêu quí văn chương tạo nên một không khí thân tình. Sân khấu được trang trí bằng những lồng chim bằng nan gỗ, tôi có hỏi anh ý nghĩa gì, anh bảo, *những con chim đã bỏ lồng bay xa, tự do, như ý nghĩ và thơ của khánh minh.* Tôi ngỡ ngàng.

Và anh hát *"một ngày nào đó em sẽ bay xa, bỏ lại sau em ngày hôm qua ... "* (lời một bài hát Anh)

Đúng là Đêm Hoa của tôi. Đêm, lần đầu tiên tôi ôm hoa kín hết người (*tôi cao thước rưỡi thôi nhen*) và bó hoa Khánh Chương tặng mẹ sao rực rỡ thế.

Đẹp quá nên không nghĩ đó là đêm của mình, như thể cô Tấm đến dự một đêm hội rồi nửa khuya về nhà ngồi ngẩn ngơ tiếc chiếc áo dạ hội đã tan thành bụi đêm. Ôi đêm hoa.

... vâng. nửa đêm em sẽ về nhà / thôi xe thôi áo em lại là tấm tâm...

Nơi phòng tranh nhạc ở Viện Y Dược Học Dân Tộc xưa, biết bao là hình ảnh, mùi hương.

Mùi hoa sứ nắng hoa sứ mưa khuya, mùi cá nục kho, xôi thịt hon của Hồ Đắc Thiếu Anh, một nữ sĩ gom hết những dịu dàng của xứ Huế vào thơ, giọng nói, dáng người. Rồi cái bóng nhỏ, ánh nhìn tinh anh quét rất nhanh cảnh vật chung quanh của Bùi Giáng, rồi bóng gầy áo nâu Trụ Vũ cúi xuống trang giấy đó để từng con chữ tung lên, lanh lảnh giọng ngâm ánh chuông của Thúy Vinh, nghe sao mà mị lòng nhau quá sức.

... Người nghệ sĩ đã không đàn thêm nữa, giọt âm thanh đọng lại bên thềm, thành bầy sương khóc thầm trong tối, xin đêm là đôi cánh chở tiếng nhạc về trong mỗi giấc mơ...

Vâng, chỉ là giấc mơ, một đêm cuối năm 2012, bên bờ biển phía này, trời lạnh, cái lạnh không đến từ khí trời, mà buốt khi nghe giọng Ngọc Sương sũng qua điện thoại, *anh Thìn đi rồi, khánh minh ơi,* người như bị kéo tuột vào một cõi xa, rất vắng.

Con sóng đập vào bờ, nhẹ mà thăm thẳm sâu hút đêm,

tiếng đàn guitar rớt âm buồn trong gió, viễn xứ rồi, thưa anh, Bác Sĩ Trương Thìn…

Đâu đâu cũng thấy bến bờ
Ồ hay đấy bến đây bờ thong dong...
(Trương Thìn)

5.

Nơi đây khoảng trời là những nốt treo
Cao cao cao âm vang đang tan theo
(Nguyễn Lương Vỵ)

Theo mây đi một buổi / Trời đất nhẹ phiêu phiêu…, phiêu nắng Bolsa, gặp Võ Chân Cửu, người đã một thời còn rất trẻ tôi thích thơ, chép vào cuốn sổ tay, ... *Một con chó con một vầng trăng sáng… Ôi một vầng trăng mang tiếng khóc… Âm âm tiếng núi trong sương đọng / Mười năm mà vẫn tưởng hôm qua...* Trăng khóc sương rền tiếng thời gian và con chó con...

... *Va đầu tưởng đụng núi / Chỉ đụng bóng sương chiều...,* nên chi khuôn mặt nhà thơ buồn, khó căm và may là, bỗng, cười hiền. (chữ xiên: thơ Võ Chân Cửu)

Một buổi tối tháng 10, 2012, theo NLV, VCC đến dự một đêm ra mắt sách. Đi ngay, trước hết vì đó là một tác giả luôn trong tầm ngắm tìm và đọc của tôi, sau là vì tác giả chỉ họp một ít anh em văn nghệ sĩ tại nhà một thân hữu.

Vừa vào bàn ngồi thì người như trái bóng bay, trời ơi Ngọc Sương của Old Friend, bao năm rồi giờ bỗng nhiên không hẹn mà ngồi sát bên nhau.

Hồi còn ở nhà Ngọc Sương là chủ quán café tên Old Friend, phải đi bộ một con hẻm nhỏ ngoằn nghoèo xa như đi vào cổ tích, để đến một ngôi quán nhỏ ẩn hiện cuối đường mây, được thiết kế bởi nhà thơ Đỗ Trung Quân, quán bé như một giấc chiêm bao, nên không khí bạn hữu cũng lãng đãng, không ít lần xa gần tiếng guitar anh Trương Thìn. Võ ra theo chuyện trò, quên mất nhìn nghe, ông nhà thơ hằng ngưỡng mộ, đúng là chẳng thấy ai ngoài Ngọc Sương. Mãi khi ra về, cầm mấy tập thơ được tặng trong tay, người thi sĩ từ giã tôi bằng vòng ôm rất là gió heo may, và hẹn gặp lại. Đêm đó tôi đi vào giấc ngủ, hình như là rất thổn thức, sau khi đọc thơ đầy tiếng gió u hoài Nguyễn Xuân Thiệp. Có nỗi gì nhẹ như vạt khăn san chiều thu.

Và, gặp nhau lại thật. Cũng mùa thu. Năm 2013.

Chả phải mình luôn ước, thu có bạn cùng *ẩm hoàng hoa tửu* đó sao. Cầu được ước thấy, một bàn tròn nâng ly cùng nhau, mùa thu Calif., rượu vang Calif.. Bức tranh không biên giới âm thanh và màu sắc.

Họa sĩ ngồi đó, một ánh xanh trôi dài như dòng sông Potomac trôi về, với nụ cười mỉm. Tôi thấy những cành cây khô và cánh chim buồn trong tranh ông như lấp lánh dưới ngọn đèn vàng sau lưng ghế ông ngồi, bên cạnh tiếng huế thỏ thẻ của old friend Ngọc Sương, *thầy Đinh Cường...*

Nửa bàn phía kia, nhà văn Nguyễn Đình Toàn bên cạnh dáng mảnh khảnh của chị. Nhìn ông, ký ức lội ngược về ngày cũ thời ca khúc da vàng, nghe nhạc trong một cái máy cassette vỏ bằng gỗ, những băng hát Khánh Ly, mà sao mê nhiều hơn, giọng nói của ông, để sát vào tai nghe cho thấm từng nhịp giọng ngừng, từng âm thổi chữ đầy cảm xúc.

Vòng tròn tiếp đến một cô bé, mà tôi đã không cho cô chào tôi bằng cô, chị đi, cho tôi hưởng chút thanh xuân của cô, nhé, Lưu Na. Có ai đọc văn của cô rồi gặp, hẳn là phải ngạc nhiên, như tôi lúc ấy, cái trẻ trung tươi măng lại ẩn dấu suy tư tre già đến thế, ra trong ánh mắt ấy có riêng cái nhìn cùng chữ, để tin cậy trao gửi thẳm sâu của suy tưởng và tâm hồn.

Còn mái tóc trắng mây kia nữa, giọng Huế, âm thấp như nốt nhạc trầm rơi xuống chiều, họa sĩ Nguyễn Đình Thuần, người vẽ những giấc mơ và con gái màu xanh.

Tôi ở đâu trong vòng tròn tối mùa thu ấy? Tôi ở bên tay trái họa sĩ Đinh Cường, cho nên tôi nghe được âm thanh của một nụ cười mỉm, bay ra từ bức tranh đêm xanh chuông nhà thờ treo lẻ loi nét trăng cong. Lưu Na cho xem tấm hình vừa chụp, tôi nghe họa sĩ nói, *hình nào cũng thấy khánh minh tay chống cằm.* Chùm đèn trên bàn ăn rớt những hạt lung linh.

Cách tôi một áng mây chiều mới tới nhà thơ *gió thổi chiều xanh -nguyễn xuân thiệp- trôi với nắng.* Nên thi sĩ ngồi đó, hư ảo tiếng gió thu, buồn như khúc ca cổ, hoài niệm con đường lát gạch một thời phố cũ, đâu đó. Tôi thấy trong đáy ly vang đỏ ông đang cầm trên tay sóng sánh những thời gian.

Áng mây chiều kia là Mây Hoàng Hôn Vy Hoàng, bạn tôi, có đôi mắt đẹp như Liz Taylor, quên chưa để ý có ánh tím huyễn hoặc không, sao lời nói phía nhà thơ của gió bay đến tôi đầy mây tím.

Giáp một vòng rồi đấy. Vòng tròn ư, *cứ đi hết sẽ gặp lại nhau.* Lưu Na ơi, có hình bàn tròn buổi tối ấy không xin cho một tấm. Đó là bức tranh của pha lê, rượu sánh đỏ tiếng cụng ly. Trời đất như gần lại trong tiếng cười thân.

Ngoài kia đêm đã ngập đầy phố. Gió thổi lộng những vòng ôm chia tay. Có hẹn gặp lại không để trên con đường tôi đi sẽ hoài nghe bàn tay vẫy gọi?

một mai về với mây ngàn
chỉ xin nhớ chút dịu dàng của nhau...
(Trịnh Y Thư)

6.

tôi gởi lại
một góc phố. rực lá vàng
quán cà phê. mở cửa. dưới giàn hoa giấy.
tiếng chim...
thức trong cây và đất. đợi chờ ai...
(Nguyễn Xuân Thiệp)

Có một sở thích, gần như là thói quen, không biết thành đường đi lối về của mình lúc nào, mà thích ngồi quán cà phê đến thế. Hồi sinh viên thì thường xuyên ngồi với ông anh kế, Khải Minh, lúc anh là sinh viên đại học Minh Đức, hồi anh là sinh viên sĩ quan Thủ Đức, thường là quán cóc bên đường, đặc

biệt là trước một con hẻm có hoa giấy đỏ ở đường Duy Tân
dẫn đến trường Luật, tiếng chim lảnh lót trong tàng cây, ồn
ào trên hè đường cạnh những chiếc đẩu gỗ. Rồi đến khi đóng
quân xa, mỗi lần về phép lại kéo cô em đi, có tí tiền lương lính,
cho em biết thế nào là Grival, Brodard Tự Do. Khi anh ra tù
thì lại châu về hợp phố quán cóc cà phê tạp, thế mà vẫn thích.
*Anh Khải ơi, hẹn nhau nữa nhé, mai em về, những con đường
cà phê dưới phố...*

Hơn mươi năm đổ lại đây thì say mê tái tê không khí của
những Cõi Riêng, Khúc Ban Chiều, Thềm Xưa, Cửa Sổ Ban
Mai, mà không ít lần ngồi với người chị tâm hồn sầu mộng,
Kim Cúc, dáng gầy mai, giọng Huế như tiếng gió thổi tia tia
kiều nhuy, ánh mắt xa, buồn như mảnh trăng xanh cô đơn
trong tranh Đinh Cường.

Tôi thích đặc biệt quán Đất, quán cà phê, và anh Lữ Kiều
lại giới thiệu là mì quảng rất ngon. Đất, gần nhà, chỉ băng
ngang bên kia đường Sư Vạn Hạnh nối dài, đi vào hai ba con
hẻm nhỏ là đến, tôi vẫn hay đi bộ, ngồi một mình, đọc sách
hay viết với cái bàn gỗ xù xì trên căn lầu nhỏ, ngó xuống mái
ngói đỏ và những tia lá trúc lay láy ngoài cửa sổ, nơi có con
mèo đất đen nằm co ngủ nướng trên thành cửa. Nhớ có lần, để
quên một tập thơ, hôm sau thấy nó được xếp trên cái tủ chưng
đồ gốm, -Những Buổi Sáng- nằm thật yên ả. Từ đó, mỗi khi
đến quán, nghe ông chủ dặn cô ngồi ở quầy, *cô nhà thơ, nhớ
bớt 10%...*, nghe nhẹ cả người (nhẹ nhiều kiểu...) đã bao năm
rồi, chưa về hỏi thăm con mèo đen bên cửa sổ...

Cho tới sang đây, dĩ nhiên cũng không thiếu dù cà phê
quán kém nên thơ hơn. Có sáng Tài Bửu với anh Du Tử Lê,
Nguyễn Lương Vy trầm lặng ba số 5, bên cạnh dáng gầy thanh
tao Ngọc Hoài Phương, thi sĩ có nụ cười mím chi, nói nhiều
chuyện đời xưa... Có sáng Gypsy ngồi nhìn trời đầy xanh đất
đầy nắng, có chàng nhà thơ buồn trĩu như mây sắp mưa, Lê
Giang Trần, ở đời hưởng biết bao buồn vui nhưng vẫn là trạm
để bạn quá bước thôi sao, hả. Quát tí cho bạn vui thôi, chứ
sao không hiểu... *nên thơ rồi cũng về bao la nào / chỉ còn
một thoáng xôn xao...* (LGT, tập thơ Trạm Người Quá Bước)

như là tôi chưa làm lễ bái sư dù đã xong *nửa* cua layout, phải không LGT, thôi thì coi như bạn nói, *là thơ nếm nhẫn nhụy sen ngậm ngùi...*

... Một buổi sáng đầu đông, Vy gọi - *khoẻ không, xin phép chồng đi, cà phê, có Trịnh Y Thư.* - đang đi cà nhắc, phải chống gậy. Nói vậy chứ tôi lại mượn cái vai của Vy để bước. Và trước khi đi, nhỏ nhẻ với chồng, không biết có thiệt không, rằng, *hôm nay mình không đau, mình đi nhe.* Quán có cái tên, Lovers. Ba người ngồi dưới một tầng hoa giấy đỏ, nắng rỗ lanh chanh mặt bàn, Vy thì nói với điếu thuốc hơn là với bạn.

Sáng đó nói chuyện được nhiều với nhà văn, nhà thơ TYT mới thấy được vẻ trầm tĩnh và những nhận xét sắc nét của anh về cuộc sống cũng như văn chương nghệ thuật, hiểu thêm hơn những điều anh viết trong Chỉ Là Đồ Chơi (tập sách là một đồ chơi nghiêm túc phải được để một chỗ trang trọng trong tủ sách, hoặc, một nơi có thể dễ lấy bất cứ lúc nào, để đọc). Chỉ Là Đồ Chơi, mà tôi có duyên layout, dự một phần trong sự ra đời, về mặt hình thức, của nó. *Cảm ơn nhiều lắm, anh Khế Iêm, với những giờ học hàm thụ CS3.* Cũng có chút gặp gỡ sở thích trong bài Ngồi Quán, ở đấy. Và chuyện chữ nghĩa thì, không phải là *chuyện dã tràng* như TYT nói đâu, *nhà thơ ơi, khi nắng lên gần đỉnh trời vẫn tưởng còn là buổi sáng cà phê... mà, hình như anh còn nợ tôi một khúc tây ban cầm.*

Lúc ấy tiếng chuông reo, vọng đến từ phương Bắc, giọng họa sĩ Hà Cẩm Tâm qua điện thoại, *khánh minh ơi, cho biết tình hình sức khỏe em...* Ôi tôi chưa kịp chia cái bệnh thì đã được nhẹ rồi...

... Cũng quán Lovers này, năm ngoái, tôi được Tuấn Khanh (là nhạc sĩ trẻ sau này) chụp cho tấm hình với giàn hoa giấy, tóc bay, trông thật thơ. Người nhạc sĩ nẩy ngoài nhạc, văn hay, còn có một giọng kể chuyện vui dưới một nét mặt rất tỉnh bơ, dí dỏm và có duyên đặc biệt, hèn chi nổi tiếng quá. Những bài phóng sự của anh, ngoài thông tin sự kiện nó còn có sức hút của văn chương. Cũng ở đó, tôi được biết một khuôn mặt trẻ mà tôi rất cung kính về sự thông hiểu Phật pháp, Tô Đăng Khoa.

... Nắng ký ức lóe lên một bức tranh buổi xế Santa Ana. Có tiếng cười rất bằng hữu của một người anh cả, Nhà Văn Phạm Quốc Bảo, người sở hữu một văn phong điềm đạm, và những nhận xét tinh tế. Lần đầu tôi gặp anh là để hỏi việc làm, tiếc là không đủ sức khoẻ nên không thành. Lần khác, tôi đi cùng ông anh đến toà soạn Người Việt, anh muốn tìm người bạn học xưa tên Uyển, không gặp, tôi đưa anh đến phòng anh PQB, tính giới thiệu, thì nghe anh Bảo reo lên, *ơ Khôi Minh đây à, ở đâu đến đây...*, té ra họ là bạn nhau thời Chu Văn An. Lúc ấy anh PQB khen thơ cô em gái của bạn hết biết, làm tôi nheo mắt với ông anh luôn bảo tôi, "cái óc bằng hột đậu đen." Thế nên, tôi xem anh PQB như anh cả là vậy. Váng vất mùi Hương Đêm từ trang sách của anh bay trong trưa hạ, nhớ anh nói, ý là, hương đêm mang cái vị nắng của ngày, ngày càng nóng thì hương đêm càng đậm, tôi đã để ý, hình như đúng, khi nghe đêm hắt lên vị nồng của đất.

Và đối diện tôi, nhà văn Nguyễn Tường Giang mà tôi muốn nhắc đến cái nỗi Ngồi Quán, (mời Trịnh Y Thư cùng nghe):

... chiều nay không biết làm gì tôi xuống phố
ngồi trong Pagode một mình
ngó hoài những khuôn mặt cũ
ước mơ những chuyện không thành
anh tự hỏi anh khi nhìn con phố vắng
mưa xưa hay nắng xưa...
... ôi hồn anh lẻ loi đã khóc...

(Khói Hồ Bay, tr.258)

Khói Hồ Bay qua giọng Bắc Nguyễn Tường Giang, thổi hút căn phòng khách nhỏ vào những câu chuyện kể đời xưa, mơ màng bóng dáng nhà văn thần tượng của tôi, Thạch Lam,

... Nơi dấu chấm cuối cùng của câu thơ tiễn biệt. Gió đầu mùa gieo cuối phố hoàng lan. Gọi như thầm em ơi sợi tóc nhỏ...

7.

Trời còn đó giữa tháng ngày lỡ dở
Hồn Nguyên Tiêu ai kiếm lại cho mình
(Bùi Giáng)

Những bức tranh của tôi. Cuộc sống đã vẽ một màu sắc dịu dàng mà muôn trùng thời gian sẽ mãi khắc khoải một giấc mơ... *Lại còn muốn vẽ cả giấc mơ nữa sao, tôi?*

Nhưng, đã có lúc, dòng sông thời gian ấy được gợn lên ánh hấp dẫn của tình cờ, như buổi sáng tháng giêng này.

Hôm nay, còn ba trăm năm mươi mấy ngày nữa là hết năm 2014.

Trong đợt tháng ngày vừa mơn man xanh ấy, nơi Gypsy, anh Du Tử Lê đãi một bữa cà phê sáng trước khi Vy đi xa. Lúc tôi khập khiễng đang loay hoay tìm chỗ dựa để bước lên thềm thì một chị bước tới đưa bàn tay ra. Tôi vẫn luôn nghĩ, bàn tay chìa ra cho người khác nắm là bàn tay của nhân hậu. Sáng nay tôi đã nhận được điều ấy, từ một phụ nữ có khuôn mặt hiền, mắt buồn ánh nụ cười với má lúm đồng tiền thật tươi. Và khi vừa ngồi xuống thì tôi nghe anh Du Tử Lê nói, *chị Tô Thùy Yên đúng là một bà tiên.* Lúc ấy tôi như hạt nước rơi vỡ tung toé, để thấy rằng, hôm ấy ngoài anh DTL, NLV, còn có các Thi sĩ, Ngọc Hoài Phương, Tô Thùy Yên và chị, vợ chồng Nhạc sĩ Đăng Khánh Phương Hoa, từ Houston đến, và anh Hiến, phu quân một nữ lưu đẹp nổi tiếng.

Thật bất ngờ để tôi được gặp một tên tuổi đã nghe mấy chục năm trước. Một khuôn mặt thơ nổi tiếng của 20 năm văn học miền Nam. So với gương mặt xương xương khó khó trên trang Gio-o thì Tô Thùy Yên tôi thấy ở sáng Bolsa này như đầy đặn, và trẻ hơn. Cứ xem như, biết đến ông từ ngày đọc thơ rải rác ngày xưa, tới bây giờ thấy ông trước mặt, một khoảng thời gian, tạm ví von bằng câu thơ của ông, ... *Tình ý theo người đi một đỗi / Một đỗi, dài hơn bốn chục năm...,* và rồi lại sợ, *Hỏi chưa ra, đã trăm năm, sững sờ...* nên chi tôi hơi huyên thiên và nhất định phải đứng gần ngọn *đá mộng* ấy để chụp hình (Tô Thùy Yên có bài thơ Đá Mộng).

Cả hai, thi sĩ Tô Thùy Yên và nhạc sĩ Đăng Khánh, chắc lẩy bởi cái nắng chín ấm buổi sáng Bolsa nên đều tỏ tình vợ khiến tôi phải thốt lên rằng *thật không gì hạnh phúc cho bằng làm vợ nhà thơ và nhạc sĩ,* số là họ nói, bao giờ người đọc, người nghe đầu tiên sáng tác của họ cũng là người vợ. Ly nước rót đầy trong nụ cười hai chị.

Chuyện đẩy đưa thế nào mà tới giọng kể rất hay của nhạc sĩ Đăng Khánh, nói chuyện như viết văn, về cái buổi gặp gỡ của mối tình đầu, là chị Phương Hoa đang ngồi cạnh tôi đây, khi ra về tôi nói, *em sẽ kể lại chuyện ban đầu của anh chị đấy nghe,* chị Phương Hoa cười *cho bản quyền,* và tôi viết lại đây theo trí nhớ,

… một buổi học anh văn tối, anh nhìn qua bàn bên kia thấy một vai áo tím có đường vải rạn nhẹ, thấy lạ, anh để ý thêm, sát bên hông cô bé, một cái cặp bằng da bò đã sờn bạc mầu, cô để trên bàn một hộp bút, là cái hộp sắt đựng thuốc lá (Craven'A) cũng rất cũ, cô lôi từ ấy ra một cái túi dài nhỏ bằng nhung rút ra một cây bút, kiểu cũng đã rất xưa. Những cái rất xưa rất cũ ấy lại thuộc về một cô gái nhỏ trẻ trung, toát ra một sức hấp dẫn lạ kỳ đối với anh. Và nên một mối tình, và thành đến bây giờ, một đôi hạnh phúc, Đăng Khánh Phương Hoa.

Tôi cũng nhớ cây bút chì con con có một đầu tẩy mà nhạc sĩ Đăng Khánh lôi từ túi áo ra để ghi địa chỉ. Nó cũng cũ cũ. Thật lạ, một cây bút chì bên cạnh những iPhone mà bất cứ lúc nào cũng dễ mở ra để gõ vào note, khi tôi hỏi, mới biết mẩu bút chì có gôm đó là một đặc điểm riêng của sinh viên trường nhạc, của những composers.

Gần trưa chia tay thì lại thấy Tuấn Ngọc tới, người nổi tiếng, đi tới đâu cũng bị chụp hình. Anh Ngọc Hoài Phương, với iPhone, ghi hình buổi sáng ấy, mà đối với tôi, có lẽ khó có lần thứ hai. Nắng Bolsa đang phổ tiếng cười chúng tôi thành những hạt óng ánh rơi vào ly cà phê, soi những tia nhìn bầu bạn.

… Cũng nơi góc thềm Gypsy chứa đầy nắng tươi gió trong ấy, tôi được tất niên, 27 tết, bằng cà phê sữa với chiếc bánh hình mảnh trăng khuyết thơm ngát bơ. Trời đầy én bay.

Nghe đâu đó bên cạnh rổn rảng tiếng nói chuyện của các văn nghệ sĩ Vương Trùng Dương, Nguyễn Đình Thuần, Đặng Phú Phong, Lê Giang Trần.

Như vô thanh, tiếng cười du tử thi sĩ họ Lê, anh đang nhắc đến một ước mơ ngày nào đó mấy anh em giang tay đi giữa đường Tự Do hát chào đêm Sài Gòn. Dĩ nhiên là đêm, thật là khuya, vì ngày thì chết chắc, và biết đâu phải nhận một giấy phạt chiếm lòng lề đường.

Nắng đang reo trên bực thềm những nốt thời gian. Vâng, hãy sống thật gắn bó từng phút giây, vì chỉ thoáng thôi, tất cả sẽ được gọi là, kỷ niệm. Thiền Sư Osho đã chẳng nói biến những việc bình thường mỗi ngày thành lễ hội đó sao, và như thế ta sẽ được một hiện tại gần như kéo dài thêm cho…

Bức tranh gần nhất bên tôi lúc này xuyến xao nắng giữa mùa đông, đã tết rồi đấy chứ, 28 tết, trên thềm gió đã thổi xuống lác đác xác cánh hoa đào, anh Quý, ông anh láng giềng, đang lui cui cùng với nhà tôi, sửa lại cho vừa tầm tôi, chiếc nạng chống…

*

Ơi những bức tranh lộng lẫy cuộc sống của tôi. Được cất giữ nâng niu như món đồ cổ. Càng để lâu càng tăng giá trị, đúng không, … *Xoa tay nhặt năm tháng cũ / Mầm tươi vừa nhú diệu kỳ* (Nguyễn Lương Vy) Cứ mỗi lần giở ra xem, lại thấy bật ra nhiều nét lạ, và dường như thấy nó rực rỡ hơn. Cho dù, có thể là rực rỡ mong manh…

Tịch liêu chiều thế hôm nay
Sông ơi nước cuốn bay đi những gì
Trông mòn con mắt lưu ly
(Nguyễn Tôn Nhan)

Santa Ana, 28 tháng 1.2014 (28 tết)

* Vâng, thưa anh Nhan, chiều Santa Ana 28 tết, *tay cầm một nhánh cỏ vàng / thổi phù theo ánh trăng tàn cuối đông* (NTN)

Vàng tan theo ngày đang dần xa như khói hương…

Có một ngẫu nhiên, tôi viết xong bài này vào 28 tết, kết thúc bằng 3 câu thơ *(trông mòn con mắt lưu ly)* của thi sĩ Nguyễn Tôn Nhan, khi xem lại để gửi trang Gio-o thì mới sực nhớ đó là ngày giỗ của anh NTN, vì thế mà có thêm mấy câu kết từ chỗ dấu ngôi sao này.

Dường như không phải tình cờ, ánh trăng tàn rơi vào để bức tranh của tôi được trọn vẹn cái thời gian huyền ảo *Một Ngày* của nó.

BÓNG BAY GIÓ ƠI...

Tôi đã đến ngồi dưới chân người.
Chỉ xin để tôi biến đời mình thành bình dị thẳng ngay
như chiếc sáo sậy để người phả đầy âm nhạc vào trong...
Rabindranath Tagore (Lời Dâng- Đỗ Khánh Hoan dịch)

Cuối năm, người lúc nào cũng thấy chộn rộn, không thể gắn mình chính xác vào một việc gì hay một khoảng thời gian nhất định. Đang làm cái này lại nghĩ tới một điều khác hình như đáng làm hơn. Rồi xẹt ngang đầu, mình quên cái chi chăng. Tất cả mơ hồ bềnh bồng. Ban mai đùng đục, mưa rỗ hoa mặt kính cửa sổ, đến trưa thì lay phay chút nắng trên những cánh lá datura, hương những đóa "kèn của thiên thần" này có thể gây ảo giác. Trời đất còn lưỡng lự nắng mưa hỏi sao lòng người không lao chao tĩnh-động. Những lúc như vậy thì thích nhất là được ngồi gõ chữ trên cái cửa sổ 11" này. Vừa rồi bạn bảo viết chút gì về kinh nghiệm sáng tác của mình, bạn bè... Ở hóa ra cái cảm thái giằng co mấy bữa này là chuyện viết lách chăng. Đó là việc hầu như chẳng thể đưa mình vào trạng thái xong.

A, Gió ơi, đó là những con chữ. Người bạn tâm tình khó tính. Cũng không một hẹn hò. Mở laptop ra và một trang trắng để sẵn sàng tí tách thì nó như con ma, biến mất. Lắm lúc đang, như nấu nướng, hay cắm cúi đánh máy layout bài vở sinh nhai, thì nó nhởn nhơ hươ hươ trước mắt mình một đóa bleuet xanh, nó mở một cánh vườn rực vàng daffodil, nó thả xuống một cánh thư mây xa, thế là, hoặc, ngâm ngẩm nó trong đầu, làm tiếp công chuyện, hay, bỏ hết, để chạy theo nó. Hụt hơi về tay không là thường. Hoa màu đầy tay, của hiếm. Ông chồng bảo "như con cú đêm" khi thấy mình lục xục ánh đèn khuya lắc.

Nhớ đến trái bóng đỏ bầu bạn của cậu bé trong phim của Albert Lamorisse, có khi ngỡ nó bay đi rồi, hóa ra nó vẫn đứng chờ bên cửa nhà, qua bao trắc trở tưởng sẽ mất nhau, nhưng rồi nó trở về rủ rê cậu vút cao với trăm quả bóng. Bộ phim thiếu nhi với hình ảnh bóng bay trong gió, với riêng tôi, tờ tợ như đôi cặp kè cảm xúc và chữ.

Trái bóng thơ của tôi. Bay bay giỡn đùa năm mười làm cảm xúc nao nức đuổi tìm. Tôi sống, với Nó, bằng nỗi đường trường của nhịp đập con tim, thì cũng giống như cậu bé kia, sau những gian nan, sẽ hưởng được quả vị của cảm xúc, một dâng hiến trọn toàn. Cảm xúc đủ đầy căng gió thì tứ chữ bóng bay lồng lộng. Những ai đã chạm vào giây phút phập phồng cùng chữ, hẳn có riêng mình trái bóng ấy và cũng đã cảm thấu được niềm phiêu hốt cùng những làn gió vô tận của cảm xúc.

Thơ chưa ra khỏi bút
Giọt mực đã rụng rời
Hồn ta chưa kịp nói
Giấy đã toát mồ hôi
(Bút Thần Khai - Hàn Mặc Tử)

Bạn có thể tưởng tượng ra giây phút sáng tạo thần thánh như thế không. Nỗi ưng ức của cảm xúc trên Lời sẽ thành, sắp thành, sao làm ta sống đáng quá, sao như bùa như ngải làm phiêu diêu lòng ta đến vậy…

Hồi nào đến giờ, tôi thích viết và đọc những gì được lay động, thôi thúc bởi ngẫu hứng thuần nhiên. Lời của các thi sĩ, văn sĩ làm tôi bay lên, tan theo con gió cảm xúc, hay pha mình theo muôn sắc của cõi tâm chan hòa cõi nhân gian của họ, còn hơn là đông cứng nhìn cuộc sống qua những khối hình hộp của triết thuyết. Tôi sợ mê lộ giáo điều. Bởi có những vô lý rất hợp lý của nhà thơ mà triết gia bó tay. Những "vô lý" mà chỉ có ngôn ngữ Thơ mới tung hê được. Thi sĩ quá cố Joseph Huỳnh Văn đã nói, tôi nhớ, *viết tức là tin tưởng vào chữ, một niềm tin đầy thành thực và cảm động* (thơ mộng nữa!)

Tôi mê nhà thơ, nhà văn nói chuyện lan man trên trời dưới đất giữa đời, nói tùm lum mà trúng tà la (nghe con trẻ trong nhà nói câu này thấy hay hay). Nói chơi ư? Thì cứ thử nói chơi sao cho *ruột tằm đòi đoạn như tơ rối bời* (Kiều) nhau đi...

Lúc sáng tạo, Họ dường như phó thác mình vào sinh mệnh chữ. Theo đuổi Nó, cho là mê, phải muội nữa, tôi tin Nó sẽ trả lại cho Họ cộng thêm lãi, những gì Nó được trao. Nó chẳng cho mình ăn no, không cho mình áo đẹp, Nó chỉ cho mình, duy nhất, hơi thở. Phải nhận Nó một cách chủ quan tuyệt đối như vậy, mới thật đã cảm xúc, mới đáng nhận món quà của Nó, những Lời... Thế nên tôi thích đọc, thích viết cái gì toát ra khí trữ tình. Trữ tình, tôi muốn hiểu theo nhà văn Trung Hoa Lâm Ngữ Đường, biểu hiện một quan niệm hoàn toàn cá nhân.

Những người viết ấy là trẻ thơ? Đồng ý.

Là kẻ mộng mơ? Chính xác.

Là người tự do? Không vậy thì làm sao viết thoải mái ý riêng?

Là người lãng mạn? Theo đuổi con chữ là lãng mạn được cho điểm A⁺. Tôi sẵn sàng đổi cái quạt mo vàng khôn ngoan thực tế để lấy một nắm xôi lãng mạn vẩn vơ.

Họ lạc quan? Nên Họ đầy hy vọng. Flannery O'Connor có nói, *"nhà văn là kẻ vẫn còn hy vọng trên cõi đời, kẻ không còn hy vọng không viết văn."* (Trịnh Y Thư dịch)

Họ đạp đất, và Họ biết cõi mông lung của hạt bụi bay, Họ nâng niu đến cả nhịp máy động của cỏ cây. Họ hít thở bầu không khí này, và Họ biết lắng nghe, biết hân thưởng, biết lấy những tinh túy từ trời đất và cuộc sống, thành ra Họ biết đau, và đau tơi bời hơn, Họ biết vui, và vui thấm thía nhiều lần hơn.

Tôi giả thử những nguyên thủ quốc gia là nhà thơ nhà văn với đặc tính như vậy thì có lẽ họ sẽ khó khăn hơn khi có quyết định khai hỏa chiến tranh, phải không, chỉ cần một chút lưỡng lự thôi có thể giảm biết bao nhiêu cái chết. Nhớ đến nụ cười của Tổng Thống Obama hôm thứ năm, ngày 6 tháng 12.2012 vừa rồi khi cùng gia đình thắp đèn Giáng Sinh ở Tòa Bạch Ốc, gương mặt ông giãn ra thoải mái cùng nhịp nhún nhảy của phu nhân Michelle, có phải vì ánh sáng mầu nhiệm đèn giáng sinh mà tôi đã gọi là những ngọn đèn mơ ước? Cầu mong sao Tổng Thống cũng được cười thơ trẻ như thế -trẻ thơ rất gần với nhà thơ- khi cầm cân nẩy mực chuyện nước. Có điều nhiều phần, thơ văn với trái tim mong manh của nó thì lại dị ứng với những khúc mắc của chính trị, kinh tế, hoặc đại khái những gì tương tự, trời sinh vậy, là để có chuyện mà khóc, mà đau. Ai khóc, ai đau, ai biết nói lên những nỗi niềm ấy? Tôi là người xác quyết câu trả lời, chỉ có nhà văn, nhà thơ, họa sĩ, đạo diễn -trữ tình-.

Trữ Tình ấy, xin nghe một độc giả Ấn Độ nói về Tagore *"mọi khát vọng của nhân loại nằm ngay trong những bài đạo ca của Tagore, Tagore là người đầu tiên trong các vị Thánh của chúng tôi đã không phủ nhận cuộc sống, nhưng đã từ cuộc sống mà phát lên lời.*"*

Kể rằng, khi còn rất trẻ Tagore thường ngồi trong vườn viết về thiên nhiên, những con sóc thường đến trèo lên đầu gối, và chim chóc thì đậu trên bàn tay ông. Những năm ba mươi tuổi khi gặp chuyện rất buồn thì Tagore đã viết những bài thơ tình đẹp nhất. Nghe vậy thì nhiều phần thơ văn nhạc của Tagore khởi đi từ cảm xúc trước thiên nhiên, rồi giao hòa với tâm tư, nhờ vậy mà nhân loại có được Gitanjali. Đỗ Khánh Hoan dịch là Lời Dâng, cuốn sách cùng tôi, từ lúc thiếu nữ mộng mơ đến hồi tóc điểm sương, và cũng còn mơ mộng. Ngoài dân số đông đúc của Ấn Độ, ngoài tôi, ngoài…, còn có một nhà thơ lớn của Irish, William Butler Yeats, ngưỡng mộ Tagore. Ông đã viết lời giới thiệu trong Gitanjali:

"...Tôi đã mang theo mình hàng ngày... để đọc trên xe lửa, xe buýt và trong hiệu ăn, thường thường tôi phải gấp tập thơ lại vì sợ có người lạ nào đó sẽ nhận thấy tập thơ đã làm tôi say sưa ngây ngất đến thế nào... Một tác phẩm bắt nguồn từ một nền văn hóa siêu việt, ấy vậy mà những bài thơ này cũng chẳng khác gì sự phát triển của đất lành của cỏ cây. Một truyền thống trong đó thi ca và tôn giáo hòa hợp với nhau thành một, trải qua nhiều thế kỷ đã thu gặt ngôn từ cùng rung động trí thức và bình dân rồi đem trả lại cho đa số quần chúng tư tưởng của người trí giả...*"

Viết và được đọc như thế thì gọi Tagore là Thánh, thật là sướng cái tâm. Cũng theo Yeats,

"... nếu nền văn minh Bengal vẫn tồn tại, không đứt đoạn, nếu cái đầu óc thường thường ấy -như người ta phỏng đoán- chảy qua tất cả, như với chúng ta, không bị phân tán mà lại cấu thành hàng chục đầu óc khác chẳng hề quen biết nhau, thì một cái gì đó từ cái vô cùng tế nhị tàng ẩn trong những bài thơ này chỉ vài thế hệ nữa sẽ đi tới tận người hành khất bên vệ đường... Những vần thơ này không nằm trên bàn của các bà quí phái để các bà lấy tay uể oải đọc rồi thở than về một cuộc đời vô nghĩa... cũng sẽ không phải để sinh viên mang đến đại học để rồi sau khi rời mái trường xưa bước vào đời làm ăn lại bỏ xó không thèm rờ mó đến nữa, ... nhưng du khách sẽ ngâm nga nó trên đường đi và những người lái đò sẽ đọc khi chèo thuyền trên sông...*"

Những lời này Yeats viết vào năm 1912. Tôi những muốn đến Ấn Độ để có thể ngồi với một hành khất bên vệ đường xin họ ngâm cho nghe một câu thơ Tagore trong âm điệu du dương của tiếng Bengali. Để thấy lòng Ấn Độ qua trái tim mẫn cảm thuần khiết cao rộng ấy.

"... trái tim ấy chứa đầy trong chính nó cảnh huống của đời sống... thi sĩ Tagore cũng giống như chính nền văn minh Ấn Độ đã dày công khám phá tâm hồn, rồi dâng trọn mình cho sự rung cảm nhạy bén của tâm hồn. Hình như thi sĩ thường tạo một nét tương phản giữa cuộc đời của ông với cuộc đời của những ai vẫn hằng sống theo lối sống của chúng ta, của những ai có sức nặng giả tạo ở trên cõi đời, và luôn luôn khiêm tốn như thể biết rằng đường đi của mình chỉ thích hợp nhất với mình mà thôi...*"

Thưa thi sĩ của tim tôi, tôi là kẻ hậu sinh muốn mòn gót trên những lối Người đã đi qua. Để sống với *"một sự hồn nhiên, một vẻ giản dị, ... đã khiến chim chóc, lá cây hình như gần gụi với thi sĩ như với trẻ thơ vậy...*"*

Tôi có kim chỉ nam như thế trên đường đi. Viết, thỏa mãn mình trong phút giây cảm xúc hồn nhiên giao tình với chữ. Và dường như qua đó, hiểu mình hơn. Chỉ vì vậy thôi.

Tôi nghiêng về những cảm xúc tức thì. Một vạt úa chiều

bịn rịn trên thềm nhà, một lời thương nhớ phơ phất buổi mai mù sương làm tim ta trật nhịp, và những điều như mới đây chiếu trên TV, cảnh một người cảnh sát ở một đường phố của New York cúi xuống, xỏ giày -do ông vừa mua- vào chân kẻ không nhà trong ngày rét lạnh, cũng như cái khí vô cảm rùng rợn ở Trung Cộng cảnh cô bé bị xe cán mấy lần mà người ta vẫn qua lại như không, chẳng phải đã làm chấn động tâm ta hay sao, nếu không bật lên lời, thì ta xoay sở thế nào với nhịp dồn dập đau trong mình, như cô bạn nhà văn Văn Mỹ Lan nói, *mình thu nạp những điều trong cuộc sống, rồi viết, như thể cảm xúc ứ đầy bắt mình phải ói ra.* Và, tôi tin, sức vỡ bờ của lời sẽ làm nên kỳ diệu.

Tôi thích lúc thố lộ được với các con mình: ... *Cuộc chơi duy nhất, mẹ đem cuộc sống mình tham dự. Bản nháp đẹp đẽ trong đời cho tới nay mẹ chưa từng xóa. Đó là một giấc mơ, mẹ đi đến bằng trái tim quyết liệt...* Nghe cũng thiệt trữ tình...

Tôi có duyên gần gụi với việc viết, và lần hồi biết lấy từ mớ bòng bong cuộc sống dây tơ thời gian để gói mở nỗi niềm. Với riêng tôi, đó là những sợi tơ tim óc chứ không phải là món đồ xa xỉ, để tôi biết quí trọng, dùng, và hưởng, một cách nâng niu, như ơn phước. Đó không phải là một ghé chân dự một cuộc vui, bữa tiệc, rồi về.

Chí cốt với chữ, đối với một phụ nữ, bạn hỏi tôi có gặp khó khăn nào không. Tôi nghĩ những điều ảnh hưởng tương đối vào việc viết lách, không xem là khó khăn, đó là công việc hằng ngày mình sống, có trách nhiệm và phải chu toàn bổn phận của mình. Tôi không nói đến những thứ mà người ta đặt để cho phụ nữ gọi là thiên chức. Tôi đảm nhận những việc tôi ý thức là của tôi, càng viết tôi càng nhận thấy điều đó thật cảm động.

Và, bất cứ lúc nào trái bóng ấy đến rủ rê, tôi bay. Cho nên, tôi rất ngưỡng mộ các nhà thơ như Lê Thị Huệ, như TrangĐài Glassey Trầnguyễn,... vừa viết *(mà viết hay nữa mới chết người ta chớ!)* vừa chuyện nhà, chuyện con, lại gánh vác công việc một cách rất đáng nể ngoài xã hội nữa.

Xin nghe nhà thơ Lê Thị Huệ, với con gió cảm xúc của mình, quá là trữ tình.

"... Đấy là những lúc ngôn ngữ giao thoa với thân xác và tâm hồn, bỗng dưng thấy xác mình muốn nói thành lời. Bỗng nhiên hồn mình thấm đẫm những thanh rung của ngôn ngữ. Nhạc hay cung điệu chữ nghĩa bỗng bật ra trong hồn. Và một cảm giác rung động sâu sắc bật tuôn ra. Và ta bỗng muốn ghi chép lại. Thế là thơ. Nhưng tôi phải thú nhận đã có rất nhiều lần tôi cảm ra được nhịp điệu và tẩy bật của ngôn ngữ trong tôi, nhưng tôi thích để chúng chạy lòng vòng trong người trong hồn. Hoặc làm biếng, đôi khi còn tiếc là nếu mình đi kiếm tờ giấy hay ngồi dậy quơ laptop thì cảm xúc lâng lâng ấy biến mất. Nên tôi ở yên hưởng thụ trước đã..." (Cầm Chữ Đến Giữa Đời)

Lời bật ra từ những trạng thái như thế, hỏi sao lời không có hấp lực, một cảm xúc được nâng niu đến thế khi bùng ra hỏi sao không làm người đọc bật lên mấy tầng cõi gió?

Người Thơ ơi. Dường như cảm xúc tôi cũng đã bao lần được trải nghiệm sâu thẳm ấy. Viết như thế thì chắc hẳn, và ước sao, chúng ta sẽ ràng thêm nhiều "hệ lụy", nhân lên nhiều lần hơn người đọc thơ, đọc văn, so với người đi xem thi hoa hậu, đấu võ, để nữ sĩ Ba Lan Wislawa Szymborska (Nobel văn chương năm 1996) khỏi phải thốt lên như vầy:

Sẽ chẳng là gì nếu không là võ sĩ
với đám công chúng đang la hét kia
thơ ơi
sao quá kiệm lời
Trong phòng chỉ có mười hai người
một nửa đến vì mưa rơi
một nửa là thân quyến
Đã tới lúc chúng ta phải bắt đầu câu chuyện
thơ ơi...

(Đêm Tác Giả, Tạ Minh Châu dịch)

Trữ Tình ấy tôi sống với, khi tôi đọc Mùa Yêu Con của Trang Đài Glassey Trầnguyễn nói về lòng yêu, niềm vui say mê của người mẹ trẻ với đứa con nhỏ. W. Szymborska có nói, *"... Tôi luôn nghĩ về người ngồi đọc thơ tôi cho chính bản thân* mình hoặc cho một người nào bên cạnh..., " vậy xin đọc bạn nghe những tình tự mẹ con của Trang Đài. Hạnh phúc ấy là ánh lửa khơi ấm một ngày âm u như hôm nay,

Jean Valjean,
một trong "những người cùng khổ" của Victor Hugo
tin rằng
khi yêu một người
là ta được chiêm ngắm dung nhan của Thượng Đế
mẹ cũng vậy
trong phút đầu gặp con
con chào đời
trời đất thở ra tơ...

... Con: hạnh phúc, tình yêu, hoan lạc
Con: tinh khôi, trong sáng, Thiên đường
Con: cuộc đời, lý tưởng, quê hương
Con: tất cả, niềm tin, phó thác

Trời đã sập tối, mẹ tôi vừa gọi điện thoại từ Việt Nam, tiếng khóc mẹ làm tôi ngập sương...

Làm tôi nhớ thơ Nguyễn Lương Vy ... âm hạt máu sinh thành, âm mưa dầm quê nhà, cảm xúc và chữ kéo nhau bay bổng, đến một tầng không khí diệu kỳ của trữ tình:

... Con về bên Mẹ nghe huyết âm
Nghe tủy xương réo rắt mưa dầm...

...Vâng thưa Mẹ! Con lần theo nếp áo
Áo sờn vai, hai bóng, một vuông chiều
Chiều rất thắm chiều rất trầm yêu dấu
Như chưa từng. Thưa Mẹ! Biết bao nhiêu.

Ôi có thấy cùng tôi, nước mắt ấy là long lanh mong manh vĩnh cửu không?

Xin tan vào cõi trữ tình diễm lệ tình yêu Nguyễn Tiến Đức,

... em hãy hát những lời mẫu hồng
Khi môi em còn mùi hương vả cám dỗ...

...
và mùi thông lọt qua khe cửa sổ
túi áo dạ đỏ... ôm mùi hạt dẻ
anh bắt gặp những ngón tay em
ấm dại và thầm kín
ô cửa sổ viền hoa tường vi
ôm thung lũng tình yêu vàng cỏ chết mùa hạ
tháp chuông nhà thờ
ôm tiếng chiều lịm trên đồi hoa pensée
(Hè Muộn)

Và, trữ tình Nguyễn Xuân Thiệp,

... ôm đất ôm cây
và muốn làm thi sĩ
chia sẻ bát cơm với trẻ không nhà
chuyện trò cùng người tuyệt vọng.
đắp bài thơ lên những phận người...

Tự hỏi, nếu không có nhà thơ, nhà văn nói lên thì làm sao ta biết được con người còn thiện tâm đến thế... Bạn yêu giấc ngủ con mình, sẽ quí giấc mơ trẻ thơ. Bạn yên bình trong hơi ấm lòng mẹ, hẳn bạn sẽ không muốn ai làm thương tổn trái tim người mẹ. Bạn không thổi nên lời thì ai hay mùi hương tình yêu quyến luyến đến vậy. Bạn chia sẻ để biết lòng yêu thương là ngọc quý. Và như thế, có phải là trái tim nhân ái của thơ lây lan? Tôi tin, tôi rất lạc quan về một niềm tin, Thơ viết cho ai Thơ để làm gì.

tôi làm thơ
cho bạn bè, cho những người cùng khổ
cho sấm dội. cho đổ vỡ. cho mây xa...

... tôi cười. với mọi người. hoen lệ
chào buổi sáng. chào hoàng hôn. chào mái trăng thượng huyền
Cuối một chặng đường ta gặp lại
một niềm vui. một hy vọng...

... cùng với mọi người. tôi nối vòng tay...
(Nguyễn Xuân Thiệp)

Tiếng thơ hòa thanh đau khổ hàn gắn những đổ vỡ, làm xán lạn Tình Yêu và Hy Vọng... Ở đâu, và thời nào, người làm thơ, cũng tợ con kiến, con ong, tha về kho cảm xúc nhân loại những vui buồn thánh thiện. Và dường như niềm tin ấy đã được chứng thực.

Và tôi biết ơn tất cả thơ trữ tình của trần gian.

... gió vẽ chân dung nụ cười
bằng ngón tay âm nhạc,
của một người đã tan vào thế giới.
(như em vẽ chân dung ngày mai
bằng những bậc thang chẳng cách gì bắt kịp trí tưởng)
bay lên. bay lên. bay lên. bay lên.
tặng phẩm thượng đế
dành cho nhau.
bí nhiệm, xót.
(tựa một lần / vĩnh viễn / mai sau)
... chúng ta bay. bay. bay. bay. bay.
đem theo mọi bí mật:
ngợi ca ngân hà, mới.
những vì sao xếp hàng
đợi bước ra quảng trường thương yêu
với nụ cười em làm thành thế giới.
đồng thời: khúc lâm chung...
dù tôi nhớ hôm qua,
giữa trưa:
- một kẻ nào trong tôi: bỗng bật khóc!!!

(Du Tử Lê)

Bạn có một mình ngồi nghe chút nắng sót lại trong mắt thầm thĩ cùng tiếng ngân nga loa kèn giã biệt một ngày? Và những vì sao sắp đến giờ thương yêu...

Bạn thấy không, tôi đã nói, Họ là người lạc quan. Họ thênh thang bay lên bằng đôi cánh của nỗi buồn. Họ ấp ủ một cách đơn sơ: *ngôi nhà lợp bằng những chiếc lá thông khô và giấc mơ thi sĩ* (NXT), giấc mơ thi sĩ, lãng mạn, mộng mơ, hồn nhiên.

Nhờ vậy mà Họ lúc nào cũng ở một nhịp phút giây ngoài thời gian, để đi trong cõi bụi bặm này.

Bạn bảo tôi dông dài quá thể, đây tôi đang trở lại đây, hãy ngồi lại với tôi chút nữa thôi, Lâm Ngữ Đường chả bảo, thích cái lối nói nhẩn nha, dài dòng lan man rồi quay về điểm cũ hay bất ngờ dừng lại, đổi hướng, *"y như một người đi chơi về nhà, nhảy qua hàng rào mà vô, làm cho bạn đồng hành phải ngạc nhiên. Được dạo chơi trên những con đường vắng vẻ rồi nhảy qua rào mà vô nhà, ôi thú biết mấy!**"*

Thôi đã sắp tối hung rồi. Bạn về nhé. Tôi không tiễn đâu. Bạn có thể thấy tôi nhảy qua rào, nhưng không phải vào nhà. Quả bóng đang đợi tôi.

Thơ ơi. *Tôi sẽ đến ngồi dưới chân người***. Trái tim tôi đang chờ thơ người dẫn lối những nhịp đập.

Gió đã thổi. Ấm áp rồi, bóng đã bay lên…

Bạn của tôi ơi, … *hãy sống, hãy sống vì những điều chúng ta tha thiết* (DTL)… Và cho cả giấc mơ.

Ôi giấc mơ không rời của tôi. Bạn có biết tại sao tôi hay kết thúc những bài viết của tôi bằng Giấc Mơ? Vì đó là nơi không có dấu chấm hết bao giờ…

Santa Ana, 1.2013

*Trong bài tựa của W.B.Yeats (Nobel văn chương 1924) ở tác phẩm Gitanjali (Lời Dâng, Đỗ Khánh Hoan dịch, NXB An Tiêm, 1972}.

**Trong bài tựa sách The Importance of Living, Lâm Ngữ Đường, Sống Đẹp, Nguyễn Hiến Lê dịch.

*** thơ Tagore, Đỗ Khánh Hoan dịch.

DU TỬ LÊ,
TÔI THẤY TÔI ĐÃ CÙNG GIÓ, BAY LÊN

Không nhớ bao lâu, tôi chưa có dịp gặp lại Nguyễn Thị Khánh Minh - - Sau khi người thơ nữ từng có được cho mình những "mùa thơ bội thu", phải nhập viện, giải phẫu cột sống.

Tôi cũng không biết, những chùm hoa tử uyên ương trong thơ của Nguyễn còn đỏ tươm một góc vườn? Hay đã thẫm. Chiều. Những tách trà son, nhạt. Bơ vơ hành lang yên, ắng. Đìu hiu?

Tôi cũng không biết, Nguyễn còn di chuyển bằng chiếc walker mà, từ những bước chân gập ghềnh kia, từ ghế ngồi nọ, thơ có được cho nó, những hôn phối mới? Những hôn phối giữa chữ, nghĩa đằm thắm tỏ tình kín đáo cùng tâm thức, nhậy cảm.

Nhưng tôi biết, gần đây, Nguyễn đã có được cho mình, một cõi-giới văn xuôi -- Không chỉ là những chấm-phá-thi-ca; với tôi, còn như những luống-hoa-thi-ca, thấy được, rực rỡ từ cánh rừng tâm hồn Nguyễn -- Nắng, gió mưng, mưng.

Tôi không biết Nguyễn gọi những trang văn xuôi vun đầy những luống-hoa-thi- ca của mình là "tùy bút" hay, "tản văn"?

Tuy nhiên, dù với chỉ danh nào thì, tôi vẫn muốn nói, tôi thích lắm, những trang thơ-văn-xuôi ấy.

Nơi bất cứ một trang văn xuôi nào của Nguyễn, tôi cũng được thở ngạt ngào hương thơm của những động tự hay, tĩnh tự bay lên,

... từ hồi ức Nha Trang, những ngày mới lớn. Saigòn,

những ngày Duy Tân. Quê người, những ngày đi tìm cái tôi, thất thổ. Lênh đênh. Những Nguyễn!

Rõ hơn, tôi cảm được cái "nồng của nắng", cái "ngát rộng của gió khơi" hay, "… nhánh sông đang hối hả chạy ra biển…" của Nguyễn:

"... Con đường phố biển. Nồng của nắng, ngát rộng của gió khơi, hợp tấu cùng muôn ánh tươi rói của sắc màu mùa hè làm con đường lênh đênh như một nhánh sông đang hối hả chạy ra biển. Xanh ngắt trời nối xanh thẫm nước biển đổ tràn mắt tôi. Các cô gái mặc áo tắm đi hai bên đường, nổi làn da đỏ nắng, mắt họ biếc xanh, tiếng cười họ xôn xao những tán lá. Tôi đi như cái bóng giữa dòng nắng thanh xuân của họ. Bóng phất phơ giữa những đường ranh của thời gian..."

Hoặc hình ảnh người con gái "ngậm tuổi mười sáu" của mình, nơi mùa hè. Quê cũ:

" Và tôi ngậm tuổi mười sáu hát ca suốt mùa hè như con ve sầu trong một phim họạt hình trẻ con, không màng gì đến thu sang đông tới, để rồi, trong đêm mưa ve vác cây đàn sầu ủ dột trên lưng, đi xin ăn, tới nhà kiến, bị xua đuổi, có lẽ kiến bảo, sao suốt mùa hè chỉ lo đàn ca..." (Trích "Đường Main, Một Ngày Cuối Hạ")

*

Tôi cũng không biết, những chùm hoa "tử uyên ương" trong thơ của Nguyễn còn đỏ tươm một góc vườn? Hay đã thẫm. Chiều. Những tách trà son, nhạt. Bơ vơ hành lang yên, ắng. Đìu hiu?

Nhưng, nơi bất cứ một trang văn xuôi nào, tôi cũng được thở ngạt ngào hương thơm của những động tự hay, tĩnh tự bay lên từ hồi ức Nguyễn, những ngày thiếu nữ.

Rõ hơn, tôi cảm được cái "núm nắng gió" trong đoạn văn:

"... Tôi không là họa sĩ, chỉ mong ký ức dẫn lời để có thể phác họa được cùng người một cách diễm lệ hình ảnh 16 mùa nắng

Nha Trang, Nha Trang nhi đồng, Nha Trang dậy thì, và, Nha Trang lớn lên xa vợi, giật lùi sau chuyến xe lửa đang chở tia nhìn nuối buồn đau ngày tôi bị gỡ đi cái núm gió nắng mặn mòi ấy..." (Những Mùa Nắng Nha Trang)

Rõ hơn, dù Nguyễn nói, Nguyễn không là họa sĩ, nhưng bằng vào tản-văn dưới đây, tôi trộm nghĩ, ngay những họa sĩ tài hoa nhất, từng phải lòng với văn chương, cũng sẽ ngẩn ngơ, nếu không muốn nói là sẽ ganh với bức tranh niên thiếu có đủ ba chiều không gian, vẽ bằng chữ trên tấm canvas-thiếu-thời của Nguyễn:

"*... Thật sự lúc này tôi thấy mình đã sảy đi ít nhiều ký ức về Nha Trang, Người đã cùng tôi một thời bé dại. Tôi đâu biết rằng, mỗi bước nhảy cò cò của tôi là từng bước một ánh nắng buổi mai đi về sau lưng, mỗi mảnh ngói nhỏ ném xuống đánh dấu ô 'cái nhà' của mình chỉ là một không gian hư ảo, tan đi khi những đường phấn kẻ ô chơi bị xóa vội vàng dưới cơn mưa... Tôi cũng không hay mỗi trái banh thảy lên từng thẻ đũa bị tóm, tờ tợ như từng mảnh thời gian bị lấy đi, để khi tàn một ván chơi thẻ thì thời gian không còn dấu gì trên vuông gạch (...) "... Đó là thời gian của chổi nắng. Chổi 3, chổi 5 tuổi. Nắng ăn nắng ngủ và nắng khóc nhè...*"

Và, vì thế: "*... dường như em đã lớn lên trong cái kén của riêng mình, như thế*" (Trích "Những mùa nắng Nha Trang")

*

Tôi cũng không biết, những chùm hoa "tử uyên ương" trong thơ của Nguyễn, còn đỏ tươm một góc vườn? Hay đã thẫm. Chiều. Những tách trà son. Nhạt. Bơ vơ hành lang yên, ắng. Đìu hiu?

Nhưng, tự nơi những trang văn xuôi của Nguyễn, tôi còn được thở ngạt ngào hương thơm của những động tự hay, tĩnh tự của Nguyễn, bay lên từ những bình nguyên đời thường. Từ những ngọn-đồi-thao-thiết-thi-ca…

tản văn nguyễn thị khánh minh 263

Ở kênh, mạch nào của cõi-giới tản-văn Nguyễn Thị Khánh Minh, với tôi, cũng vẫn là những con chữ, đẹp. Những con chữ như những bông hoa, làm thành những lẵng hoa mang tên Tuổi Thơ. Kỷ niệm. Bằng hữu. Tình yêu… Treo dọc thủy trình dòng-sông-tùy-bút của Nguyễn.

Dòng-sông-tản-văn này, đã đem lại cho tôi những lượng đất bồi đáng kể trước những sạt lở chữ, nghĩa trong tùy bút của chúng ta, hôm nay.

Tôi nghĩ, một ngày nào, gặp lại Nguyễn, tôi sẽ nói:

"Cảm ơn Khánh Minh. Cảm ơn những lượng phù sa mà, Khánh Minh đã bù đắp cho những sạt, lở chữ nghĩa nơi dòng sông tản văn của chúng ta, hôm nay."

Từ đó, tôi thấy tôi đã cùng gió… bay lên. Bay lên.

"Bay lên. Gió ơi."

DU TỬ LÊ,

(Calif. Aug. 2014)

NGUYỄN XUÂN THIỆP
ĐI THEO QUẢ BÓNG MÀU
NGUYỄN THỊ KHÁNH MINH

Quả thật thích thú khi được là một trong những người đầu tiên đọc tập tản văn Bóng Bay Gió Ơi của nhà thơ Nguyễn Thị Khánh Minh.

Hơn thế nữa, với tôi, đó là một niềm vui được nhân lên. Bởi tản văn NTKM là sự kết hợp tuyệt vời của cảm xúc và trí tuệ. Nó khởi đi từ thơ, nhiều trang nhiều khúc là thơ đích thực, Ngoài ra bên cạnh đó, ở nhiều bài viết, mình còn gặp những chứng liệu, trích dẫn đặc sắc, những suy tưởng chiều sâu. Tất cả làm cho trang văn súc tích, giàu ý nghĩa nhân sinh.

Nay ngồi viết những dòng này tôi chỉ xin được nương theo quả bóng màu của NTKM, dõi theo bước chân người.

Ôi, tôi như thấy được quả bóng vầng trăng *theo cảm xúc mà đi, lần theo mộng ảo mà về.* Đi, đi qua miền của tuổi thơ, về nơi làng nội con đường xe lửa với những bụi trâm trâm, với giếng nước đêm trăng, với những món cá bà nội kho, biết bao yêu thương biết bao cảm xúc. "Đi với về cũng một nghĩa như nhau" câu thơ Du Tử Lê ở đây quá đúng. Ờ thì về trong mùi hương nồng của mưa rơi trên sân gạch ngày xưa, về để nghe tiếng xe lửa xập xình, về để cảm thấy mùi biển mặn, và nắng và gió của miền cổ tích, và tiếng nói của mẹ cha ngày xa, xa. Còn đi? Đi trên chuyến tàu về lại tuổi thơ ư? Cũng là đi. Như đi Đà Lạt, đi Nha Trang, đi Long Hải trong một lần về thăm nhà… Với NTKM cái cõi đi về ấy nằm cả trong những giấc mơ. Không phải ngẫu nhiên mà 'giấc mơ' được nói tới nhiều lần trong văn Khánh Minh. Hẳn phải có một gởi gắm gì sâu xa lắm. Phải chăng chính ở đây nữ sĩ tìm thấy hạnh phúc đích thực của mình. Ở đây không có những trắc trở, những giới hạn, chia lìa. Ở đây ta có thể bay lên bằng đôi cánh của Chagall.

Đi hay về, hay bất cứ ở đâu, ta cũng thấy cảm quan của nữ sĩ là cực kỳ bén nhạy. Ở trên ta đã thấy tác giả cảm nhận được mùi hoa, cỏ dại, mùi của đất, bùn, phân bò và rơm rạ, mùi nắng trên sân gạch hồng, mùi biển mặn trên da. Rồi màu nắng, hương mưa, những chiếc lá trên cây, những chiếc lá bàng trên sân nhà… Phải nói rằng mỗi cảnh sắc, đều hiện ra rất sinh động và gợi cảm dưới ngòi bút như những nét cọ màu của NTKM.

Về. Với những mùa nắng Nha Trang. Thật là cảm động. Đây, ấu thời với cha mẹ, anh em, bạn bè. Đây, cái bóng của cô bé với những trò chơi bên thềm nhà xưa. Mời bạn cùng đọc với tôi để nghe lòng xao xuyến, cảm thương:

"Tôi đâu biết rằng, mỗi bước nhảy cò cò của tôi là từng bước một ánh nắng buổi mai đi về sau lưng, mỗi mảnh ngói nhỏ ném xuống đánh dấu ô "cái nhà" của mình chỉ là một không gian hư ảo, tan đi khi những đường phấn kẻ ô chơi bị xóa vội vàng dưới cơn mưa ... Tôi cũng không hay mỗi trái banh thảy lên từng thẻ đũa bị tóm, tờ tợ như từng mảnh thời gian bị lấy đi, để khi tàn một ván chơi thẻ thì thời gian không còn dấu gì trên vuông gạch... "

Biết bao kỷ niệm của tuổi thơ và cả thời mới lớn đã trở về. Ta gặp cô bé có mái tóc bum bê với áo đầm trắng chơi đùa cùng anh em trong nhà và bạn bè. Chớp mắt, ta gặp cô thiếu nữ của trăng tròn với những xúc động thời mới lớn. Hãy nghe cô bày tỏ với Thu bạn cô:

"Thu ơi, mi có nhớ không, con đường Phước Hải mòn bao guốc, phai bao nắng những chiếc áo dài trắng đầu đời, có trưa ngồi lục cơm nguội ăn với sườn ram trong căn bếp nhỏ ở nhà mi, có chiều cùng nhau xách giỏ đi chợ sau ngôi chùa Kiều Đàm, mi bày cách lựa cá nục tươi, lại những buổi tối ngồi học bài cứ canh nhìn qua cửa sổ nhà nhau để xem đứa nào tắt đèn trước, thế là thức học đến khuya... này, Thu, nhớ cả đôi mắt buồn mơ màng của mi khi hát bésame, bésame mucho... "

Trong những mùa nắng Nha Trang, có mơ mộng của cánh hoa trước gió, có giọt lệ tiễn cha đi dạy học xa. Ta thấy lòng yêu cha ở đây thật là sâu sắc, cảm động. Chẳng khác nào trong những cuốn phim họat hình Father and Daughter hoặc Will. Ngoài ra là những cuộc vui hồn nhiên, trong sáng dưới bóng cây, trên sân nhà cùng bạn bè một thuở.

Giờ đây, *cho tôi một bếp lửa. Tôi về...* Về với ngôi nhà hạnh phúc của mình. Hạnh phúc. Tôi thấy Khánh Minh đi theo bóng hạnh phúc với một trái tim miệt mài quyết liệt. Nó ở đâu? Ở ngay trong lòng ta, nơi sở trú của mái ấm ngày nào, nơi cư ngụ của tình thương yêu. Hạnh phúc được nhìn thấy trên bình hoa, trên những bức tranh, những chiếc ghế quanh bàn ăn, âm thanh những đồ chơi của con trẻ và mùi bếp ấm mỗi ngày. Hạnh phúc còn in trên vết sẹo ở mặt trẻ thơ và bàn ghế trong nhà. Ôi, hạnh phúc tỏa sáng khắp nơi trong ngôi nhà nhỏ bé ấy. Đây là cõi nostalgia mà ai cũng muốn một lần được trở về.

Trở về nơi thềm nhà mưa nắng ấy. Đây là tổ ấm thứ hai, ở ngoài đất nước. Ngôi nhà mobil home nằm trong một khu yên tĩnh. Buổi sáng nơi thềm nhà ấy, trí tưởng của tác giả được dịp bay bổng về những thềm nhà ngày xưa, *"sống một lúc ba-lần-cảm-xúc-thời-gian, phút giây này cõng phút giây xưa, lại như một cú đẩy, đi tới ngày mai, rồi mở cánh cửa phiêu mơ..."* Trên ba tầng cảm xúc ấy, tác giả ngồi nhìn mưa nắng đi qua thềm nhà, trò chuyện với hàng xóm, nghĩ ngợi gần xa, yêu mình yêu người nhiều hơn. Hãy nghe nữ sĩ nói về cảm xúc của mình trước cái tin tận thế:

"Nhớ, đêm trước cái ngày dự đoán tận thế, tôi viết e-mail cho vợ chồng con trai lớn ở Việt Nam, mẹ yêu các con lắm. Tôi nói qua điện thoại là tôi nhớ mẹ, cả với anh em, bạn hiền của tôi nữa. Đó là đêm 20 tháng 5 của năm 2011 này. Trong ánh sáng vàng ấm của phòng bếp, tôi nói, bình thường, dù trong lòng như chút gì muốn khóc, có lời tiên tri nói mai tận thế, mẹ yêu mọi người lắm..., con trai út cười nhún vai nhìn tôi, nhướng con mắt sau cặp kính cận, không biết là ngạc nhiên hay chế diễu, tôi lại nói, vậy tối nay chúng ta làm gì với nhau?- Đi ăn lobster!- tiếng cô bé Kimmy vang lên trong trẻo theo cánh tay giơ lên, những muốn

tan mềm theo niềm vui hồn nhiên ấy, à ra thế, mai tận thế thì tối nay phải cùng nhau đi ăn lobster, trời ạ, đơn giản thế mà nghe từng giọt hạnh phúc rơi, rơi vào lòng, tôi vội vàng cất ngay cái nồi cơm vừa đong vào đó 2 cups gạo, và, lobster hả, OK đi. Cậu con trai lại nhún vai, rồi gọi điện thoại cho bố. Cả nhà ăn uống ngon lành, tôi thì nghe cái ngon nhân lên, ngoài vì cái lần đầu ăn món này kể từ khi đến Mỹ, còn có cái ngon vàng bạc nữa là, nếu ngày mai có ra đi thì tôi sẽ được mang theo hình ảnh đầm ấm đoàn tụ này."

Thật là cảm động. Cầu mong cái hạnh phúc ấy còn mãi với mưa nắng thềm nhà cùng với hương cà phê buổi sáng. Hạnh phúc đến và hạnh phúc có mặt cả trong những câu nói buổi sáng *"mai con đi học mấy giờ về, con ăn thêm trứng không, bố à có cháo đấy, hôm nay có cá bống kho tiêu, hôm nay mẹ có đi làm không,... "* Và ngày trôi qua êm ả ...

Đọc văn NTKM ta cảm nhận được sự trôi chảy của thời gian. Trong một bóng mây qua, một mùi hương, một cơn gió, chút nắng cuối mùa trên những chiếc lá khô. Nhìn vào *đáy đĩa thời gian* ấy để thấy được *mùa đi nhịp hải hà.* Vậy đó, xuân hạ rồi thu đông. Bốn mùa qua đi rồi trở lại trong cảm xúc bồng bềnh. Có thể nói tâm hồn của NTKM là một cây đàn sẵn sàng ngân lên theo nhịp thời gian.

Như trên có nói, NTKM miệt mài đi theo hạnh phúc với một trái tim mẫn cảm. Và nữ sĩ đã tìm thấy nó ở nhịp đi của thời tiết, cả trong những hình ảnh bình thường của đời sống. Đặc biệt tấm lòng của nữ sĩ tràn đầy cảm xúc gởi vào bóng hình của người cha người mẹ, đặc biệt là lòng yêu kính cha, ông như một loài *cây cô độc* trong cõi đời và trong tâm tưởng người con gái. Yêu cha mẹ và yêu thương những người anh những người em, tấm lòng yêu thương đó khiến người đọc xúc động. Tôi đã gần như không ngăn được nước mắt khi đọc tới cảnh gia biến:

" *Mẹ tôi nói như thầm, Khánh ạ, mẹ con mình phải chết thôi. Nhà mình còn hai bình gas. Tôi giật thót mình, nhưng má ơi, hai bình có đủ chết không hay là chỉ làm mình ngắc ngoải thì có nước chết với họ - Mình sẽ vào bếp đóng kín cửa lại con ạ. Mẹ bỗng* quay sang em gái tôi, 17 tuổi, giọng bà nhỏ, quyết liệt, *Chết không con, Khanh - Chết! con bé gật phăng cái đầu dập dềnh mái tóc mây. Mẹ lại hỏi cậu em 16 tuổi, giọng có vẻ như bà đã quyết định, Chết nhé Khiết - Dạ, Chết! Thằng bé nói với vẻ lì cố hữu của nó. Rồi tới cậu em út, 11 tuổi, giọng mẹ nhẹ nhàng, Chết không con, Khiêm? - Chết! Tôi rúng động hồn phách, nó nói chết nhanh như thể mẹ hỏi ăn không con- Ăn! Mẹ không hỏi tôi, vì bà biết tôi sẽ là đứa nói không. Tôi kéo mẹ nằm xuống chiếu, thì thầm, má không nghĩ là sẽ làm vậy, đúng không...”*

Trên có nói tấm lòng của NTKM trải rộng ra với mọi người. Ta nghe ở đây tình gia đình. Bật lên thành tiếng kêu khi con vấp ngã, hay khi nhìn thấy hai con thiếu thốn thời sau 75. Bật thành tiếng kêu như chuông gió khi cháu nội chào đời.

Và, cả với những người bạn của cha mẹ mình (Cây Cô Độc, Lần Theo Mộng Ảo Mà Về…). Những Vũ Hoàng Chương, Lê Văn Siêu, Giản Chi, Bàng Bá Lân, Trần Văn Khê, Hồ Điệp, Tuệ Mai, Hỷ Khương v.v… Nhiều lắm, những bức phác họa về họ còn in trong Lầu Thơ Minh Minh khi ta theo tác giả tìm về.

Ngoài ra còn cõi bạn bè. Bạn thời đi học, ta gặp họ ở nhiều bài viết, đặc biệt trong Những Mùa Nắng Nha Trang và Những Bức Tranh. Những Tỷ, Liêm, Liên, Huệ, Đồng Hương… ngày nào vẫn còn rực sáng trên những trang văn và trong đời sống.

Bạn văn chương nghệ thuật, cũng chiếm chỗ đứng trang trọng trên những trang văn. Ở đây ta gặp Bùi Giáng, Tuệ Sỹ, Trương Thìn, Đỗ Hồng Ngọc, Thân Trọng Minh, Trụ Vũ, Hồ Đắc Thiếu Anh, Du Tử Lê, Lữ Quỳnh, Đinh Cường, Nguyễn Tôn Nhan, Nguyễn Lương Vy, Trịnh Y Thư, Lê Giang Trần v.v… Nhiều lắm. Tình bạn trong văn NTKM như ánh nắng tràn đầy qua từng trang, từng trang…

Tấm lòng của nhà thơ NTKM còn trải rộng ra tới những phận đời khác.

Trước hết là với Lễ Nghi Học Sĩ Nguyện Thị Lộ. Bằng văn phong trang trọng và với những chứng liệu hiếm quý, NTKM đã bày tỏ sự trân trọng và lòng tưởng tiếc phẩm hạnh và tài năng của người học sĩ của vùng đất Khuyến Lương. Giọng văn của tác giả có khi phẫn nộ và đau đớn. NTKM đòi phải xóa bản án NTL, phục hồi danh dự cho bà cũng như đòi tìm lại chiếc trâm được xem như di vật quý báu của NTL.

Tác giả cũng trải lòng mình ra với những vần thơ chính khí của người xưa và ta nghe dậy lên trong văn tiếng sóng Bạch Đằng bát ngát bi hùng và trận gió trầm thống Lý Đông A. Với những người trẻ tuổi đương thời, những sinh viên Hồng Kông và cả Việt Nam, NTKM cũng gởi tới họ lời chia sẻ và hy vọng.

Tấm lòng của NTKM còn hướng về những trẻ em vô tội và các giáo viên đã gục ngã trong cuộc nổ súng ở trường Sandy Hook, thành phố NewTown, bang Connecticut trong ngày 14 tháng 12 năm 2012. NTKM đã nhỏ lệ trên những trang văn của mình. Xin đọc Nụ Cười Những Đóa Hướng Dương để cảm thông điều đó. Ở đây chúng ta gặp cậu bé Mason Williams bị bệnh tim, giai đoạn chót chỉ mơ ước được nhìn thấy tuyết một lần trong đời. Ở đây, gặp Anh Thư 12 tuổi bị ung thư chuẩn bị ra đi "tới một nơi em cũng sẽ đi học với bạn bè trong buổi sáng đầy tiếng chim… " Những Lê Quang Hiếu, Lê Thanh Thúy và Xa Diễm đều là những số phận đáng thương nhưng tấm lòng của các em đầy nhân ái. NTKM đã viết thật cảm động như sau: *"Những trái tim thiên thần tỏa ra ánh sáng giống nhau, cái lấp lánh thánh thiện. Xa Diễm Anh Thư Thanh Thúy... những đóa hướng dương tỏa ánh mặt trời. Làm ấm cõi nhân gian này."*

Như vậy đó. Mỗi trang văn của NTKM đều chứa những cảm xúc sâu sắc tuyệt vời. Chúng ta đã đi từ nhịp thở mong manh của mùa, của nắng và mưa, của hồn nhiên tuổi thơ và bước chuyển rộn ràng khi tà áo bay của thời thiếu nữ. Và rồi những xúc động buồn thương khi vào đời. Những sắc màu có khi rực rỡ nâu vàng có khi xám xanh rêu.

Và ở đây ta gặp những bức tranh trong một phòng triển lãm lớn, cả những bức phù điêu dọc theo nẻo đường của kiếp nhân sinh.

Tôi hình dung ra như vậy và hết sức hân thưởng khi đọc văn NTKM. Này nhé, những bức phù điêu trên gỗ và đá có cây cô độc và những mặt người thiên thu, có chiếc cũi chở Nguyễn Thị Lộ với mái tóc trâm cài ra pháp trường và bước chân trên đá núi của Lý Đông A, có khuôn mặt của Lê Thanh Thúy bên cạnh những đóa hương dương rực rỡ, có vùng tưởng niệm các em bé chết trong vụ nổ súng ở trường Sandy Hook với những đôi cánh thiên thần và những chú gấu bông, búp bê barnie... Và rồi với "Những Bức Tranh" ta như bước vào một phòng triển lãm lớn, rực rỡ và thân tình với từng khuôn mặt bạn bè, bạn văn của một thời..

Ôi, những trang văn của NTKM đã cho tôi nhiều lắm. Có thể nói tôi chưa từng thấy ai viết như NTKM, một lối viết trong đó có những cảm xúc tinh tế với những hình ảnh của cuộc sống và thơ họa, những trang triết lý luận lý mà vẫn đẫm chất thơ. Từ cách sử dụng ngôn ngữ tới nhịp điệu câu văn, cảm xúc ngưng đọng trên từng trang viết đầy bóng nắng hình mưa mùi hương và ánh sáng, văn xuôi của NTKM đã tạo được một dấu ấn trong lòng người đọc. Đi từ tình cảm gia đình, bạn bè, đất nước quê hương, đi vào lịch sử với những vùng sáng tối của sử thi, đi tới đại dương nhân loại với nụ cười và nước mắt.

Xin cho tôi được tặng những trang văn Bóng Bay Gió Ơi một đóa hướng dương, bởi vì,

"... đóa hướng dương, toát vẻ rực rỡ của mạnh mẽ, tự tin khiến người ta nghĩ rằng tất cả đều có thể, kể cả giấc mơ... "

NGUYỄN XUÂN THIỆP

Dallas, Tháng 10. 2014

PHAN TẤN HẢI
VỀ MỘT TẢN VĂN DỊ THƯỜNG

Tôi có nhiều kỷ niệm với văn học từ trung học, thời của những lớp đệ thất (lớp 6) trở lên. Văn học với tôi là hình ảnh một cô giáo đứng trước lớp, tay cầm một cuốn truyện, có lúc một cuốn thơ, và có lúc một sách giáo khoa... Thời đó Việt văn chia ra làm đôi, gọi là cổ văn và tân văn. Và giờ văn nào cũng chắp cánh cho tôi bay bổng, nơi một thế giới được dựng lên từ những lượn sóng muôn trùng của chữ.

Cô giáo đọc dịu dàng, các âm vang được cô nói lên bay lơ lửng trước mặt bọn học trò, làm chúng tôi như bị hớp hồn, và rồi các chữ đó biến mất như những chiếc lá mùa thu trong trí nhớ về ngày đầu tới trường của một cậu bé.

Có những lúc giọng cô giáo đọc trầm bổng, đọc kinh ngạc, đọc thổn thức khi tới đoạn Ngọc giựt vạt áo chú tiểu Lan nơi sân Chùa Long Giáng và sững sờ thấy lộ ra một bầu ngực.

Và có lúc giọng cô giáo trầm lại, đọc từng chữ trong những câu "đánh cho để dài tóc, đánh cho để răng đen" khi Vua Quang Trung dẫn quân ra trận...

Những giờ được nghe, được đọc văn như thế đã làm cho tôi ngây ngất, cả khi bọn học trò chúng tôi đã phóng ra khỏi lớp và lên xe đạp về nhà. Không bao giờ tôi quên những buổi chiều tắm gội trong mùi hương văn học như thế. Nhiều thập niên sau, cảm giác này tôi đã gặp lại khi đọc một cuốn tản văn rất mực dị thường.

*

Đó là khi tôi mở ra đọc từng trang bản thảo Tản Văn

Nguyễn Thị Khánh Minh (NTKM). Có những lúc tôi ngưng đọc, tôi đứng dậy và tôi lùi xa bàn một chút... để nhìn về các trang giấy, xem có thật những chữ của NTKM đang bay lơ lửng trước mắt mình như tôi vừa thoáng thấy. Những lúc đó, tôi tự hỏi, làm thế nào nữ sĩ họ Nguyễn có thể viết được như thế: hơi thở nào đã làm những dòng chữ đã nằm chết trên trang giấy hốt nhiên bay lên, rời ra hỗn loạn như nghịch phá, và rồi cũng hốt nhiên các dòng chữ chui trở lại ngay ngắn như cũ trên bản thảo tập Tản Văn.

Viết được như thế, như NTKM, không phải là viết bằng giấy và mực. Cô không viết bằng giấy mực; cô viết bằng tất cả những gì cô tiện tay nhặt được, cô viết bằng tất cả những gì cô thò tay quơ được – đó là sông, là suối, là trí nhớ những năm thơ ấu, là tiếng cười và nỗi lo của những bạn văn từ VN và bên này, là những cảm xúc về hình ảnh tuổi trẻ Hồng Kông dựng lều giữa phố -- thế đấy, cô ép tất cả vào chữ. Và do vậy các chữ này cuồn cuộn sức sống. Trên trang giấy của nữ sĩ họ Nguyễn, đó là những âm vang sóng biển Nha Trang, là tiếng còi tàu xe lửa khi người cha của cô từ giã cả nhà để đi dạy học xa, là những giọt nước mắt lo sợ của gia đình khi người cha bị bắt dẫn đi, và tận cùng là chất thơ của văn học Việt. Nơi đó, giữa những dòng chữ cũng là nỗi giận khi dò lại án oan của Nguyễn Thị Lộ...

Tôi đọc Tản Văn Nguyễn Thị Khánh Minh và kinh ngạc về chất thơ, về tính thuần Việt trong ngôn ngữ nơi đây. Chữ trong tản văn của nữ sĩ họ Nguyễn dùng thuần Việt, hay rất ít dùng chữ Hán-Việt, và độc giả có thể nhìn thấy hình ảnh cô gái nhỏ bước ra khỏi trang giấy, và cô ngẩn ngơ nhìn mọi thứ chạy lùi... Như trích đoạn sau từ bài "Theo Cảm Xúc Mà Đi"

"... Nhắm mắt lại. Phút này đây.
... như nghe được hương trâm trầm bên vệ đường rầy xe lửa về quê nội, ai biết được mẩu lấm tấm ngũ sắc kia đã cấy trong tôi mùi quyến luyến quê nhà đến vậy. Hễ chìm vào là nghe tiếng xe lửa xập xình, ánh nhìn cô gái nhỏ chạy lùi theo những hình ảnh

vụt qua, bụi cây, ngọn núi, chiếc cầu nhỏ, những ô lúa xanh và con mương ốm chạy ngoằn ngoèo theo bờ ruộng. Lại như nghe được cả mùi thơm của đất bùn, đất ải quyện lẫn mùi phân trâu bò, mùi rơm rạ trong nắng trưa. Nếu không có một tuổi thơ gắn bó với mùi hương ấy thì chắc tôi không thể nào cảm được trọn vẹn cái êm ả, bình yên, mộc mạc của một làng quê, không chia được với ai nỗi nhớ nhà, không xẻ được với ai niềm hạnh phúc có một "nhà quê" để gậm nhấm lúc chia xa..." (hết trích)

Hay như trong bài "Bồng Bềnh Quê Nhà" khi nữ sĩ họ Nguyễn nói về một lựa chọn:

"... Nhưng nếu, để đổi lấy văn minh mà mất hết trơn cái nhịp, cái mùi gần gũi ruột thịt như thế, tôi chọn, thà đi về trên con đê bên đường rầy xe lửa ngắt một nụ trâm trâm mà hút mật ngọt, thà trở lại quê nhà, tắm trong đêm dưới ánh trăng bên cái giếng gạch đóng đầy rêu, cười khúc khích với người chị đang tuổi dậy thì, chị Bích ơi, em biết sẽ có ngày chị em mình lại về nhà nội và tắm khuya bên bờ giếng ấy, phải là đêm có trăng để em thấy được những mảnh sáng bắn tung tóe từ người chị, hẹn thế nhé, nhưng đừng dọa em, dưới giếng có con rắn thật to nghe, mà cho dù thế cũng không cưỡng được em cái thích tắm dưới trăng khuya bên giếng gạch cũ của bà nội đâu, chị Bích à." (hết trích)

Đoạn văn trên dùng chữ thuần Việt. Người đọc thấy hình ảnh hai cô bé tắm khuya bên giếng, kể lại qua ánh sáng mùa trăng và tiếng khua nước nhẹ nhàng như dòng chảy ca dao. Cảnh hiện lên trước mắt người đọc, với tiếng cười khúc khích lẩn khuất sau các dòng chữ trên giấy – nơi đó, giữa chữ vẫn còn hơi mát của giếng khuya. Làm sao viết được như thế...

Bây giờ, xin mời bạn đọc những dòng chữ sau, từ bài "Mưa Nắng Thềm Nhà." Nơi đây, nữ sĩ họ Nguyễn kể về những trận mưa quê nhà, và các dòng chữ đã bật lên tiếng tí tách, làm trang giấy phảng phất vị mặn của nước mưa vùng biển (mà có mặn không?), và chữ cũng bật lên một tiếng nói chở theo một nửa của cát trắng biển xanh (cũng lạ, làm sao đo nổi một nửa):

"... Bởi từ bé, tôi rất thích mưa... Cho đến giờ, vào những đêm có mưa, cuộn mình trong chăn, tôi vẫn mường tượng tiếng mưa rơi trên mái ngói ngôi nhà ba mẹ ở đường Đống Đa tuổi nhỏ. Mưa Nha Trang, ai biết không, có mùi biển, đến nỗi tôi đã thử uống nước mưa xem có tí mặn nào của biển không, chẳng chút mặn, mà sao lại ngọt đến thế, tôi nhớ như in cảm khoái trong lành thấm xuống cổ mình lúc ấy, rất khác nước uống mà bà ngoại đã đun sôi, thế là từ ấy, khư khư ý nghĩ chỉ có nước mưa ở Nha Trang là ngọt như thế, vì nó được cất từ hơi biển mặn ư? Nơi đó cái gì cũng mang mùi biển, vị biển, hương biển, nắng, gió, đất, cát, khí trời ban đêm, cả mái tóc bay và làn da rám nắng của các cô gái nhỏ nữa, giọng nói thì đương nhiên là của biển rồi, mặn mòi, thực thà, hồn nhiên. Giọng tôi chỉ được một nửa của cát trắng biển xanh thôi..." (hết trích)

*

Văn của nữ sĩ họ Nguyễn lúc nào cũng đẹp và thơ mộng, cũng xao động với những âm vang và hình ảnh, cũng lấp lánh tiếng khua động và màu sắc.

Bạn văn... NTKM viết rất trân trọng về hai bạn văn – Nguyễn Lương Vy và Nguyễn Tôn Nhan – Nói bạn văn, vì là bạn của chữ. Cũng là bạn trong đời thực, dù có khi đã đọc từ khi mới lớn và rồi nhiều thập niên sau mới gặp – như khi cô ghi về Nguyễn Lương Vy, người nữ sĩ gọi là "Một Người Thơ hát âm giữa đôi bờ sinh tử", trích:

"Hồi 17 tuổi, tôi đã chép vào cuốn sổ ghi chép của mình, những câu thơ của NLV từ một tạp chí, nó làm tôi quá thích, chẳng hiểu sao mà hình ảnh và những chuyển động trong 4 câu thơ hòa quyện vào cùng một không gian một cách nhịp nhàng đến thế:

Biển đắp một toà sương
Lạnh đôi bờ vú nhỏ
Nàng tắm trong tịch dương
Núi gầm lên khóc nhớ…

Giữa cái cô liêu của tịch dương và tiếng gầm vô thanh hạt lệ núi cùng đôi bờ lạnh, nhỏ, khói sương kia có một nhịp tương giao rất đỗi quạnh hiu, và cũng quá thơ mộng trong 20 âm, ẩn hiện bóng chiều tàn. Mãi đến 40 năm sau, tôi mới gặp được người viết, NLV, (viết bài thơ nầy vào năm 16 tuổi). Gặp được, là nhờ cái cười vô vi, cái vẫy gọi hý lộng cuộc đời của nhà thơ Nguyễn Tôn Nhan..." (hết trích)

Tôi đã khựng lại, đọc lại những dòng chữ trên trang giấy mới in nhưng như đã úa vàng theo ký ức: Mọi chuyện như dường không có thực, chữ của NTKM phả lên những sương khói khi kể về 40 năm cách quãng của bốn dòng thơ NLV, và về "cái cười vô vi, cái vẫy gọi hý lộng cuộc đời" của Nguyễn Tôn Nhan. Nữ sĩ trân trọng với thơ như thế – thật hy hữu vậy.

Hay như khi viết về nhà thơ Nguyễn Xuân Thiệp, nữ sĩ đã ghi xuống giấy: *"Với trữ tình NXT, hình ảnh và chữ mang hồn phách của Đẹp, không, tôi muốn dùng chữ diễm lệ, đẹp, buồn và thơ... Muốn đọc thơ NXT dường như phải giống như người xưa chơi đàn cầm, nghe nói muốn gảy đàn cổ này, tâm phải thật lặng tiếng đàn mới tỏ..."*

Trân trọng với bạn văn, không chỉ với người đương thời. Chữ của NTKM trở nên buồn và phẫn nộ, khi viết về một bạn văn đã xa nhiều thế kỷ trước: Lễ Nghi Học Sĩ Nguyễn Thị Lộ, người tình của Nguyễn Trãi và là người có chiếc trâm cài tóc được các nhà khảo cổ Hà Nội đào thấy từ một chiếc cũi giam tù khai quật khi tìm hiểu về thảm án Lệ Chi Viên, mà báo Người Cao Tuổi kể lại:

"... người ta đào ao, vật đất lên làm trại chăn nuôi dê, rồi đã phát hiện thấy một khối gỗ xếp theo hình cũi lợn, mộng rất khít không tra đinh, kích thước 4m x 4m, các thanh gỗ kích thước không giống nhau: 4m x 0,20m x 0,40m. Lúc mới đào gỗ mềm như bún, để một lúc thì khô cứng như đá. Anh Nguyễn Văn Hải*, cháu cụ Nguyễn Đăng Nông, nhặt được một chiếc trâm cài búi tóc phụ nữ dài 15cm ở trong cũi. Dư luận người ta cho đấy là trâm của bà Lộ, sau khi bị chém, tử thi chôn cùng cũi... Vậy mà những di vật cực quý ấy nay cũng không còn... "

Và bây giờ, NTKM ghi lại cảm xúc về Nguyễn Thị Lộ:

"Đọc thấy ngùi, giận. Một tài nữ, là Lễ Nghi Học Sĩ đầu tiên trong nền giáo dục Việt Nam, bị kết tội oan và chết thảm, để lại một dấu vết quá là thơ mộng, mong manh, một cây trâm cài tóc trong cũi tử tội, thế mà định mệnh khắt khe còn theo đuổi

để nó mất dấu...
Nghe như trong nắng gió miền Nam Calif. lung linh những trang
sử bi thương từ cái chết ai oán kia, có phải là hương tóc theo về
từ chiếc trâm lay động màn bụi thời gian? Và trong gió trời tự
do, tôi sẽ lần theo hương tóc ấy để tìm dấu chiếc trâm cài, thưa
Người." (hết trích)

Nơi tản văn khác, NTKM đã gọi Du Tử Lê là "dòng sông
hẹn hò biển cả." Nữ sĩ viết:

"*... Hình ảnh trở về và tìm thấy mình trong dòng sông, tôi thấy*
thấp thoáng khi đọc thơ Du Tử Lê.
Bước thư sinh khởi đi, đến mấp mé hoàng hôn. Một dòng sông
dài. Một chặng tâm thức riêng người. Cất bước bắt đầu hay chợt
dừng, cũng chỉ vì một lời hẹn, với mênh mông. Gần 60 năm
đong đưa với nhịp chảy dòng sông thơ. Trong đó có những gập
ghềnh, đương nhiên, của cuộc kiếm tìm."

Bạn văn. NTKM cũng viết về một nhà thơ, người nữ sĩ gọi
là "*thi sĩ đi trong thời gian của mình những bước thao thức*
của giấc mơ, người thơ Lữ Quỳnh."

Nữ sĩ cũng viết một họa sĩ, "*hơi cọ đầy lửa, lửa xanh khơi*
từ trái tim phết lên tranh sắc mầu của hy vọng, họa sĩ Đinh
Cường."

Hay khi viết về những bạn trẻ ở Hồng Kông, đang ngồi
biểu tình giữa phố gió sương với "Mùa thu, những chiếc ô và
dải nơ vàng". Nơi đó, nữ sĩ họ Nguyễn viết:

"*... hình ảnh những chiếc ô, những dải nơ vàng. Nó như tiếng*
phong linh trong trẻo vang lên, đánh thức người ngủ gật bên
hiên. Nó như vạt óng ả phết lên mùa thu hiu hắt của mọi tâm
trạng này. Nó mang chất lãng mạn. Nó là cái gì như sinh khí...
... ai cũng cầm theo dù, để che mưa nắng, nhưng khi bị vòi rồng
xịt nước và hơi cay thì nó trở thành một thứ bảo vệ, họ nằm
xuống để tránh vỡ hàng ngũ và phủ lên nhau những chiếc dù.
Như hàng ngàn cây nấm nhỏ đủ mầu mọc lên sau trận mưa của
nghìn tấm lòng trẻ trung đang sống cho lý tưởng của mình..."
NTKM trầm lắng xuống, khi viết về cha:
"*... Không hiểu sao cuộc đời cha cứ đong đưa tù ngục, của cả*

hai phía. Tôi nghĩ cha tôi thật sự là người mơ mộng. Tại vậy, mà ông đúng là cây cô độc, như ông viết trong một vở kịch dở dang. Dang dở như sự nghiệp và hoài bão của ông...

... Hồi đó, tiễn cha đi dạy học xa, tôi vừa đủ tuổi để biết chia tay là rất buồn. Cha ôm mẹ, ôm tôi, và tôi luôn được nghe, lúc cha bước lên mấy bực toa xe lửa, quay đầu lại, ba sẽ về sớm thôi mà, tôi đã là một đứa con hạnh phúc khi luôn được đón bước cha về...

... Dạo ở tù về, cha lặng lẽ. Mỗi sáng cha qua làm vườn bên sân chùa, bữa cơm nhà có thêm rau cải non, trái khổ qua... Sáng dắt xe đạp ra cổng, tôi nhìn theo dáng áo nâu với cuốc trên vai khấp khểnh trên con đường hai bên không phải là ruộng xanh mà là những căn nhà phố, tôi tự hỏi lúc ấy cha nghĩ gì. Tối thì cha thường xuyên thức khuya, nhìn qua cửa sổ, tôi cảm thấy một nỗi cô quạnh xót xa với cảnh ánh đèn vàng yếu và mái đầu cha cúi trên trang giấy..." (hết trích)

Cúi đầu trên trang giấy. Lẻ loi. Hình ảnh người cha trong trí nhớ nữ sĩ như thế, trở thành những vệt chữ trên trang giấy tản văn và tôi đang thấy nét mực in như nhoè đi khi cô viết: *"Hình cha mờ như có hơi nước, dường như vừa sóng sánh trên vô chung thời gian..."*

Và nữ sĩ bùi ngùi khi viết về Sài Gòn, nơi đã hòa lẫn vào giấc mơ của cô:

"... A, tôi biết rồi, chính sợi tơ hẹn ước lênh đênh trên đường mộng ảo này dẫn tôi về, thành phố mang tên Sài Gòn, nơi tôi đã lớn lên, chỉ nơi này tôi mới lọt được vào nếp gấp xô lệch của thời gian, trở lại mọi thứ, như cũ, thời hai mươi vàng mười, lời tình tự mưa đêm thơm mùi hoa sứ, mùa hạ ướt những cơn mưa mà cho dù bao nhiêu lần được làm người nữa, nếu còn là mình, tôi còn nghe tiếng rất trong của nó rơi trước hiên nhà che chắn cho tôi một giấc mơ. Một nhịp chảy diễm ảo đang đồng hóa tôi, tôi có đang trôi đi hay mãi mộng mơ đứng bên cổng cổ tích nhìn cánh bồ câu ngậm thư đưa tin yêu về...

... Một thời sinh viên chúi đầu vào sách vở, cho đến một ngày, đến trường bỗng ngỡ ngàng, bọn con gái chúng tôi hỏi nhau với giọng thảng thốt, sao lớp vắng thế này, bọn con trai đâu cả? ra năm đó nếu tôi nhớ đúng,1972, vừa có một luật động viên đôn quân, tôi lúc đó như bị va đầu vào tường, cú đập choáng người...

... Tôi thấy qua nắng muộn ánh mắt của những cô gái hai mươi,

Châu Tỷ, Liêm, Liên, Gấm, Hoa, Xuân... và tôi, nhìn nhau, biết rằng, từ hôm ấy, tin chiến sự là vết mực đen phết trên từng trang sách học." (hết trích)

NTKM viết về 16 năm thời thơ ấu ở Nha Trang:

"Nếu tôi là họa sĩ, có lẽ những giọt nước mắt xa Nha Trang sẽ được vẽ bằng một mầu sắc nào đó rất lung linh trong một bức tranh nắng, có đôi mắt to của một cô bé 16 tuổi đựng suốt năm tháng ấu thơ dạt dào tiếng sóng, một ngày con sóng bật ra khỏi khóe mắt thành những hạt lệ, nên nó sẽ là một mầu rất mặn biển, để người xem tranh biết được nỗi chia lìa đó đã cứa xót lòng tôi đến thế nào.
Tôi không là họa sĩ, chỉ mong ký ức dẫn lời để có thể phác họa được cùng người một cách diễm lệ hình ảnh 16 mùa nắng Nha Trang, Nha Trang nhi đồng, Nha Trang dậy thì, và, Nha Trang lớn lên xa vợi, giật lùi sau chuyến xe lửa đang chở tia nhìn nuối buồn đau ngày tôi bị gỡ đi cái núm gió nắng mặn mòi ấy. Thế nên tôi cứ khắc khoải khi đêm về thốt nghe như có tiếng tàu lửa vang bên ngoài cửa sổ." (hết trích)

Và ký ức NTKM ghi về nhà sư Tuệ Sỹ:

"Rồi, chúng tôi được nghe và thấy Sư Ngồi Đàn, một Sư Nhà Thơ gõ trên phím những nốt nhạc của tâm hồn. Tôi tặng Sư tập thơ Bùa Hương, và dĩ nhiên tôi không để lỡ cơ hội có được chữ của Sư trong bản duy nhất của riêng kia. Và thủ bút của Sư, bằng chữ Hán lẫn Việt câu thơ: Ngược xuôi nhớ nửa cung đàn / Ai đem quán trọ mà ngăn nẻo về.
(Phải chi ngày xưa cứ giữ cái hiệu Tuệ Minh, thì bây giờ thấy sang bắt quàng làm họ, với cố nữ sĩ Tuệ Mai và ngọn núi vời vợi Tuệ Sỹ này rồi. Là tôi nghĩ thầm thế)
Giở xem lại những chữ ký ấy lòng run như đang mở xem viên ngọc quí." (hết trích)

Nữ sĩ cũng ghi lại kỷ niệm với nhà thơ Bùi Giáng:

"... thấy ông ngồi nơi góc vườn, trên chiếc võng dưới bóng mát gốc cây to treo đủ thứ lỉnh kỉnh. Mầu áo xám, khăn gì quàng cổ không biết, gầy guộc, khuôn mặt ông, nụ cười móm trẻ con, nhưng ánh mắt cực sáng sau cặp kiếng...
Tôi ngồi nửa quỳ bên cạnh võng đưa ông chén rượu nhỏ. Ông

cầm tập thơ TTCB của tôi dứ dứ lên xuống, qua có tập thơ của cô ở một cái gánh de chai à nhen. Rồi biết thêm, mới đầu nó có một cái giá còn rẻ hơn bèo, nhưng sau đó thì bà ve chai lại cho không. Không giá, nhưng với tôi lúc ấy, tập thơ nhỏ của tôi lại vô giá từ lời khen của ông..." (hết trích)

Cũng có lúc Nguyễn Thị Khánh Minh ngang ngược, cãi với thời gian khi gặp tiểu thư Lưu Na, và rồi dịu giọng khi viết về Nguyễn Đình Thuần, Lê Giang Trần, Trịnh Y Thư, Tô Đăng Khoa và Phạm Quốc Bảo:

"... Vòng tròn tiếp đến một cô bé, mà tôi đã không cho cô chào tôi bằng cô, chị đi, cho tôi hưởng chút thanh xuân của cô, nhé, Lưu Na. Có ai đọc những tùy bút của cô rồi gặp, hẳn là phải ngạc nhiên, như tôi lúc ấy, cái trẻ trung tươi măng lại ẩn dấu suy tư tre già đến thế, ra trong ánh mắt ấy có riêng cái nhìn cùng chữ, để tin cậy trao gửi thẳm sâu của suy tưởng và tâm hồn.
Còn mái tóc trắng mây kia nữa, giọng Huế, âm thấp như nốt nhạc trầm rơi xuống chiều, họa sĩ Nguyễn Đình Thuần, người vẽ những giấc mơ và con gái màu xanh...
... Có sáng Gypsy ngồi nhìn trời đầy xanh đất đầy nắng, có chàng nhà thơ hay buồn trĩu như mây sắp mưa, Lê Giang Trần, ở đời này hưởng biết bao buồn vui nhưng vẫn là trạm để bạn quá bước thôi sao...
... Sáng đó nói chuyện được nhiều với nhà văn, nhà thơ TYT mới thấy được vẻ trầm tĩnh và những nhận xét sắc nét của anh về cuộc sống cũng như văn chương nghệ thuật...
... Tôi cũng được biết một khuôn mặt trẻ mà tôi rất cung kính về sự thông hiểu Phật pháp, Tô Đăng Khoa.
Nắng ký ức lóe lên một bức tranh sắc màu buổi xế Santa Ana. Có tiếng cười rất bằng hữu của một người anh cả, Nhà Văn Phạm Quốc Bảo, người sở hữu một văn phong điềm đạm, và những nhận xét tinh tế..." (hết trích)

Nữ sĩ cũng hiển lộ nét trân trọng khi viết về sáng tác văn học mà cô gọi là "gói mở nỗi niềm" và về cảm xúc ngưỡng mộ các nhà văn nữ:

"... Tôi có duyên gần gụi với việc viết, và lần hồi biết lấy từ mớ bòng bong cuộc sống những dây tơ thời gian để gói mở nỗi niềm. Với riêng tôi, đó là những sợi tơ tim óc chứ không phải là món

đồ xa xỉ, để tôi biết quí trọng, dùng, và hưởng, một cách nâng niu, như ơn phước. Đó không phải là một ghé chân dự một cuộc vui, bữa tiệc, rồi về. Chí cốt với chữ, đối với một phụ nữ, bạn hỏi tôi có gặp khó khăn nào không. Tôi nghĩ những điều ảnh hưởng tương đối vào việc viết lách, không xem là khó khăn, đó là công việc hằng ngày mình sống, có trách nhiệm và phải chu toàn bổn phận của mình. Tôi không nói đến những thứ mà người ta đặt để cho phụ nữ gọi là thiên chức. Tôi đảm nhận những việc tôi ý thức là của tôi, càng viết tôi càng nhận thấy điều đó thật cảm động. Và, bất cứ lúc nào trái bóng ấy đến rủ rê, tôi bay. Cho nên, tôi rất ngưỡng mộ các nhà thơ như Lê Thị Huệ, như TrangĐài Glassey Trầnguyễn,... vừa viết (mà viết hay nữa mới chết người ta chớ!) vừa chuyện nhà, chuyện con, lại gánh vác công việc một cách rất đáng nể ngoài xã hội nữa." (hết trích)

*

Tôi đọc Tản Văn Nguyễn Thị Khánh Minh và đã nhìn thấy gió biển Nha Trang đang lật sang từng trang giấy, và đã nghe rì rào xao động từ những dòng chữ mê hoặc, những chữ ướp tẩm mùi hương như quen mà rất lạ, rất thuần Việt. Vâng, một mùi hương văn học, mà nữ sĩ có nơi gọi là Bùa Hương.

Khi trang cuối bản thảo Tản Văn khép lại, tôi vẫn còn ngửi thấy mùi hương này phảng phất chưa ngưng.

PHAN TẤN HẢI

Ngày 2 tháng 11 năm 2014

LÊ GIANG TRẦN
KHÁNH MINH BÓNG BAY GIÓ ƠI

Tôi được Nguyễn Thị Khánh Minh coi là bạn qua nhà thơ Nguyễn Lương Vy, từ đó được biết nhà thơ Khánh Minh với tài chữ nghĩa thi phú tuyệt vời thơ mộng, mà, sau khi đọc kỹ xong tập thơ "Ký Ức Của Bóng" của thi sĩ, tôi vô cùng yêu thích, trong lòng bảo phải viết một bài về thơ của người thi sĩ tài ba chan chứa tâm hồn thiên thần này. Rồi thời gian trôi.

Nhưng chưa hết, sau đó tôi có dịp đọc một số tản văn của nữ thi sĩ, tôi càng ngạc nhiên, ngoài tâm hồn và tài ba về thi ca, thi sĩ còn cho thấy tản văn của thi sĩ là một thế giới lộng lẫy tuyệt vời khác. Tôi bỗng khẩu phục tâm phục ngang xương người phụ nữ thi sĩ và văn sĩ này, ước mơ ngỡ ngẩn rằng phải mình có chút ít chữ nghĩa của Khánh Minh có lẽ mình làm thơ hay hơn! Có thể chính vì thế mà tôi chùng tay, bao ý nghĩ hùng dũng lúc trước nổi lên định viết về thi ca của Nguyễn Thị Khánh Minh đã bị cơn địa chấn chữ và nghĩa và thơ mộng trong tản văn của Khánh Minh làm sụp đổ tan tành.

Không phải không thể viết, mà bỗng tự sinh một thái độ, là, chữ nghĩa óng ánh tươi đẹp của "nàng" như thế (xin phép người bạn Khánh Minh cho dùng chữ nàng mới diễn tả được,) mình nói lung tung lang tang không khéo chữ nghĩa của nàng sẽ mắng cho một trận! Nói tận đáy lòng, tôi trân trọng và trân quý chữ nghĩa của "nàng", tôi rung động khi đọc tản văn của Nguyễn Thị Khánh Minh.

Do bạn nhờ lược xem lại về kỹ thuật dàn trang cho tập tản văn "Bóng Bay Gió Ơi", tôi được đọc qua các bài viết của Du Tử Lê, Nguyễn Xuân Thiệp, Phan Tấn Hải và Nguyễn

Lương Vy nói về văn chương của Nguyễn Thị Khánh Minh với xúc cảm chân tình và trang trọng. Phan Tấn Hải đã hứng thú trích ra nhiều đoạn văn chương của Khánh Minh, cho thấy ngoài tâm hồn còn có tài ba ru hồn người đọc bằng ngôn ngữ và ý tưởng diễn đạt của tác giả. Tôi đã có như thế, đã bị rung động bởi chữ nghĩa và ý tưởng trong sáng thơ mộng của Khánh Minh, đã hoan hô, đã cổ võ, đã yêu đời sau khi đọc văn thơ của "nàng". Những lời ngợi khen xứng đáng của quý vị trên không còn gì hơn và không cần thêm những tràng pháo tay bằng con chữ của tôi.

Tôi viết đôi dòng này, ngắn gọn nói lên sự ngưỡng mộ đối với Nguyễn Thị Khánh Minh, "nàng" trong mọi tình huống cuộc sống vẫn yêu đời một cách trong sáng thi vị và nhân ái và dũng cảm (đúng ra, muốn dùng chữ "trí dũng" của đức Phật); Tâm hồn và trái tim của Nguyễn Thị Khánh Minh luôn tươi đẹp như thế cho nên tất cả những con chữ và ý ngữ tươi đẹp đã tìm đến quy phục nàng; Nói ví von như đức Phật bảo rằng "Từ Bi" mới chính là pháp thuật tuyệt cao thượng đỉnh trên hết tất cả phép thuật biến hóa, "nàng" có pháp Từ Tâm Từ Bi nên đã thu tóm hay thu phục hết mọi phép thuật chữ nghĩa.

Pháp thuật từ tâm của "nàng" đã chuyển hóa, liên kết những con chữ, dù đơn sơ, thành ra sống động, linh động và thần tiên. Ông Nguyễn Du đã công nhận *chữ tâm kia mới bằng ba chữ tài*.

LÊ GIANG TRẦN

(111614, mùa thu Cali)

NGUYỄN LƯƠNG VỴ
GIẤC MƠ – CÕI VĂN CHƯƠNG
NGUYỄN THỊ KHÁNH MINH

Năm 12 tuổi, cô bé Nguyễn Thị Khánh Minh (NTKM) đã viết xuống 4 câu thơ hồn nhiên, trong veo, kỳ vĩ, lạ lùng:

"Chú chuồn kim nhỏ
Khâu vào trong gió
Một nghìn giấc mơ
Em về qua đó..."

Năm 14 tuổi, cũng giọng thơ hồn nhiên, trong veo, kỳ vĩ, lạ lùng ấy, có thêm một chút thảng thốt trong ánh mắt rất nhân hậu, cô bé NTKM viết tiếp:

"Em giơ tay hứng giọt mưa mùa đông
Nhịp nước nào rơi trong tiếng lạnh lùng
Tay em bé nước tràn không đủ nắm
Nên buồn buồn nước vỡ bâng khuâng..."

Những câu thơ tịnh khôi ấy đã bay đi cùng tháng năm, như vừa mới đây thôi! Ồ không! Chiếc bóng, giấc mơ của cô bé NTKM nửa thế kỷ trước, giờ đây vẫn lung linh, long lanh, tràn ngập cảm xúc:

Vườn đêm đầy quá, mộng
Ô chiêm bao được mùa
Đừng mong tôi về nữa

Ở lại cùng giấc ngủ
Sống thực một kiếp mơ
Nhớ chi đời huyễn ảo

Ảo thực hai mặt soi
Một phiến đời lá mỏng
Chông chênh mãi hẹn hò

Một giấc mơ. Tôi sống
Một giấc mơ ăn đời
Một giấc mơ ở kiếp

Đừng mong tôi về nữa
(Một Giấc Mơ – Trích trong tập thơ Ký Ức Của Bóng, NTKM, 2012)

Cô bé NTKM năm xưa, giờ đây, nữ sỹ NTKM vẫn thế, vẫn Một Giấc Mơ - "Một giấc mơ. Tôi sống / Một giấc mơ ăn đời / Một giấc mơ ở kiếp... / Đừng mong tôi về nữa."

Vì sao tôi phải dài dòng khi vừa đọc xong, đọc một mạch suốt đêm, đọc chậm lại những trang văn, những con chữ như những đàn chim đang vỗ cánh chao nghiêng bay lên, khi ẩn khi hiện, khi tưng bừng líu lo giọng hót?

Những trang văn "Bóng Bay Gió Ơi!" của NTKM, đúng hơn, là những trang tản-văn-thi đẹp đến nao lòng! Đẹp vì hồn vía của Chữ, đẹp vì tấm lòng, ký ức, giấc mơ của tác giả gửi vào Chữ, trọn vẹn, tha thiết, thủy chung với mình, với người, với đời, với cõi văn chương tràn đầy niềm bi mẫn.

Cõi văn chương NTKM là Giấc Mơ (viết hoa!) Giấc Mơ rất thật và rất mộng. Giấc Mơ ấy, hình như trọn đời nữ sỹ đã xem đó là tâm huyết, tâm hồn của mình. Giấc Mơ chính là Ký Ức Của Bóng lung linh long lanh. Giấc Mơ chính là hiện thân của nữ sỹ, trong và ngoài, trước và sau, ẩn và hiện liên-tục-trong-từng-phút-giây: *"... có ai đã cảm thấy đi bên cạnh những phút giây thường ngày là nhịp đập vời vợi của giấc mơ? giấc mơ ủ mùi hương của quá khứ lẫn ngày mai, giúp ta đi những bước nhẹ nhàng. Giấc mơ thời gian, bạn ơi..."*
(Theo Cảm Xúc Mà Đi)

Theo tôi, đó là cõi văn chương rất hiếm hoi trong thời đại nhiễu nhương và đầy tai ương bất hạnh nầy.

Cõi văn chương NTKM rất nhạy cảm trong từng tiếng rơi nghiêng của một chiếc lá, trong từng mùi hương của ngọn gió, sương cỏ quê nhà, trong từng hơi thở nhẹ đau đáu trầm luân của người cha rất mực dấu yêu, trong cái chết oan khuất bi tráng của một bậc nữ lưu vô song Nguyễn Thị Lộ, trong từng kỷ niệm rất mong manh, rất thơ mộng của từng người thân, bằng hữu...

Cõi văn chương NTKM rất nhẹ nhàng, sâu lắng những nỗi đau. Những nỗi đau rất diệu kỳ! Càng thấm vào, tâm hồn tôi càng xanh hơn, trong hơn, sáng hơn. Niềm đồng cảm, tương ứng chăng? Nhiên! Đúng vậy!!!

Và, Giấc Mơ (viết hoa)? Phải chăng, mỗi chúng ta đều đang sống trong Giấc Mơ của riêng mình? Giấc Mơ rất thực và rất mộng? Mỗi một sát na là rợp bóng Thiên Thu?

"Giấc mơ thời gian, bạn ơi... "

Giọng thầm thì, thủ thỉ của nữ sỹ vẫn còn vang bên tai tôi lúc trời vừa rạng sáng. Suốt đêm, tôi đã đi tìm, đã bơi, đã bay, đã nhập vào trong Giấc Mơ của bạn tôi.

"Giấc mơ thời gian, bạn ơi... "

Cảm tạ nữ sỹ! Tôi cũng vừa quay về với tôi. Nghe theo lời khuyên của nữ sỹ, tôi đã đi tìm, đã bơi, đã bay, đã nhập vào trong Giấc Mơ của tôi rồi!

Giấc Mơ... NTKM đã viết trong lời cuối tản văn này: *"Bạn có biết tại sao tôi hay kết thúc những bài viết của tôi bằng Giấc Mơ? Vì đó là nơi không có dấu chấm hết bao giờ..."*
Đẹp đến nao lòng! Bóng Bay Gió Ơi!

NGUYỄN LƯƠNG VỴ

Calif., cuối Thu 2014

Những tản văn trong tập này phần nhiều
đã được đăng trong các trang web như
Gio-o, Dutule, Sangtao, Ninhhoa, Tuongtri,
Blog Phamcaohoang, tranthinguyetmai,
Phovan..., nay in thành tập này, có hiệu
đính.
Tháng 11.2014

Liên lạc tác giả:
khanhnguyenm@yahoo.com

MỤC LỤC

BẠT

www.ingramcontent.com/pod-product-compliance
Lightning Source LLC
Chambersburg PA
CBHW020150090426
42734CB00008B/761